झांझिबारी मसाला

उमेश कदम

मेहता पब्लिशिंग हाऊस

Please contact us at **Mehta Publishing House,** Pune.

✆ +91 020-24476924 / 24460313 / Mob. No. 9545000513

Email : production@mehtapublishinghouse.com

Website : www.mehtapublishinghouse.com

- *या पुस्तकातील लेखकाची मते, घटना, वर्णने ही त्या लेखकाची असून त्याच्याशी प्रकाशक सहमत असतीलच असे नाही.*

ZANZIBARI MASALA by UMESH KADAM

झांझिबारी मसाला : उमेश कदम / कथासंग्रह

author@mehtapublishinghouse.com

संस्थापक : सुनील अनिल मेहता

प्रकाशक : मेहता पब्लिशिंग हाऊस,
१९४१, सदाशिव पेठ, माडीवाले कॉलनी, पुणे – ४११०३०

मुद्रक : ट्रिनिटी ॲकॅडमी फॉर कॉर्पोरेट ट्रेनिंग लिमिटेड

मुखपृष्ठ : सरदार जाधव

प्रथमावृत्ती : मे, २०२२

किंमत : ₹ २५०

P Book ISBN 9789394258570

E Book ISBN 9789394258648

E Books available on : amazonkindle Apple Books Google Play Books

---

राजाराम कॉलेज, कोल्हापूर
येथील माझ्या मित्र-मैत्रिणींना
स्नेहपूर्वक

मनोगत

झांझिबारी मसाल्याविषयी...

'झांझिबारी मसाला' हा माझा सातवा कथासंग्रह. आतापर्यंत लिहिलेल्या माझ्या जवळजवळ साऱ्या कथा परदेशातील वातावरण, वास्तव्य किंवा प्रवास यांच्यादरम्यान आलेले अनुभव, घडलेल्या घटना, भेटलेल्या व्यक्ती किंवा प्रसंग यांवर आधारित आहेत. या संग्रहातील बऱ्याच कथा गेल्या सात-आठ वर्षांपासून काही दिवाळी अंकांमध्ये प्रसिद्ध झालेल्या आहेत. या संग्रहात फक्त हलक्या-फुलक्या कथांचा समावेश केलेला आहे. त्यांना 'विनोदी कथा' म्हणता येणार नाही; पण त्या गमतीशीर घटना किंवा प्रसंगांवर आधारित आहेत. आजवर लिहिलेल्या कथा आणि कादंबऱ्यांमध्ये एक समान धागा आहे. सारे लिखाण सत्य घटना किंवा स्वतःला आलेले अनुभव यांवर आधारित आहे; पण सत्य जसेच्या तसे वाचकांसमोर न मांडता त्याला कल्पिताची जोड देऊन ते लिखाण मनोरंजक नि उत्कंठावर्धक करण्याचा प्रयत्न केला आहे. त्यात सत्य आणि कल्पित यांचा बेमालूम संयोग साधला आहे. त्यातील सत्य कोणते व कल्पित कोणते हे सहजासहजी कळू नये असाही प्रयत्न केला आहे. 'झांझिबारी मसाला'मध्येही हेच तंत्र अवलंबले आहे. माझी प्रत्येक कथा वाचकाला जगाच्या एखाद्या वैशिष्ट्यपूर्ण ठिकाणी घेऊन जाईल आणि त्या ठिकाणाविषयी त्याच्या ज्ञानात थोडीफार भर टाकेल. 'झांझिबारी मसाला'ला जरी मी 'कथा'संग्रह असे म्हटले असले, तरी त्या लिहिताना मी लेख, व्यक्तिचित्रण किंवा प्रवासवर्णन हे साहित्य प्रकार लवचीकपणे वापरले आहेत; त्यामुळे एखाद्या कथेचे पाहता पाहता व्यक्तिचित्रणात किंवा प्रवासवर्णनात रूपांतर होते, तर एखाद्या लेखाचे कथेत होते.

या संग्रहाला 'झांझिबारी मसाला' हे संग्रहातील एका कथेचे नाव दिले आहे. एकेकाळी भारताशी जवळचे नाते असलेले पूर्व आफ्रिकेतील झांझिबार हे ऐतिहासिक बेट तेथील वैशिष्ट्यपूर्ण आणि वैविध्यपूर्ण मसाल्यांसाठी प्रसिद्ध आहे. हा कथासंग्रह त्या मसाल्यांसारखा 'रुचकर' झाला आहे की नाही, हे केवळ त्यांचा 'आस्वाद' घेणाऱ्यांनीच ठरवायचे आहे!

– उमेश कदम, पुणे

अनुक्रमणिका

जुई जपानला जाते!

"डॅडी, माझी जपानला जाण्यासाठी निवड झाली आहे, आजच त्यांची ई-मेल आली. मी त्याची प्रिंटआउट काढलीय, हे पाहा," असं जुई म्हणाली आणि तिने ऑफिसमधून नुकतेच घरी आलेल्या आपल्या वडिलांना प्रिंटआउट दाखवली. तिच्या चेहऱ्यावर आनंद आणि उत्साह ओसंडून वाहत होता. जुई माझा इंजिनिअर मित्र मुकुंद देशपांडेची मुलगी. मुकुंद पुण्यातल्या 'कमिन्स'मध्ये डेप्युटी मॅनेजिंग डायरेक्टर होता. एकवीस वर्षांची जुई त्याचं एकमेव अपत्य.

"अरे वा, छान! पाहू बरं ती मेल आणि कधी जायचं आहे?" मुकुंद कोट काढून आणि टायची गाठ सैल करून हॉलमधल्या कोचावर बसत म्हणाला. इतक्यात, आतून सुमती बाहेर आली आणि म्हणाली,

"अगं, त्यांना जरा बसू दे तरी. चहा घेऊ दे त्यांना आधी. दमले असतील..." तिला मध्येच थांबवत मुकुंद म्हणाला,

"अगं सुमती, असू दे. तिच्या उत्साहाला उधाण आलंय, त्यावर पाणी फिरवू नकोस. त्याऐवजी मला एक ग्लास थंड पाणी दे."

मुकुंदनं आपला चश्मा नाकावर चढवला नि 'भारत-जपान मैत्री प्रतिष्ठान' यांच्याकडून आलेल्या मेलची प्रिंटआउट वाचायला घेतली...

जुई सावित्रीबाई फुले पुणे विद्यापीठात इंग्रजी साहित्यात एम.ए. करत होती आणि त्याचबरोबर विद्यापीठाच्या रानडे विदेशी भाषा केंद्रात जपानी शिकत होती. मध्यम अंगकाठी व उंचीची, तरतरीत बोलक्या डोळ्यांची, नितळ गोऱ्या कांतीची जुई दिसायला आकर्षक नि नाजूक होती; अगदी जुईच्या फुलासारखी! तिच्या रेशमी सुळसुळीत केसांचा 'शोल्डर कट' तिला शोभून दिसायचा. तिचा स्वभावही मनमिळाऊ होता. तिला साहित्याची आणि भाषांची आवड होती. ती फ्रेंच भाषा बऱ्यापैकी बोलायची;

पण गेली काही वर्षं तिनं जपानी भाषेचा नि साहित्याचा ध्यास धरला होता. आमचे कोल्हापूरचे भारतीय विदेश सेवेतले मित्र, राजदूत ज्ञानेश्वर मुळे यांची १९८४ मध्ये पहिली नेमणूक टोकियोच्या भारतीय दूतावासात झालेली. तिथं त्यांनी चार वर्षं काम केलं आणि पुन्हा १९९३ मध्ये चार वर्षांसाठी त्यांची तिथंच वरच्या हुद्द्यावर नेमणूक झाली. त्यांनी जपानी भाषा अवगत केली आहे. त्यांना मुळातच साहित्याची, विशेषतः कविता करण्याची आवड. त्यांनी लिखाणही भरपूर केलं आहे. २००२मध्ये 'जपानमधील युद्धोत्तर काव्य आणि भारतातील स्वातंत्र्योत्तर काव्य' यांवर संशोधन आणि तौलनिक अभ्यास करून त्यांनी एक पुस्तक लिहिलं. त्यात त्यांनी 'हायकू' या जपानी काव्यप्रकाराचं सखोल विवेचन केलं आहे. ते पुस्तक जुईनं वाचलं आणि तिला 'हायकू'नं झपाटलं.

केवळ हायकू समजण्यासाठी आणि त्यांचा शास्त्रशुद्ध अभ्यास करण्यासाठी जुईनं जपानी भाषा शिकायला सुरुवात केली; पण मुकुंदनं तिला सांगितलं की, आता भारतातील कित्येक कंपन्यांना जपानी कंपन्यांशी व्यावसायिक संबंध साधायला लागणार; त्यामुळे इंग्रजी-जपानी भाषांतर करणाऱ्यांना चांगली कामं मिळू शकतात, तेव्हा जुईनं जपानी भाषा आत्मसात करायचा निर्धार केला. दोन-तीन वर्षांपूर्वी मी एकदा मुकुंदला भेटायला गेलो असताना जुई मला म्हणाली,

"काका, तुम्ही जपानला खूप वेळा गेला आहात ना? मलाही जपानला जावंसं वाटतं. मी हल्ली जपानी भाषा शिकतेय."

"हो, माझी नैरोबीला बदली होण्यापूर्वी मी दक्षिण-पूर्व आणि पूर्व आशिया विभागांसाठी काम करायचो. त्या वेळी मलेशियात राहायचो; पण कामानिमित्त त्या भागात खूप प्रवास व्हायचा. त्या वेळी मला वाटतं, मी पंधरा-सोळा वेळा जपानला गेलो असेन. बरं, तुला जपानला जायचं असेल, तर तू 'भारत-जपान मैत्री प्रतिष्ठान'ची सदस्य का होत नाहीस? त्यांच्यामार्फत भारतातले तरुण-तरुणी जपानला जातात, तिथल्या कुटुंबांमध्ये वास्तव्य करतात आणि त्यांच्याकडेही जपानी तरुण-तरुणी येऊन राहू शकतात. ज्या तरुण-तरुणींना जपानमध्ये जाऊन दोन-तीन महिने संशोधन करायचं आहे, त्यांच्या प्रवासाचा खर्च प्रतिष्ठान करतं आणि त्यांना अल्पकाळासाठी शिष्यवृत्ती देऊन तिकडे जायला उत्तेजन देतं. अर्थात, संशोधनाचा विषय प्रतिष्ठानच्या दृष्टीनं महत्त्वाचा असायला हवा आणि शिष्यवृत्तीसाठी तुमची निवड व्हायला हवी. तुमच्या या प्रशस्त बंगल्यात भरपूर जागा असल्यानं तुम्ही सहज एखाद्या जपानी मुलीला तुमच्याकडे महिना-दोन महिन्यांसाठी ठेवून घेऊ शकता. मग पुढंमागं तू जपानला जाऊन त्याच मुलीकडं राहू शकतेस." मी सुचवलं. मुकुंदचा प्रभात रोडच्या चौथ्या गल्लीतला 'धरित्री' हा बंगला खरंच प्रशस्त होता. तो मुकुंदचे वडील बॅरिस्टर काकासाहेबांनी १९७८ मध्ये बांधला

होता. एकेकाळी काकासाहेब पुण्यातले एक निष्णात कायदेपंडित होते.

माझा सल्ला जुईनं तत्काळ अमलात आणला. ती त्या प्रतिष्ठानची सदस्य झाली आणि गेल्या वर्षी तिच्याकडे मासाको इगासाकी ही जपानी तरुणी दोन महिने राहूनदेखील गेली. त्या वेळी मासाकोनं मराठी संस्कृतीचा जवळून अभ्यास केला होता. चार महिन्यांपूर्वी जुईनं प्रतिष्ठानला 'एकोणिसाव्या शतकातील हायकूंमध्ये प्रतीत झालेली तत्कालीन जपानी संस्कृती' या विषयावर दोन महिने टोकियोमध्ये राहून संशोधन करायचा प्रस्ताव पाठवला. तो मंजूर होऊन त्यांनी तिला अर्थसाह्य देऊ केलं. तिची राहायची सोय अर्थातच मासाको इगासाकीच्या घरी करण्यात येणार होती. चार महिन्यांपूर्वी मासाको विवाहबद्ध झाली होती. जुई आणि ती एकमेकींच्या संपर्कात होत्याच. मासाकोच्या पतीनं, युजीनंदेखील जुईनं त्यांच्या घरी राहायच्या प्रस्तावाला आनंदानं मान्यता दिली होती. जुईला तिकडे जायला अजून चार महिन्यांचा अवधी होता.

''चला, तुला आता तयारीला लागलं पाहिजे.'' मुकुंद ती ई-मेल वाचून झाल्यावर म्हणाला.

''हो, डॅडी. मी खूप एक्साइट झाले आहे,'' जुई जवळजवळ नाचतच म्हणाली.

त्यानंतर दोन आठवड्यांनी मी मुकुंदकडे गेलो होतो, तेव्हा जुई जपानला जाणार आहे हे समजलं. तिचं अभिनंदन करून आमच्या इतर गप्पा झाल्यावर सुमती मला म्हणाली,

''उमेश, तुम्ही तिला तिथल्या काही चालीरितींची माहिती द्या ना.''

''हो, देतो ना. जुई, तुला आता जपानी पद्धतीनं कंबरेत लवून अभिवादन करायचा सराव करायला हवा. जपानी लोक एकदाच नाही, तर बऱ्याच वेळा कंबरेत लवून एकमेकांना अभिवादन करतात आणि निरोप घेतात; पण एक लक्षात ठेव, ज्या व्यक्तीला अभिवादन करायचं आहे ती आपल्यापासून कमीतकमी पाच फूट तरी दूर असावी, नाहीतर दोघंही एकाच वेळी अभिवादन करायला गेले तर डोकी आपटतात. जपानमध्ये प्रत्येक वर्षी केवळ ही खबरदारी न घेतल्यामुळे सरासरी २८०० लोकांची डोकी फुटतात. शिवाय समाजातलं आपलं स्थान आणि ज्याला अभिवादन करायचं त्याचं स्थान यावर किती आणि किती वेळा वाकायचं हे अवलंबून असतं. दुसरी गोष्ट, तुला आता चॉपस्टिकनं खायचा सराव केला पाहिजे. तिकडे एकाही रेस्टॉरंटमध्ये काटा-चमचा मिळत नाही. नूडल्स घातलेले सूप जपानमध्ये खूप लोकप्रिय आहे; पण तो पदार्थ खाताना लांबलचक नूडल्स तोंड बाउलजवळ घेऊन चॉपस्टिकनं तोंडात घेऊन ओढत बसायचं आणि तसं करतानाच बाउलला तोंड लावून थोडं सूप प्यायचं; पण ते पिताना 'फुर्र...फुर्र' असा आवाज

करायलाच लागतो. हे सारं एकाच वेळी करणं वाटतं तेवढं सोपं नाही, त्याला खूप सराव लागतो; पण जर तू 'फुर्र...फुर्र' असा आवाज केला नाहीस, तर त्याचा अर्थ तुला तो पदार्थ आवडला नाही असा होतो.''

''मी तसं करायचा प्रयत्न करेन. बरं, काका, तिकडे शाकाहारी रेस्टॉरंट्स असतील ना?'' जुईनं विचारलं.

''ते जरा अवघड आहे. जपान्यांच्या बहुतेक सर्व पदार्थांत काहीतरी मांसाहारी पदार्थ असतोच. चिकट भाताच्या गोळ्याला माशाचा कच्चा काप लावला की, झाली 'सुशी'. साशिमी जेवणाचं तर विचारूच नकोस. फक्त कच्चे मासे नि मास यांचे काप एखाद्या सॉसमध्ये बुडवून खायचे. गाजर, भोपळी मिरची, भोपळा, भेंडी अशा भाज्यांचे टेम्पुरा मात्र तुला आपल्या भज्यांसारखे वाटतील; पण त्यांनादेखील प्रॉन्सचा थोडाफार वास असतोच. जरा सांभाळून बाहेर खात जा; पण तू तर तुझ्या मैत्रिणीकडे राहणार आहेस ना?''

''हो, पण दिवसा मी माझ्या संशोधनाच्या कामासाठी बाहेरच असणार. मासाकादेखील नोकरी करते. म्हणजे लंच बाहेरच होणार.''

''अच्छा! पण तुला तिकडे भात मात्र सगळीकडे मिळेल.'' हे ऐकल्यावर सुमतीला जरा धीर आला.

जपानविषयी आणखी बऱ्याच गोष्टी सांगून शेवटी मी म्हणालो, ''बरं, मी आता आठ-दहा दिवसांसाठी कोल्हापूरला निघालो आहे, परत जाताना चक्कर टाकेन.''

''अरे, जाताना नक्की ये. आपण जरा 'साके' घेऊ,'' मुकुंद माझ्याकडे पाहत मिश्किलपणे हसत म्हणाला.

''साके म्हणजे काय?'' सुमतीनं विचारलं.

''अगं, साके म्हणजे जपानी मद्य. आता आम्हीदेखील जुईप्रमाणं 'जपानमय' व्हायचं ठरवलं आहे! अर्थात, इथं साके मिळत नाही; पण तिची जागा घ्यायला आमच्याकडे अनेक पर्याय आहेत!'' मुकुंदनं खुलासा केला.

''उत्तम! ती घेता घेता काजू, पापड किंवा चकली चॉपस्टिकनं कशी खायची हे मी जुईला दाखवीन!'' असं म्हणून मी सर्वांचा निरोप घेतला.

दुसऱ्या दिवशी संध्याकाळी मुकुंद घरी परतला नि पाहतो तर जुई आपल्या खोलीत नाराज होऊन, एका पुस्तकात तोंड खुपसून बसलेली! बोलायला गेलं तर 'हो', 'नाही' याशिवाय सांगायला तयार नाही. हिचं काहीतरी बिनसलं आहे हे मुकुंदनं ओळखलं. थोड्या वेळानं तो शॉवर घेऊन, कपडे बदलून पुन्हा तिच्या खोलीत गेला आणि म्हणाला,

''जुई बेटा, हे जपानच्या व्हिसाचे फॉर्म्स डाउनलोड करून आणले आहेत,

जरा पाहून घे; त्यासोबत काय काय जोडावं लागेल. 'गिरिकंद'च्या जोशींना फोन केला होता. ते म्हणाले की, तुला सहज व्हिसा मिळेल. ते तुझा व्हिसा करून देतो म्हणाले.''

''त्याची काही गरज नाही. मम्मा म्हणते की, मी जपानला जायचं नाही,'' जुई म्हणाली आणि मुसमुसून रडू लागली.

''जायचं नाही? का बरं?'' मुकुंदनं आश्चर्यानं विचारलं. इतक्यात, सुमती तिथं आली. तिला पाहताच मुकुंद म्हणाला,

''काय गं सुमती, तू हिला जपानला जायचं नाही म्हणालीस?''

त्यावर आपला चेहरा कठोर करत सुमती म्हणाली, ''हो, बरोबर आहे. काल उमेश काय म्हणाले लक्षात आहे ना? तिकडे वर्षातून सरासरी १५०० भूकंप होतात, तिथं जवळजवळ २०० जिवंत ज्वालामुखी आहेत, शिवाय त्यांच्या पद्धतीचे नमस्कार करताना डोकी फुटायची शक्यता आहे, शिवाय खाण्याचे हाल! असं असताना माझ्या एकुलत्या एक मुलीला तिकडे पाठवायला मी काय तिची सावत्र आई आहे थोडीच? माझ्या पोरीचे हाल करायचे नाहीत तिला त्या विचित्र देशात पाठवून!'' सुमती ठामपणे म्हणाली.

''अगं सुमती, उमेशच्या त्या बोलण्याचं तू इतकं मनावर घेतलं आहेस? अगं, हल्ली लिहायला लागल्यापासून त्याला अतिशयोक्ती करायची सवय लागलीय. मागे एकदा भेटला, तेव्हा कल्पनाविलास, समृद्ध अनुभवविश्व, सूक्ष्म निरीक्षणशक्ती, मनोविश्लेषण, दृष्टीपलीकडील सृष्टी असं काहीतरी बडबडत होता. थोडक्यात, लिहिताना चक्क थापा मारत असतो. अगं, रोज हजारो लोक जपानला जातात. तिकडे कधीतरी एखादा हलका भूकंपाचा धक्का जाणवला, तर त्याच्याकडे कोणी लक्ष देत नाही. मागे मी नव्हतो गेलो का जपानला? जपान सुंदर, सुरक्षित आणि अत्याधुनिक देश आहे. तिथले लोक खूप शिस्तप्रिय आहेत. तू तुझ्या डोक्यातले ते विचार काढून टाक. उमेश आता येईल आठ दिवसांनी, तेव्हा त्याला मी...'' त्याचं वाक्य पुरं व्हायच्या आतच जुई म्हणाली, ''आता येऊ देत त्यांना आपल्या घरी, मी एक शब्द बोलणार नाही त्यांच्याशी. कुजके कदम काका!''

''अगं, असं नको म्हणू त्याला, तो तुझी गंमत करत होता. बरं, ते राहू दे. सुमती, तू काळजी करू नकोस. जुई तिथं राहताना आवश्यक ती खबरदारी घेईल. सुदैवाची गोष्ट म्हणजे ती मासाकोच्या घरी राहणार आहे. तुला आठवतं ना, किती प्रेमळ मुलगी आहे ती? ती जुईची छान व्यवस्था आणि देखभाल करेल.'' त्यावर जरा विचार करून सुमती म्हणाली,

''ठीक आहे. माझी तिनं जपानला जायला हरकत नाही; पण तिचं तिथलं वास्तव्य आरामदायी व्हावं आणि ती सुरक्षित परत यावी यासाठी मी तिच्या

प्रवासाची तयारी करेन.'' हे ऐकताच जुईचा चेहरा उजळला.

''तू म्हणशील ती खबरदारी मी घेईन, मम्मा.'' असं म्हणत जुई सुमतीला बिलगली. तिच्या पाठीवर आपला वात्सल्यपूर्ण हात फिरवत सुमती मुकुंदकडे पाणावलेल्या डोळ्यांनी पाहत म्हणाली,

''तुम्हा पुरुषांना आईचं हृदय काय असतं कधीच कळणार नाही. माझी लाडकी पोर हजारो मैल दूर जाणार या कल्पनेनंच मी कासावीस झाले आहे. ठीक आहे, मी आता तिच्या प्रवासाच्या तयारीला लागते.''

सर्वानुमते तो मुद्दा निकालात निघाला, याचं मुकुंदला समाधान झालं. जुईनं व्हिसा फॉर्म्स पाहायला घेतले.

दुसऱ्या दिवशी मुकुंद घरी आला आणि पाहतो तर जुई पुन्हा घुश्शात.

''आता काय झालं?'' मुकुंदनं विचारलं.

''ते पाहा त्या टेबलावर काय आहे!'' मुकुंदनं जुईच्या अभ्यासाच्या टेबलाकडे नजर टाकली. त्यावर एक नवं कोरं हेल्मेट होतं.

''हे कुणी आणलं? आणि कशासाठी आणलंय? तू काय स्कूटी वगैरे वापरायच्या विचारात आहेस की काय?''

''नाही, मम्मा म्हणते की, जपानला जाताना हे हेल्मेट न्यायचं.''

''ते कशासाठी? तिकडे काय तुला दुचाकीवरून प्रवास करायचा आहे थोडाच? तिथल्या भुयारी रेल्वेनं मोठमोठे अधिकारी तसेच मंत्रीदेखील प्रवास करतात.''

''ती म्हणते की, मी टोकियोमध्ये बाहेर जाताना ते नेहमी घातलं पाहिजे. तिकडे नमस्कार करताना डोक्याला इजा व्हायची शक्यता असते ना. शिवाय मी एखाद्या इमारतीत असताना भूकंप वगैरे झाला तर...'' हे ऐकताच मुकुंद जोरजोरात हसू लागला.

''अगं, म्हणजे टोकियोमध्ये तू हे शिरस्त्राण कायम डोक्यावर वागवायचं की काय? तुला वेड्यात काढतील सगळे! सुमती कुठाय? थांब, तिला सांगतो मी.''

''मम्मा गोखलेकाकूंकडे भिशीला गेलीय.''

''ठीक आहे, ती आल्यावर मी बोलतो तिच्याशी; पण जुई, मी एक सुचवू? तू तिला चक्क सांगून टाक की, तू ते हेल्मेट जपानमध्ये कायम वापरशील. ती काय पाहायला येणार आहे थोडीच?''

''ठीक आहे, डॅडी. मी सांगेन तसं तिला; पण मला उगीच ते सामानातून न्यावं लागेल ना?'' जुई म्हणाली. त्यावर थोडा विचार करून मुकुंद म्हणाला,

''आपण असं करू, सुमतीसमोर ते तुझ्या सूटकेसमध्ये ठेवू. नंतर मी ते हळूच काढून घेतो आणि वसंताला सांगतो की, ते तुझ्या घरी लपवून ठेव.'' वसंत

हा मुकुंदचा ड्रायव्हर.

तो मुद्दादेखील निकालात निघाला. दुसऱ्या दिवशी जुई सेनापती बापट रोडवरच्या 'होम सेंटर'मधून चॉपस्टिक्स घेऊन आली. त्या दिवशी संध्याकाळी जुईनं त्या वापरायला सुरुवात करायची असं ठरवलं; पण सुरुवातीला त्या धरायच्या कशा हेदेखील तिला ठाऊक नव्हतं. शेवटी तिनं इंटरनेटवर त्याची माहिती काढली. यू-ट्यूबवर तिला त्या कशा वापरायच्या हे पाहायला मिळालं. त्याप्रमाणं तिनं त्या आपल्या बोटांत धरून वरखाली हलवायचा सराव केला. दुसऱ्या दिवशी संध्याकाळी सगळेजण जेवायला बसल्यावर तिनं वरण-भात, पोळी, वांग्याची भाजी, खोबऱ्याची चटणी केवळ चॉपस्टिकनं खाऊन दाखवलं. नेहमी फक्त वीस मिनिटांत जेवणाऱ्या जुईला ते जेवायला मात्र दीड तास लागला. पोळीचेदेखील तिनं आधी तुकडे केले आणि ते चॉपस्टिक्सनी खाल्ले. एका आठवड्यात तिला चॉपस्टिक्सचा इतका सराव झाला की, तिनं हातानं जेवायचं सोडूनच दिलं. बाहेर गेली तरी ती सोबत चॉपस्टिक्स ठेवायला लागली. अलीकडे मैत्रिणींबरोबर फर्ग्युसन रोडवरच्या 'वाडेश्वर'मध्ये गेलेली असताना तिनं इडली-सांबार आणि मसाला डोसा चॉपस्टिक्सनं खाऊन मैत्रिणीच नाही, तर 'वाडेश्वर'चे कर्मचारी आणि जवळ बसलेल्या इतरांना आश्चर्यचकित केलं.

रोज सकाळी मुकुंद ऑफिसला जाताना फक्त एक फळ, दोन टोस्ट आणि दूध घेऊन जात असे; पण रविवारी मात्र त्यांचा ब्रेकफास्ट साग्रसंगीत असे. त्या दिवशी ते तिघे एकत्र ब्रेकफास्ट घेत असत. एका रविवारी ते सारे ब्रेकफास्टला बसले. स्वयंपाकाच्या बाईंनी टेबलावर गरमागरम पोहे, मेथीचे ठेपले, बेसनाचे लाडू, चितळेनिर्मित बाकरवड्या आणि चहाची किटली असं सारं आणून ठेवलं. जुईनं सराईतपणे चॉपस्टिकनं पोहे खायला सुरू केली. त्यानंतर तिनं एक ठेपला चॉपस्टिकनंच रोल करून त्यांनीच खाल्ला. आता सर्वांना त्याची सवय झाली होती. इतक्यात, जुई चहा पिता पिता 'फुर्र...फुर्र...' असा आवाज करू लागली. ते पाहून मुकुंद म्हणाला,

''जुई, चहा जरा गार होऊ दे, सावकाश घे.''

''डॅडी, जपानी लोक जसं सूप पितात, तसं मी हल्ली चहा पितेय.''

जुई आणि मासाको ई-मेलवर एकमेकींशी सतत संपर्क साधत होत्या. मासाकोचं घर टोकियोचं उपनगर यामातोहिगाशी भागात होतं. ती हल्ली जपान आंतरराष्ट्रीय सहकार्य संस्थेत काम करत होती आणि तिचा नवरा युजी हा जपानची संसद 'डाएट'च्या प्रशासकीय कार्यालयात कनिष्ठ अधिकारी होता. जुई जपानला येणार आणि तिच्याकडे दोन महिने राहणार हे समजल्यावर मासाकोला खूप आनंद झाला होता. जुईचं टोकियोला जाणारं जपान एअरवेजचं विमान मुंबईहून १२ मार्च या

दिवशी पहाटे एक वाजून पंचवीस मिनिटांनी सुटणार होतं. अर्थातच मुकुंद आणि सुमती तिला निरोप द्यायला मुंबईला जाणार होते. जुई आपल्या आई-वडिलांबरोबर दोन वर्षांपूर्वी सिंगापूर, बाली, हाँगकाँग आणि बँकॉकला जाऊन आली होती; त्यामुळे तिला परदेशगमन आणि विमानप्रवास तसे नवे नव्हते. प्रवासाच्या चार दिवस आधी सुमती जुईच्या खोलीत गेली. तिच्या मागोमाग वसंता एक मोठा बॉक्स घेऊन गेला.

"मम्मा, हे काय आणलं आहेस तू?"

"अगं, या बॉक्समध्ये लोणची, मेतकूट, दाण्याची चटणी, कारळ्याची चटणी, साजूक तूप यांच्या बाटल्या आहेत, त्या सूटकेसमध्ये ठेवून घे."

"अगं मम्मा, एवढं सारं सामान मी कशी घेऊन जाऊ?" चिंताग्रस्त जुईनं तिच्या आईला विचारलं.

"हे पाहा जुई, मी तुला तिकडे जायची परवानगी दिली, त्या वेळी तू माझ्या अटी कबूल केल्या आहेस. तिकडे शाकाहारी लोकांचे खाण्याचे खूप हाल होतात असं उमेश मागे म्हणाले होते, ते माझ्या पक्कं लक्षात आहे. अगं, तिकडे भात सगळीकडे मिळतो. निदान त्यावर थोडं साजूक तूप घालून मेतकूट, चटणी, लोणचं यांच्याबरोबर आणि इतर शाकाहारी जे काही तिथं मिळेल, त्या बरोबर खाऊ शकशील. तसेच तुरीची आणि मुगाची डाळ दोन/दोन किलो देतेय. शिवाय हिंग, हळद, जिरेपूड, गोडा मसाला असे थोडे थोडे मसाल्याचे पदार्थ ठेवले आहेत. निदान डाळ-भात तरी खाशील. तू तिकडे निघाली आहेस; पण इकडे माझा जीव आत्तापासून खालीवर होतोय. चल, फार विचार करू नकोस; या बाटल्या आणि डाळी वगैरे सर्व सूटकेसमध्ये ठेवून घे आणि हो, मासाकोसाठी एका डब्यामध्ये साजूक तुपात केलेले बेसनाचे लाडू दिलेत. किती आवडीनं खायची ती बेसनाचे लाडू इथं असताना!"

जुईला त्या साऱ्या वस्तू घेऊन जाण्यावाचून गत्यंतर नव्हतं. तिनं संध्याकाळी मुकुंदला त्या बाबतीत सांगितलं.

"असू दे ती म्हणतेय तर... तिचं मन मोडू नकोस आणि अधूनमधून तुला खायला बरं वाटेल. नाहीतरी त्या जपानी जेवणाला काय चव असते?"

आता मात्र जुईचा नाइलाज झाला. तिनं ते सगळं सामान आपल्या सूटकेसमध्ये भरलं; त्यामुळे तिला कपड्यांसाठी वेगळी सूटकेस करावी लागली. तिचा मुंबईला जायचा दिवस उजाडला. सकाळपासून सुमतीची धांदल उडाली होती. दुपारी तीन वाजता ते सारे मुंबईला जायला निघाले. आधी मुकुंदची मोठी बहीण कुसुमताई यांच्या वरळीच्या घरी जायचं ठरलं होतं. भारतीय नागरी सेवेतले मुकुंदचे मेहुणे, विनायकराव करमरकर हे महसूल खात्याचे मुख्य सचिव होते. त्यांच्याकडे थोडा

वेळ थांबून ते सारे जुईला सोडायला दहा वाजता छत्रपती शिवाजी आंतरराष्ट्रीय विमानतळावर गेले. सुमती 'एकटी पोर दूर चाललीय' असं म्हणत अधूनमधून डोळ्याला पदर लावून अश्रू टिपत होती. मुकुंद आणि कुसुमताई तिची समजूत काढत होते. 'एकटी-दुकटी बाहेर पडत जाऊ नकोस,' 'अनोळखी माणसांशी उगाच बोलू नकोस,' 'जेवण चांगलं नसलं तरी फळं खात जा,' 'कोणताही पदार्थ खाण्यापूर्वी तो कशापासून केला आहे आणि त्यामध्ये काय काय घातलं आहे, याची खात्री करून घे,' 'एखादा पदार्थ मांसाहारी आहे अशी शंका आली तरी त्याला शिवू नकोस,' अशा सूचना देण्यात खंड पडला नव्हता. विमानतळावर पोहोचल्यावर जुई त्या सर्वांच्या पाया पडून प्रस्थान कक्षात गेली. निरोप द्यायला आलेली मंडळी वरळीला परतली. त्या रात्री मुंबईत कुसुमताईंकडे राहून सकाळी मुकुंद आणि सुमती पुण्याला जाणार होते. ठरल्याप्रमाणं त्या दोघांनी सकाळी आठ वाजता विनायकराव आणि कुसुमताईंचा निरोप घेतला आणि पुण्याकडे प्रस्थान केलं. गाडी चालवायला वसंता होताच.

"आता ही एकदा परत आली ना की, तिच्या लग्नाचं मनावर घ्या." सुमती म्हणाली.

"अगं, अजून लहान आहे. शिकू दे तिला अजून दोन-तीन वर्षं."

"लहान कसली? चोवीस संपून पंचवीस लागेल येत्या जूनमध्ये. वेळीच जबाबदारीतून मोकळं व्हायचं सोडून शिकू दे म्हणे!"

"पण तू तिचं मत अजमावलं आहेस का?" मुकुंदने परत एकदा विचारलं.

"यामध्ये तिला काय विचारायचं? चांगलं स्थळ आलं की, पक्कं करायचं आणि एकदाचं कार्य उरकून टाकायचं. वृंदा गोखलेच्या भावजयीचा पुतण्या लग्नाचा आहे. आय.आय.टी., पवईतून बी.टेक्. अन् मिशिगनहून एम.एस. की काय ते केलंय. नाशिकमध्ये छोटी फॅक्टरी सुरू केलीय कशाचीतरी त्यानं. अमेय बर्वे त्याचं नाव. वडील डोळ्यांचे डॉक्टर आहेत. थोरली बहीण बडोद्याला दिलीय. हा एकटाच मुलगा. नाशिकमधील महात्मानगरमध्ये मोठा बंगला आहे त्यांचा. तिघेच असतात घरी आणि या अमेयचं आईशिवाय पान हलत नाही. आईलाच मुलगी पसंत करायला सांगितलंय त्यानं. अमेरिकेत थोडे दिवस नोकरी केली त्यानं; पण तिकडे करमत नाही म्हणून परत आला दोन वर्षांत. आईच्या हातच्या गरमागरम पोळीला कशाची सर येत नाही म्हणतो. बायकोला आईनंच सारं काही शिकवावं असं म्हणत असतो, असं वृंदा मला सांगत होती. शिवाय चित्पावन आहेत. डॉक्टरांचे वडील रावबहादूर बर्वे मूळचे रत्नागिरीचे. मुलगा भारतात आणि परदेशात एवढा शिकला-सवरला, अमेरिकेत नोकरीदेखील केली; पण अजून अंड्यालादेखील हात लावला नाही! बाकीचं ते 'अभक्ष्य भक्षण' तर दूरच राहिलं.

त्याला सुपारीसुद्धा चालत नाही म्हणे! मला तरी फार चांगलं वाटतंय हे स्थळ. परवा भिशीच्या वेळी वृंदा मला खोदून खोदून जुईविषयी विचारत होती. आता ही परत आली की, मी वृंदाला सांगणार आहे की, बर्व्यांना निरोप दे.''

मुकुंदनं विचार केला, 'एवढा मोठा मुलगा आजही आईच्या सल्ल्यानं महत्त्वाचे निर्णय घेतो, म्हणजे किती नेभळट असेल! उद्या लग्न झाल्यावर बायकोला आधी आईसारख्या पोळ्या करायला शिकण्यावर भर देईल, तिच्या स्वतःच्या कर्तृत्वाला वाव तर मुळीच देणार नाही. घरी सारा कारभार मातोश्रींच्या हुकूमाखाली असणार! बिचारी जुई सकाळ-संध्याकाळ पोळ्या लाटून दमून जाईल! डॉक्टरसाहेब दवाखान्यात दिवसभर पेशंट्‌सचे डोळे तपासत असणार आणि बर्वेबाई घरी साऱ्यांवर डोळे वटारत असणार. शिवाय अमेयबाळाचे डोळे अजून उघडलेलेच नाहीत!' मुकुंदला संपूर्ण शाकाहाराबद्दल आक्षेप नव्हता. सुमतीचं घराणं चित्पावन. त्यांच्या पूर्वजांकडे पेशव्यांचं पौरोहित्य होतं. तिचे आजोबा रंगो कृष्णाजी कान्हेरे सांगलीच्या पटवर्धन संस्थानात मुख्य पंडित होते; त्यामुळे आजही त्यांच्या घराण्यात सोवळंओवळं अतिकडक. त्याउलट मुकुंद परदेशी अथवा बाहेरगावी गेला तर किंवा पुण्यातदेखील बाहेर खायचा प्रसंग आला तर मांसाहार आवडीनं करायचा; पण घरात त्याचं नावदेखील काढायचं नाही, असा सुमतीचा खाक्या होता. जुईदेखील आईच्याच संस्कारांखाली वाढली होती.

''अलीकडे मला आमच्या ऑफिसमधला 'फायनान्स'चा अविनाश कर्णिकसुद्धा त्याच्या पुतण्याविषयी विचारत होता. त्याचं नाव अजिंक्य, सॅन फ्रान्सिस्कोत असतो. सॉफ्टवेअर इंजिनिअर आहे. अविनाशचे वडील कमांडर होते. त्यांच्या पंचाहत्तरीच्या कार्यक्रमात जुई अजिंक्यला ओझरती भेटली होती. त्या वेळी जुईची जपानला जायची घाई चालली होती म्हणून मी विषय वाढवला नाही, पुढं पाहू एवढंच म्हणालो.''

''मला मुळीच पसंत नाही हे. मुलीला सीकेपी घरात द्यायची नाही मला. ते मांस-मच्छी खात असतात. शिवाय आपल्यापासून इतक्या लांब तर मुळीच नाही. तिचं लग्न झाल्यावर काही कोडकौतुक व्हायला हवं की नको? मग जावयाचा पहिला दिवाळसण, जुईची मंगळागौर, डोहाळजेवण असले कार्यक्रम होतील का घरी? तुम्हाला त्याची काही हौसच नाही मेली. जवळपासचाच चित्पावन किंवा देशस्थ मुलगा पाहू तिच्यासाठी.'' सुमतीने मध्यममार्ग काढला. मुकुंदराव देशस्थ होते म्हणून एवढी तरी सवलत सुमतीनं दिली असावी!

''तिला परत येऊ दे, मग आपण पाहू काय करायचं ते. आजकाल मुलीच्या इच्छेचा विचार करणं आवश्यक आहे. तिलादेखील मुलगा पसंत पडायला हवा. त्यांना एकमेकांशी बोलायची, भेटायची मोकळीक आपण द्यायला हवी. शिवाय त्या

दोघांचे विचार जुळायला हवेत. आजकाल इंटरनेटच्या माध्यमातून तरुण-तरुणींचे परिचय होतात, त्यातून लग्नं ठरतात हेही तुला माहिती असेलच. जुई तसा प्रयत्न करू शकते. तसेच तिच्या मनामध्ये कोणी आहे का हेदेखील तिला विचारलं पाहिजे.'' मुकुंद म्हणाला.

''हल्लीच्या मुलींचे हे सगळे नखरे खूपच वाढलेत. आपल्या लग्नाच्या वेळी असली थेरं नव्हती. वडीलधाऱ्यांनी सांगितलं, माळ घाल; तिथं माळ घालायची. आमचे संसार काय सुखाचे झाले नाहीत?''

आता सुमतीशी या विषयावर आणखी वाद घालण्यात काही अर्थ नाही असा विचार करून मुकुंदनं 'काल झोप तशी अपुरीच झाली' असं म्हणत डुलकी काढण्यासाठी डोळे बंद केले. खरं म्हणजे या वेळी त्याच्याकडे सुमतीचं तोंड बंद करायचा तोच एक मार्ग होता. त्यांनी जुई जपानहून परतल्यावर तिच्याशी या बाबतीत बोलायचं ठरवलं. तशी ती मुकुंदशी खूप मोकळेपणानं बोलत असे. आईपेक्षा तिचं बाबांशी खूप जमायचं. विषय कितीही नाजूक असला तरी त्यांच्यात खूप सामंजस्य असल्यानं ते मोकळेपणानं एकमेकांशी बोलायचे.

***

जुईचं विमान टोकियोच्या नरिता विमानतळावर स्थानिक वेळेनुसार दुपारी बारा वाजून वीस मिनिटांनी पोहोचलं. त्या दिवशी रविवार होता. मासाकोनं तिला मुद्दाम रविवारी पोहोचायचा सल्ला दिला होता, कारण तसं असेल तरच ती आणि युजी तिला घ्यायला विमानतळावर जाऊ शकणार होते. विमानप्रवासामुळे जुई कंटाळली होती; पण त्याचबरोबर जपानसारख्या आधुनिक नि अनोख्या देशात यायला मिळाल्यामुळे ती उत्तेजितही झाली होती; त्यामुळे प्रवासाच्या त्रासाकडे तिचं दुर्लक्ष झालं होतं. पासपोर्ट-इमिग्रेशनचे सोपस्कार पार पाडल्यावर ती सामान येणाऱ्या कक्षात गेली. साऱ्या गोष्टी शिस्तबद्ध रीतीने आणि शांतपणे चालल्या होत्या. कार्यक्षम कर्मचारी सारं काही सुरळीत पार पडतं आहे की नाही, याची दक्षता घेत होते. सुरक्षा कर्मचारी सर्वांवर बारकाईनं लक्ष ठेवून होते. आपलं सामान नेमकं कोणत्या बेल्टवर येणार आहे याची जुईनं खात्री करून घेतली. सामान यायला फारसा वेळ लागला नाही. आपल्या दोन्ही सूटकेसेस घेऊन ती कस्टमचे सोपस्कार पार पाडण्यासाठी त्यांच्या 'ग्रीन चॅनेल'कडे गेली; पण तिथल्या अधिकाऱ्यानं तिला दोन्ही सूटकेसेस उघडायला सांगितल्या. सुदैवानं जुईला बऱ्यापैकी जपानी भाषा अवगत असल्यानं तिचं काम पटापट होत होतं. तसं विमानतळावरील सर्व कर्मचारी नि अधिकारी बऱ्यापैकी इंग्रजी बोलत होते. जेव्हा जुईनं तिच्या खाद्यपदार्थांची सूटकेस उघडली आणि कस्टम अधिकाऱ्यानं त्यातल्या खाद्यपदार्थांच्या बाटल्या नि

पिशव्या पाहिल्या, तेव्हा त्यानं जुईला त्यात काय काय आहे विचारलं. त्याचा तिनं केलेला खुलासा ऐकल्यावर तो एकदम घाबरून गेला आणि त्याची धांदल उडाली. सर्वप्रथम त्यानं तातडीनं सहा सहायकांना तिथं बोलावून घेतलं. ते सारे त्या सूटकेसमध्ये अतिशक्तिशाली स्फोटकं असल्याच्या आविर्भावात तिच्याकडं पाहायला लागले. त्यांच्यात काही चर्चा झाल्यावर त्या अधिकाऱ्यानं जुईसह सर्वांना त्या सूटकेसेसपासून दूर जायला सांगितलं आणि त्यांच्या भोवती 'धोका : या ठिकाणापासून दूर राहा' असा संदेश असलेल्या जाड पिवळ्या टेप्सचं तात्पुरतं कुंपण उभं केलं. मग त्या भागातले सगळे प्रवासी तिथं काहीतरी धोका आहे असं समजून तिथून दूर गेले. एका कस्टम सहायकानं त्या सूटकेसवर एक औषधी फवारा मारला. जुई आश्चर्यचकित होऊन तो सारा प्रकार पाहत होती. तिनं धाडस करून मुख्य कस्टम अधिकाऱ्याला विचारलं,

"हे तुम्ही काय करत आहात?"

त्यावर तो अतिशय गंभीरपणे म्हणाला,

"जंतू...जीवाणू...कीटाणू...त्यांचा संसर्ग, छे! छे! खूप धोका आहे; साऱ्या जपानमध्ये ते फैलावतील. आम्हाला त्यासाठी खूप खबरदारी घ्यावी लागणार आहे; पण तुम्ही या धोकादायक वस्तू जपानला आणल्याच कशा?"

"ते खाद्यपदार्थ आहेत."

"अहो; पण तुमच्या तिकिटावर काय लिहिलं आहे ते वाचलं नाही तुम्ही?"

"नाही. काय लिहिलं आहे?" असं म्हणत जुईनं पर्समधून आपलं तिकीट काढलं. त्याच्यावर अगदी लहान अक्षरांत बरंच काही लिहिलं होतं. त्यातील एका ओळीवर बोट ठेवून तो अधिकारी म्हणाला,

"हे पाहा, इथं लिहिलंय की, जपानमध्ये कोणताही खाद्यपदार्थ आणण्यावर सक्त बंदी आहे."

इतक्यात तिथं अंतराळवीरांसारखा पोशाख घातलेले दोन कर्मचारी अवतरले. त्यांनी लांब चिमट्याने जुईच्या सूटकेसमधल्या लोणच्याच्या बाटल्या, मसाले, डाळी, बेसनाचे लाडू हे सारं एका मोठ्या पोत्यासारख्या प्लॅस्टिकच्या पिशवीत भरलं. ती पिशवी आणि खाद्यपदार्थांची रिकामी सूटकेस घेऊन ते अंतराळवीरांसारखे कर्मचारी निघून गेले.

"आता त्या वस्तूंचं काय करणार?" जुईनं रडवेल्या चेहऱ्यानं त्या अधिकाऱ्याला विचारलं.

"ते सगळे पदार्थ आणि तुमची सूटकेस अतिदक्षतेनं विजेच्या भट्टीत घालून नष्ट करण्यात येतील. बरं, तुमचा फ्लाइट क्रमांक किती होता?" जुईनं तो त्याला सांगितला. त्यावर त्यानं आपल्या मोबाइलवरून एक फोन केला. आपण कोण

बोलत आहोत याचा खुलासा केल्यावर तो म्हणाला,

"बारा वाजून वीस मिनिटांनी मुंबईहून आलेल्या तुमच्या कंपनीच्या जेएल ५१८० या फ्लाइटमधून 'गट ए' प्रकारात मोडणारे संसर्गजन्य विषाणू आणि कीटाणू जपानमध्ये आले असण्याची शक्यता आहे. साऱ्या विमानाचं निर्जंतुकीकरण केल्याशिवाय त्याच्या पुढील उड्डाणाला नियंत्रण कक्षाकडून तुम्हाला 'हिरवा कंदील' मिळणार नाही. तातडीनं निर्जंतुकीकरणाला सुरुवात करा."

जुईनं विचार केला की, जपानी विमानतळ कर्मचाऱ्यांसमोर मम्माच्या अट्टहासापायी किती गंभीर समस्या उभ्या ठाकल्या आहेत! शेवटी जुईला त्या अधिकाऱ्यानं तिची दुसरी सूटकेस घेऊन जायची परवानगी दिली; पण तत्पूर्वी त्यानं तिच्यावर जंतुनाशक फवारा मारला. जुई बाहेर पडली. आगमन कक्षात मासाको आणि युजी तिची वाट पाहत होते. मासाकोला भेटल्यावर जुईला तिला मिठी मारावीशी वाटली; पण सार्वजनिक ठिकाणी तसं केलेलं जपानी लोकांना आवडणार नाही म्हणून तिनं त्या दोघांना पाच फूट अंतर सोडून, वाकून अभिवादन केलं.

"सामान यायला थोडा वेळ लागला, तुम्हाला फार वेळ वाट पाहावी लागली नाही ना?" दिलगिरी व्यक्त करत जुई म्हणाली. तिनं त्यांना आपल्या खाद्यपदार्थांचं काय झालं हे सांगितलं नाही. आपला बावळटपणा कशाला जाहीर करायचा, असा विचार करून तिनं बाहेर यायला वेळ लागल्याबद्दल फक्त दिलगिरी व्यक्त केली. युजीनं जुईची सामानाची ट्रॉली आपल्याकडे घेतली. मासाको आणि जुई खूप दिवसांनी भेटल्यामुळे खूप उत्तेजित झाल्या होत्या. त्यांच्या गप्पा चालू झाल्या. ते तिघे बाहेर पडल्यावर जुईला वाटलं की, आता कार-पार्ककडे जायचं असेल; पण युजीनं ट्रॉली विमानतळाच्या रेल्वे स्थानकाकडे घेतली. ते दोघे गाडी वापरत नसावेत असा जुईनं अंदाज केला. एव्हाना दुपारचे अडीच वाजत आले होते. तिथून 'नरिता एक्स्प्रेस' रेल्वेनं ते शिम्बाशी स्टेशनकडे गेले. ते यायला सव्वा तास लागला. तिथून दुसऱ्या उपनगरी रेल्वेनं ते यामातोहिगाशीला गेले. तिथं पोहोचायला अजून दीड तास लागला. एका पाचमजली इमारतीच्या तिसऱ्या मजल्यावर मासाको आणि युजीचं छोटं घर होतं. घराला एकच बेडरूम होती. बैठकीची खोली दहा बाय दहा फुटांची होती. तिथेच सोफ्याचा बेड होता. आता तीच खोली जुईला वापरावी लागणार होती. स्वयंपाकघर तर अगदीच छोटं होतं. त्यात एका वेळी फक्त एकच व्यक्ती काम करू शकत होती. जुईनं मासाकोच्या संगणकावर 'स्काइप' सुरू केलं आणि त्यावरून तिनं पुण्याला फोन लावला. आपण मासाकोच्या घरी सुरक्षितपणे पोहोचलो असून प्रवास उत्तम झाला असं तिनं मुकुंद आणि सुमतीला सांगितल्यावर त्या दोघांचा जीव भांड्यात पडला.

त्या संध्याकाळी मासाकोनं भात, पुण्यात असताना शिकून घेतलेलं फोडणीचं

वरण आणि त्यासोबत भाज्यांचे टेम्पुरा केले होते. तिला जुई शुद्ध शाकाहारी आहे हे ठाऊक होतं. ती स्वतः पुण्याला गेली होती, तेव्हा डेक्कन जिमखान्याला जाऊन अधूनमधून ती मांसाहारी पदार्थ खायची. त्या भागात मॅकडोनल्डस, के.एफ.सी., पिझ्झा हट अशी नवीन पाश्चात्त्य फास्ट-फूडची तसेच चायनीज आणि भारतीय नॉन-व्हेज जेवणाची इतर बरीच रेस्टॉरंटस असल्यानं तिची तशी कुचंबणा झाली नव्हती. शिवाय पुणेरी पद्धतीचं शाकाहारी जेवण तिला तिथं गेल्यापासून आवडायला लागलं होतं.

"मी युजीला पहिल्यांदा वरण-भात खायला दिल्यावर तो म्हणाला 'ही तर लेंटिल सुशीच झाली'!" भाताच्या मुदीवर वरण वाढता वाढता मासाको म्हणाली. जपानी लोकांचा भात अगदी चिकट. युजीनं चॉपस्टिक्सनं 'लेंटिल सुशी' ऊर्फ वरण-भात खायला सुरुवात केली. जुईलाही तो वरण-भात छान लागला. जपानी भात चिकट असला तरी त्याची चव चांगली होती; पण वरणाच्या फोडणीत हिंग नसल्यामुळे आणि मासाकोनं गुळाऐवजी साखर घातल्यानं चवीत बराच फरक होता. तरीही मासाकोच्या जेवणाची स्तुती करत ती जेवली.

"अगं जुई, युजी मला विचारत होता की, भारतीय स्त्रिया आपल्या कपाळावर जपानचा ध्वज का लावतात? मी त्याला म्हणाले की, ते कुंकू असतं; जपानच्या ध्वजावरील उगवत्या सूर्याशी त्याचा संबंध नसून सौभाग्याशी आहे! मलादेखील तुझ्या मम्मीनं खुलासा केल्यावरच ते कळलं!" जपानला 'उगवत्या सूर्याचा देश' म्हटलं जातं आणि त्याच्या ध्वजावर त्याचं चित्र आहे हे जुईला माहीत होतं.

"तू खुलासा केलास हे बरं झालं, नाहीतर त्याचा गैरसमज व्हायचा की, प्रत्येक भारतीय महिला जपान-प्रेमी आहे!" जुई हसतहसत म्हणाली.

"मी जेव्हा युजीला सांगितलं की, 'जुई' हे एका फुलाचं नाव आहे आणि तुमच्या बंगल्याच्या बागेत त्याची फुललेली वेल मी पाहिली आहे, तेव्हा त्याला खूप आश्चर्य वाटलं. रात्री कधीकधी जेव्हा वाऱ्याची मंद झुळूक यायची आणि त्या फुलांचा मोहक सुवास माझ्या खोलीत दरवळायचा, तेव्हा खूप छान वाटायचं. तुमच्या बंगल्याला बगीचा आहे. बंगल्यात सहा मोठ्या खोल्या आहेत आणि तिथं तुम्ही फक्त तिघंच राहता हे जेव्हा मी युजीला सांगितलं, तेव्हा त्याचा त्यावर विश्वासच बसेना." मासाको सांगत होती.

जुईनं टोकियोला जाण्यापूर्वीच तिथल्या कोणकोणत्या ग्रंथालयांत तिला संशोधन करायचं आहे याची यादी तयार केली होती. त्यांचं जेवण झाल्यावर ती यादी आणि टोकियो शहरातील भुयारी रेल्वेचा नकाशा घेऊन ते तिघे बसले.

"जुई, आमचं घर मध्यवर्ती टोकियोपासून दूर असल्यानं आपल्याला शहरात जायचं असेल तर प्रथम शिम्बाशीला जाणारी उपनगरी रेल्वे वापरावी लागते. तिथं

पोहोचल्यावर भुयारी रेल्वेनं आपल्याला हव्या त्या ठिकाणी जवळजवळ अर्ध्या तासात पोहोचता येतं. कधीकधी भुयारी रेल्वे बदलावी लागते. मध्य टोकियोतील ज्या ठिकाणी आपल्याला जायचं आहे त्यासाठी इथून जवळजवळ दोन तास लागतात. आम्ही दोघं सकाळी सहा वाजता बाहेर पडतो. संध्याकाळी मी साडेआठपर्यंत घरी पोहोचते; पण युजीला यायला साडेनऊ होतात.'' मासाको म्हणाली.

जुईला याची कल्पना नव्हती; पण मासाको साडेआठला घरी पोहोचल्यावर स्वयंपाक कधी करणार असा तिला प्रश्न पडला. अर्थात त्याचाही लगेच खुलासा झाला.

''आम्ही दोघे लंच बाहेरच घेतो. शिवाय संध्याकाळी शिम्बाशीला रेल्वेत बसण्यापूर्वीच स्टेशनजवळ काहीतरी खाऊन घेतो. इकडे स्टेशनच्या आसपास खाण्याची लहान-मोठी ठिकाणं खूप असतात.''

जुई तशी चाणाक्ष असल्यानं तिनं पटकन ओळखलं की, तिलादेखील असंच करावं लागणार. यथावकाश तिच्या लक्षात आलं की, शनिवारी ते दोघं घराच्या साफसफाईची कामं करण्यात नि आठवड्याचा किरकोळ बाजारहाट करण्यात मग्न असतात; त्यामुळे त्यांचं रोजचं सकाळ-संध्याकाळचं जेवण बाहेरच व्हायचं. फक्त शनिवारी संध्याकाळी आणि रविवारी सकाळ-संध्याकाळ ते घरी जेवण बनवतात.

जुईनं आपला दिनक्रम आखला. कधी कोणत्या ग्रंथालयात जायचं हे ठरवलं. तिनं जवळच्या सुपर मार्केटमधून स्वतःसाठी कॉर्न फ्लेक्स, खूप दिवस टिकणाऱ्या 'युएचटी' दुधाचे कार्टन्स, ब्रेड, चीज, लोणी, काकड्या, टोमॅटो, फळं अशा वस्तू आणल्या. ती सकाळी बाहेर जाताना घरी ब्रेकफास्ट करून, लंचसाठी सँडविच करून घ्यायची. तिचं कामकाज व्यवस्थित सुरू झालं. संध्याकाळी ती एखाद्या छोट्या उपाहारगृहात केवळ भाज्या आणि नूडल्स घातलेलं सूप घेऊ लागली. कधीकधी बदल म्हणून भाज्यांच्या सूपबरोबर भात खायला लागली. एखादा पदार्थ मिळवण्यासाठी ती वेटरला सूचना देऊन त्याची सोय करून घ्यायची. भाषा अवगत असल्याचा तिला फार मोठा फायदा व्हायचा. आपलं सारं काही उत्तम चाललं आहे असं ती अधूनमधून पुण्याला फोन करून कळवायची.

***

पाहतापाहता दोन महिने संपले. काही रविवारी युजी आणि मासाको जुईला टोकियोतली प्रेक्षणीय स्थळं पाहायला घेऊन जायचे. एरवी शक्यतो ते रविवारी आराम करायचे; पण केवळ जुईसाठी त्यांनी बरीच धावपळ केली. त्यांनी तिला आसाकुसा व झोझोजी मंदिरं, यासुकुनी स्मारक, शाही राजवाडा, संसद, खाडीचा परिसर, टोकियो मनोरा अशी बरीच ठिकाणं दाखवली. जुई एकटी 'शिंकानसेननं',

म्हणजेच बुलेट ट्रेननं हिरोशिमा, नागासाकी, ओसाका, फुजियामा आणि क्योटो या ठिकाणी जाऊन आली. जपान तसा खूप महाग देश असला, तरी जाण्यापूर्वी जुईनं सुमतीसाठी एक सुंदर पर्स, मुकुंदसाठी जपानी डिझाइनचा सिल्क टाय आणि स्वतःसाठी पारंपरिक किमोनो पोशाख घेतला. जुईचा जायचा दिवस उजाडला. मासाको नि युजी तिला निरोप द्यायला नरिता विमानतळावर गेले.

"जुई, तू परत केव्हाही आमच्या घरी राहायला ये. आमचं घर तुमच्या बंगल्यासारखं प्रशस्त नाही; पण जपानमध्ये आमच्यासारख्या नोकरी करणाऱ्यांची घरं अशीच असतात. तुझी काही गैरसोय झाली असल्यास आम्हाला क्षमा कर." मासाको म्हणाली.

"गैरसोय तर मुळीच नाही. माझं काम तर अतिशय उत्तम झालं. तुम्ही तुमच्या जबाबदाऱ्या सांभाळून माझ्याकडे खूप लक्ष दिलंत. आता तुम्ही दोघे आमच्याकडे पुण्याला राहायला या." जुईने मनापासून सांगितलं.

"युजीला भारत बघायची खूप उत्सुकता आहे; पण पाहू कधी जमतंय!"

"नक्की ठरवा यायचं आणि मला वेळोवेळी ई-मेल पाठवत जा!" जुई प्रेमाने म्हणाली.

थोड्या वेळानं जुईला त्या दोघांचा निरोप घेऊन प्रस्थान कक्षात जावं लागलं. विमान वेळेत सुटलं. तिचा परतीचा प्रवास चांगला झाला. विमान सकाळी नऊच्या सुमारास मुंबईस पोहोचलं. मुकुंद आणि सुमती तिला घ्यायला विमानतळावर आले होते. सामान घेऊन बाहेर पडताच ती दोघांना बिलगली. सुमतीला वाटत होतं की, दोन महिने खाण्याचे हाल झाल्यामुळे जुईचं वजन कमी झालं असणार; पण ती तशी चांगली सुदृढ दिसत होती.

"तुझी किती काळजी लागून राहिली होती मला, जुई! पहिल्यांदाच आम्हाला सोडून इतक्या दूर गेली होतीस. पदोपदी तुझी आठवण यायची. आता परत असं करायचं नाही बरं का!" सुमती म्हणाली.

"मलादेखील तुमची सतत आठवण यायची." जुईनेही तिच्या सुरात सूर मिसळला.

"पण तुला जपान मानवलेलं दिसतंय!" मुकुंद तिच्याकडे पाहत म्हणाला.

"हो. मी चीज, दही, दूध, आइस्क्रीम आणि फळं खूप खायची; त्यामुळे खाण्या-पिण्याचे मुळीच हाल झाले नाहीत." जुईने सांगितलं.

"हे बाकी चांगलं झालं. तुझी मम्मा तुला तिकडे शाकाहारी जेवण मिळणार नाही म्हणून सदैव चिंतेत असायची. बरं चला, वसंता गाडीजवळ थांबलाय. निघू या आपण आता."

या वेळी मुंबईत न थांबता थेट पुण्याला जायचं ठरलं होतं. तसं मुकुंद आणि

सुमती आदल्या दिवशीच मुंबईत येऊन करमरकरांकडे एक रात्र राहिले होते. जुई सुखरूप परतली म्हणून सुमती निश्चिंत झाली.

जुई पुण्यात पोहोचून एक आठवडा उलटला होता. एकदा संध्याकाळी जेवण झाल्यावर सुमतीनं जुईजवळ लग्नाचा विषय काढला; पण जुईने तिचं म्हणणं उडवून लावलं.

"मला अजून दोन ते तीन वर्षं लग्नाचा विचार करायचा नाही. मी आता पीएच.डी. करायचं ठरवलंय. निदान प्रबंधाचं मुख्य काम पुरं होईपर्यंत मला लग्नाचा विचार करायचा नाही." हे ऐकल्यावर सुमती नाराज झाली; पण मुकुंदला जुईच्या निर्णयात ढवळाढवळ करावीशी वाटली नाही. तिचा निर्णय तिनं विचारपूर्वक घेतला असल्यास तो आपण मान्य केला पाहिजे असं तो सुमतीला म्हणाला; त्यामुळे या प्रकरणावर पडदा पडला.

त्यानंतर आठ दिवसांनी सुमती तिच्या मोठ्या बहिणीच्या पहिल्या नातवाच्या बारशासाठी तीन दिवसांकरिता ठाण्याला गेली. त्याच्या दुसऱ्या दिवशी सकाळी मुकुंद ऑफिसला जायच्या वेळी जुई त्याला म्हणाली,

"डॅडी, आज संध्याकाळी 'मेनलँड चायना'ला जेवायला जायचं का? स्वयंपाकाच्या मावशीच्या हातचं त्याच त्याच चवीचं जेवण खाऊन कंटाळा आलाय."

"अगदी माझ्या मनातलं बोललीस! सुमतीजवळ मी तसं म्हणू शकत नाही. जाऊ आपण तिकडे सातच्या सुमारास. मला जरा व्हिस्कीही घेता येईल." मुकुंद खुशीत येऊन म्हणाला.

त्या संध्याकाळी मुकुंद सहाच्या सुमारास घरी परतला. त्याची अंघोळ आटोपल्यावर तो तयार झाला. जुईदेखील तयार होतीच. सेनापती बापट रोडवरचं 'मेनलँड चायना' रेस्टॉरंट घरापासून फार दूर नसल्यानं ते दहा मिनिटांतच तिथं पोहोचले. ते दोघं एका कोपऱ्यातल्या टेबलाजवळ बसल्यावर एक वेटर त्यांच्याकडे मेन्यूकार्डस घेऊन आला. एक कार्ड पेयांचं आणि दुसरं जेवणाचं आहे. मुकुंद म्हणाला,

"माझ्यासाठी ब्लॅक लेबल जॉनीवॉकर लार्ज, सोडा आणि बर्फ. जुई, तुला कुठलं सॉफ्टड्रिंक हवंय सांग."

"मी लार्ज ॲबसोल्युट व्होडका ऑन द रॉक्स घेईन. व्होडका प्लेन हवा, फ्लेवर्ड नको," असं तिनं वेटरकडं पाहून सांगितलं. ते ऐकल्यावर मुकुंद उडालाच! वेटर निघून गेल्यावर थोड्या वेळानं तो भानावर आला आणि जुईला म्हणाला,

"जुई, तू...कधी घेत नव्हतीस...हे केव्हापासून?..."

"त्याचं काय झालं डॅडी, टोकियोत कधीकधी मी मासाको आणि युजीबरोबर साके घ्यायची. तसा त्यांनी आग्रह केला नाही; पण मीच त्यांना बरं वाटावं म्हणून एकदा घेतली आणि खरंच छान वाटलं. त्यानंतर अधूनमधून घेत होते; पण

मम्माला सांगू नका हं!''

''छे, छे! मुळीच सांगणार नाही. चला, एक बरं झालं, आता मला कंपनी द्यायला घरातलीच एक व्यक्ती तयार झाली म्हणायचं!''

वेटर त्या दोघांची पेयं घेऊन आला. ती टेबलावर ठेवून तो निघून गेला. जुई आणि मुकुंद आपापल्या पेयांचा आस्वाद घेत, मजेत गप्पा मारत बसले. थोड्या वेळानं वेटर जेवणाची ऑर्डर घ्यायला आला. मुकुंद जुईला म्हणाला,

''तुला काय हवं ते आणि माझ्यासाठी चिकनचं एखादं स्टार्टर ऑर्डर कर. आपण तुझी व्हेज डिश शेअर करू.''

''ठीक आहे, डॅडी.'' असं म्हणत जुईनं मेन्यूकार्ड पाहिलं आणि ती वेटरला म्हणाली,

''एक चिकन इन ब्लॅक पेपर सॉस, एक कॅन्टोनिज किंग प्रॉन्स हुबै स्टाइल आणि एक स्टीम्ड राइस. आम्ही शेअर करू सगळ्या डिशेस.'' वेटर निघून गेला आणि अवाक् झालेला मुकुंद भानावर आल्यावर म्हणाला,

''अगं जुई, तू मला एकामागून एक धक्के देत आहेस. माझी एवढी महागाची स्कॉच झटक्यात उतरली. हे काय चाललंय? नाही, म्हणजे तू नॉन-व्हेज खाण्याबद्दल माझा मुळीच आक्षेप नाही, उलट आनंदच होतोय मला; पण हे एवढं स्थित्यंतर...व्होडका...चिकन, प्रॉन्स...कसं काय?''

त्यावर व्होडकाचा एक घोट घेत जुई म्हणाली,

''हीदेखील जपानची करामत! सांगते सगळं. टोकियोमध्ये जवळजवळ रोज सकाळ-संध्याकाळ मला बाहेर खावं लागायचं. मासाको आणि युजीही बाहेर जेवण करूनच घरी परत यायचे. मी लंचसाठी घरून सँडविच घेऊन जायची. तिथल्या ब्रेडची चव फारच छान असायची. एकदा सहज ब्रेडच्या पाकिटावरचं लेबल वाचलं. ब्रेडमध्ये काय काय आहे याची त्यावर यादी होती. त्या ब्रेडमध्ये 'लार्ड' म्हणजे डुकराची चरबी आहे हे कळल्यावर आश्चर्य वाटलं. अर्थात चव छान असायची म्हणून मी काही ते खायचं बंद केलं नाही. संध्याकाळी मी शिम्बाशी स्टेशनजवळच्या 'गिंझा' या भागात जेवायची. तिथं छोट्या छोट्या रस्त्यांचं जाळं आहे आणि त्या रस्त्यांवर लहानलहान रेस्टॉरंटस आहेत. काही ठिकाणी तर उभं राहूनच खावं लागतं; पण तिथलं जेवण खूप छान असायचं. सुरुवातीला मी तिथं भाज्या आणि नूडल्स घातलेले सूप किंवा भात आणि सूप खायची. त्याची चव छान असायची. एकदा बोलताबोलता युजीला म्हणाले की, जपानमध्ये भाज्यांचं चविष्ट सूप मिळतं. त्यावर तो म्हणाला की, त्या सूपमध्ये मासे, बीफ, पोर्क, चिकन यांचा अर्क असतो म्हणून ते छान लागतं; पण मी तेही खायचं बंद केलं नाही. एकदा आम्ही तिघे एका वेस्टर्न रेस्टॉरंटमध्ये गेलो असताना मी फ्रेंच फ्राइज मागवले. छान

लागले; पण मासाको म्हणाली की, ते लार्ड किंवा बीफच्या चरबीत तळलेले असतात. मग मी विचार केला की, आपण हे पदार्थ खायचे टाळले, तर आपली उपासमार होणार. ते खाऊ लागले. एकदा भाज्यांच्या सूपमध्ये चुकून चिकन आणि फिशचे तुकडे आले. मी भाज्या समजून ते खाल्ले. आणि डॅडी, काय छान लागले सांगू! तेव्हापासून ठरवलं की, अप्रत्यक्षरीत्या मांसाहारी पदार्थांचा अंश पोटात जाण्यापेक्षा प्रत्यक्ष का नाही खाऊ? मन घट्ट केलं आणि चक्क नॉन-व्हेज पदार्थ मागवू लागले. त्यांची चव मला आवडायला लागली. एव्हाना मी फिश, प्रॉन्स, ऑक्टोपस, बीफ, पोर्क, चिकन या सगळ्यांची चव चाखली आहे! म्हणून माझी प्रकृती खालावली नाही. जर शाकाहाराचा अट्टहास धरला असता तर आज मी निम्मी झाले असते!''

''हे बाकी उत्तम केलंस तू. अगं, दोन महिन्यांत तू माझ्याही पुढे गेलीस की! आता तुला सांगायला हरकत नाही, मी परदेशात गेलो की, सकाळी नाश्त्याला पोर्कचं 'बेकन' आणि कधीकधी डिनरला बीफ-स्टेकचा आस्वाद घेत असतो; पण हे तुझ्या मम्माला कळलं तर तिला धक्का बसेल आणि आपली खरडपट्टी निघेल! आता आपण असं करू, ही गोष्ट कटाक्षानं गुप्त ठेवू. अधूनमधून आपण काहीतरी बहाणा करून, बाहेर जेवायला जात जाऊ म्हणजे तुला कधीकधी या दोन्ही गोष्टींचा आस्वाद घेता येईल.''

''तसा माझा काही प्रश्न नाही. मी बाहेर पडल्यावर हल्ली मीट बर्गर, चिकन पिझ्झा, फ्राय फिश वगैरे खात असते. शिवाय माझ्या बेडरूमच्या एका कपाटामध्ये व्होडकाची बाटली आहेच. कधी वाटलंच तर रात्री झोपताना एक-दोन पेग घेऊन मग झोपते.''

''अरे, तू तर माझ्यापेक्षा वस्ताद निघालीस! शाब्बास पोरी, कीप इट अप्!'' मुकुंदनं ग्लास रिकामा केला आणि वेटरला खुणावलं.

***

जुईला जपानहून भारतात परतून सहा महिने झाले होते. दरम्यान, तिनं पुणे विद्यापीठात पीएच.डी.साठी नावनोंदणी केली होती. त्या दिवशी संध्याकाळी जेवण झाल्यावर ते तिघे टी.व्ही. पाहत असताना जुई म्हणाली,

''तुम्हा दोघांना एका बाबतीत विचारायचं होतं. आज मला भारत-जपान मैत्री प्रतिष्ठानची ई-मेल आलीय. त्यांनी विचारलं आहे की, वासेडा विद्यापीठात संशोधन करणाऱ्या रिकू किमुराला पुण्यात दोन महिने राहून संशोधन करायचं आहे. रिकूला 'जपानमधील सतराव्या शतकाच्या सुरुवातीस प्रबळ असलेला तिसरा शोगन व छत्रपती शिवाजी यांच्या रणनीतीचा तुलनात्मक अभ्यास' करायचा आहे. रिकूनं

आपल्याकडे राहिलं तर चालेल का असं विचारलंय. माझी व रिकूची टोकियोत प्रतिष्ठानच्या कार्यालयात भेट झाली आहे.''

''फक्त दोनच महिन्यांचा प्रश्न आहे ना? रिकू राहील मासाकोप्रमाणे.'' मुकुंद म्हणाला; पण सुमतीच्या चेहऱ्यावर नापसंती दिसत होती.

''शिवाय मला जपानी भाषेचा सराव होईल. भाषा वापरली नाहीतर तिच्यावर गंज चढतो.'' जुई म्हणाली.

''पण तुला पुन्हा रिकूकडे जाऊन राहायचं नाही ना? एकदा गेली होतीस तेवढं पुरे झालं बाई. मला तर वाटतं की, हे जपानी प्रस्थ कमी करावं आता.'' सुमती म्हणाली.

''अगं सुमती, असे संशोधक अधूनमधून आले तर काय बिघडतंय? पहिल्या मजल्यावर जुईच्या खोलीशेजारची खोली कधीची रिकामी आहे. तिचा त्या निमित्तानं थोडाफार उपयोग तरी होईल.'' मुकुंद म्हणाला.

''हे पाहा, तुम्ही दोघं काय करायचं ते ठरवा. मला तुम्ही म्हणाल ते मान्य आहे.'' सुमती जरा नाखुशीनंच म्हणाली. शेवटी जुईनं प्रतिष्ठानला होकार कळवावा असं ठरलं.

रिकू किमुरा पुण्याला यायची तारीख प्रतिष्ठाननं जुईला कळवली. रिकू मुंबई विमानतळावरून टॅक्सीनं थेट पुण्याला २३ जूनला दुपारी चारच्या सुमारास पोहोचेल असं त्यांनी कळवलं. रविवार असल्यामुळे सगळेजण निवांत होते. मुकुंद, सुमती आणि जुई साडेतीनपासून रिकूची वाट पाहत होते. जवळजवळ साडेचारच्या सुमारास बंगल्याच्या फाटकासमोर गाडी थांबल्याचा आवाज आला. बंगल्याचा माळी अब्दुलनं फाटक उघडलं. मुकुंद, सुमती आणि जुई रिकूच्या स्वागतासाठी पुढे सरसावले. जेव्हा गाडीचं दार उघडून तिशीचा, हनुवटीवर छोटी दाढी असलेला, लांब केसांचा, तेजस्वी चेहऱ्याचा जपानी तरुण तिच्यातून उतरला, तेव्हा मुकुंद अचंबित झाला तर सुमतीला जवळजवळ चक्करच आली. रिकूनं त्यांना कंबरेत लवून अभिवादन केलं. जुई पुढे सरसावत म्हणाली,

''रिकू, वेलकम! तुझा प्रवास कसा काय झाला?''

''छान झाला. मुंबई सोडल्यावर वाटेत थोडा पाऊस लागल्यानं पोहोचायला उशीर झाला.'' रिकू उत्तरला.

जुई रिकूला घेऊन हॉलमध्ये आली. अब्दुलनं रिकूचं सामान आत आणून ठेवलं. जुई त्याला म्हणाली,

''अब्दुलचाचा, सामान उपर ले जाना है.'' हे ऐकल्यावर मुकुंद बुचकळ्यात पडला. सुमती केव्हाच आत गेली होती. तो जपानी तरुण आपल्या घरी दोन महिने राहणार आणि त्याची खोली जुईच्या शेजारी असणार या कल्पनेनं ती हवालदिल

झाली होती.

“चल, तुला तुझी खोली दाखवते,” असं म्हणत जुई त्याला घेऊन वरच्या मजल्यावर गेली. त्याला स्नान वगैरे उरकायला सांगून ती खाली आली. सुमती सुतकी चेहऱ्यानं तर मुकुंद गंभीर चेहऱ्यानं हॉलमध्ये बसले होते. ‘आता पुढे काय’ हे प्रश्नचिन्ह त्यांच्या चेहऱ्यावर उमटलं होतं.

“रिकू तरुणी नसून तरुण आहे असं तू आम्हाला कधी सांगितलंच नाहीस, जुई.” मुकुंद म्हणाला.

“रिकू मुलगी आहे असं तरी मी तुम्हाला कधी सांगितलं होतं?”

“आम्ही तर ते गृहीतच धरून चाललो होतो.” मुकुंद म्हणाला.

“ती माझी चूक नाही. बरं, तुम्हाला आता सांगायला हरकत नाही, रिकूचा नि माझा टोकियोतल्या एका ग्रंथालयामध्ये परिचय झाला आणि अल्पावधीत आमची मैत्रीदेखील झाली. आम्ही तिथं वारंवार भेटायचो.” जुईने आणखी एक धक्का दिला.

“तुम्हा दोघांची फक्त मैत्रीच आहे ना?” सुमतीनं विचारलं.

“मम्मी आणि डॅडी, तुम्ही आता विषय काढलाच आहे, तेव्हा मी स्पष्टपणे तुम्हा दोघांना सांगते की, आम्ही एकमेकांच्या प्रेमात पडलोय आणि आम्ही लग्न करायचं ठरवलंय.”

हे ऐकल्यावर सुमतीचे हात-पाय गळाले आणि तिला खरोखरच चक्कर आली. मुकुंद तिला बेडरूममध्ये घेऊन गेला आणि त्यानं त्यांच्या परिचयाच्या डॉ. ज्योती गोडबोलेंना फोन करून बोलावलं. दहा मिनिटांत डॉ. ज्योती तिथं पोहोचल्या. मुकुंदनं त्यांना सत्य परिस्थिती कथन केली. डॉ. ज्योतींनी सुमतीला तपासून एक इंजेक्शन दिलं. त्या मुकुंदला म्हणाल्या,

“अशा प्रसंगी थोडा मानसिक धक्का बसतो; पण काळजी करण्याचं काही कारण नाही. त्या दहा मिनिटांत शुद्धीवर येतील. हळूहळू त्यांच्या मनाची तयारी होईल आणि त्या सत्य परिस्थितीला सामोरं जातील. तुम्ही काळजी करू नका.”

त्या संध्याकाळी जुई रिकूला जेवायला बाहेर घेऊन गेली तर मुकुंद सुमतीजवळ थांबला. दुसऱ्या दिवसापासून रिकू ग्रंथालयामध्ये जायला लागला. घरामधील वातावरण तणावपूर्ण होतं. त्यातल्या त्यात मुकुंद सावरला होता आणि तो सुमतीला धीर देत होता. रिकू पुण्याला आल्यापासून जुई खुशीत होती तर सुमती घुश्श्यात! तिनं जुईशी अबोला धरला होता. त्यात मुकुंद मध्यस्थाची भूमिका वठवत होता. असेच आठ-दहा दिवस गेले. सुमतीला कळून चुकलं की, आता परिस्थितीला खंबीरपणे सामोरं जाण्याशिवाय गत्यंतर नाही. हळूहळू ती जुईशी बोलायला लागली. एके दिवशी रिकू बाहेर गेला असताना तिनं मुकुंद आणि जुई

यांच्याजवळ विषय काढला.

"जुई, आता पुढे काय ठरवलं आहेस तू?"

"आम्ही लवकरच लग्न करू. माझ्या या निर्णयात कोणी ढवळाढवळ करू नये. मी माझ्या निर्णयाशी ठाम आहे." जुई ठामपणे म्हणाली.

"लवकरच म्हणजे नेमकं केव्हा?" सुमतीनं विचारलं.

"ते तुमच्यावर अवलंबून आहे. रिकू इथून जाण्यापूर्वी आम्ही नोंदणी पद्धतीनं विवाहबद्ध होऊ. तो पुढे जाईल आणि माझ्या निवासी व्हिसाचं काम झाल्यावर मी तिकडे जाईन. तो मिळायला थोडा वेळ लागतो."

"हे पाहा जुई, तुझा निर्णय जर ठाम असेल तर या विषयावर आम्हाला गंभीरपणे विचार करायला हवा. छोट्या प्रमाणावर वैदिक पद्धतीनं लग्न करू. त्यानंतर एक-दोन दिवसांनी छानपैकी रिसेप्शन देऊ. आपल्या आप्तेष्टांना एकत्र आणायची आम्हाला ती केवळ एकच संधी आहे." मुकुंद म्हणाला.

"मला चालेल. कार्यक्रम होणार असेल तर रिकूचे आई-वडीलदेखील त्यासाठी येतील." जुई म्हणाली.

"काय गं, तुझी आणि त्याची ओळख कशी काय झाली?" सुमतीनं विचारलं.

"मी एकदा वासेडा विद्यापीठाच्या ग्रंथालयात काही संदर्भ पाहत असताना त्यानं मला सहज विचारलं की, मी भारतीय आहे का? जेव्हा मी त्याला पुण्याची आहे असं सांगितलं, तेव्हा त्याला खूप आश्चर्य वाटलं. तो शिवाजी महाराजांच्या रणनीतीवर संशोधन करत असल्यानं त्यानं मला त्यांच्याविषयी खूप प्रश्न विचारले. तसेच मराठी संस्कृती, इतिहास, महाराष्ट्रातील किल्ले यांचीही त्याला माहिती हवी होती. अशी आमची ओळख झाली. नंतर आम्हा दोघांच्या गाठीभेटी वाढत गेल्या."

"त्याचे वडील काय करतात?"

"मम्मा, त्यांची कोबे इथं मोठी 'बुचरी' आणि मीट प्रोसेसिंग प्लान्ट आहे. जगप्रसिद्ध 'कोबे-बीफ'चा त्यांचा मोठा व्यवसाय आहे. त्यांची 'किमुरा मीट्स' ही कंपनी अमेरिकेला 'कोबे-बीफ'ची निर्यात करते. ते खूप महाग असतं. त्याची किंमत एका किलोला जवळजवळ पन्नास हजार रुपये इतकी असते. रिकूचं कुटुंब खूप श्रीमंत आहे. तो केवळ छंद आणि आवड म्हणून संशोधन करतोय. तसं त्याला नोकरी वगैरे करायची गरज नाही."

"हे 'बुचरी' आणि 'कोबे-बीफ' म्हणजे काय असतं हो?" सुमतीनं मुकुंदला विचारलं. आता त्याचा खुलासा कसा करावा या संभ्रमामध्ये पडलेला मुकुंद म्हणाला,

"बुचरी म्हणजे कत्तलखाना आणि 'कोबे-बीफ' हे जगातलं सर्वांत महाग; पण अतिशय चविष्ट समजलं जाणारं गोमांस." हे ऐकताच सुमतीनं कपाळावर हात

मारला आणि ती मुकुंदला म्हणाली,

"अरे भगवंता, कसायाच्या घरी मुलगी द्यायला निघालाय तुम्ही? बाप आहात की वैरी? मुलीच्या भवितव्याची काही चिंता? आपल्या घराण्याची परंपरा किती उज्ज्वल, आपले संस्कार किती उच्च, आपला धर्म किती महान; हे सारं विसरून मुलीला आपल्यापासून हजारो मैल दूर एका कसायाच्या घरी पाठवायला निघाला आहात? आपला समाज काय म्हणेल याचा विचार केलाय तुम्ही? नसेल तर तुम्हीदेखील एका अर्थानं कसाईच म्हणायचे!'' सुमती तणतणली.

"हे पाहा सुमती, आता जुई काही लहान नाही. तिनं पूर्ण विचारांती हा निर्णय घेतलाय. ते दोघं एकमेकांना चांगलं ओळखतात आणि त्यांच्या स्वभावाच्या तारा जुळल्या आहेत. रिकूशी लग्न केल्यावर जुईला तिच्या आवडीच्या क्षेत्रात काम करायला मिळेल. ती जर सुखात राहणार असेल तर घराणं, समाज, धर्म आणि संस्कृती यांचे गोडवे गात बसण्यात काही अर्थ नाही. आणि समाज म्हणजे कोण गं? तुझ्या भिशीतील त्या जुनाट विचारांच्या चार बायका आणि काही कूपमंडूक वृत्तीचे, जुन्या विचारांचे नातेवाईकच ना? आज जग बदललंय; त्यानुसार आपल्यालाही बदलायला हवं. आजकाल आपली मुलं-मुली नोकरी-व्यवसायानिमित्त जगाच्या वेगवेगळ्या भागांत जाऊन स्थायिक होतात. भारतातल्या मुली तिकडे स्थायिक झालेल्या मुलांबरोबर लग्न करून तिकडे जाऊन संसार करतात. आता भारतीय काय आणि जपानी काय, स्वभाव जुळत असतील तर त्यात वावगं काय आहे? इथं किती गुणवान मुलींना कधीकधी लग्नानंतर जाच सहन करावा लागतो, हे तुला ठाऊक आहे ना? तुझे ते जुनाट विचार आता सोडून दे आणि नव्या प्रवाहात सामील हो.

रिकू किती नम्र, लाघवी आणि सुस्वभावी आहे! शिवाय त्याच्या चेहऱ्यावर उगवतीच्या सूर्यासारखं अप्रतिम तेज आहे. मला तरी तो आवडला. आणि हो, ते कत्तलखान्याचं तू मनावर घेऊ नकोस. तो इतर व्यवसायांसारखा एक व्यवसाय आहे. आता गोमांसाचं तुला काय सांगू? स्वामी विवेकानंद अमेरिकेला गेले, तेव्हा त्यांनी तिथे गोमांस भक्षण केल्याचे अनेक पुरावे संशोधकांनी मिळवले आहेत. ते म्हणायचे की, भारताची तरुण पिढी सुदृढ व्हायला हवी. त्यासाठी गरज पडल्यास मांसाहारदेखील करावा. ते स्वतः मासे खूप आवडीनं खायचे. खाण्यावर काहीही अवलंबून नसतं. आचार-विचार उच्च असायला हवेत! आणि तू धर्माचे गोडवे कशाला गातेस? स्वामी विवेकानंद ज्यांना गुरुस्थानी मानत ते रामकृष्ण परमहंस मशिदीत जाऊन मुस्लीम प्रथेप्रमाणं प्रार्थना करायचे! त्यांच्या मते साऱ्या धर्मांची शिकवण चांगलीच असते! आता या विषयावर पडदा पाडायचा. मला आता रिसेप्शनच्या तयारीला लागलं पाहिजे. जुई, रिकूला सांग की, त्याच्या आई-

वडिलांनी लग्नाला आणि रिसेप्शनला यायला हवं. मी त्यांच्यासाठी चांगल्या हॉटेलमध्ये खोली बुक करतो. तसेच फक्त जवळच्या मोजक्या नातेवाइकांना आमंत्रित करून वैदिक पद्धतीने लग्न करायला हवं. तारीख, जागा नक्की करायला हवी.'' मुकुंद ठामपणे म्हणाला. ते ऐकल्यावर जुईचा जीव भांड्यात पडला. त्यांचा अभिनिवेश पाहिल्यावर सुमतीचा आवाज बंद झाला; पण आपली नापसंती व्यक्त करण्यासाठी ती म्हणाली,

''तुम्हाला जे काही करायचं आहे ते करा; पण कान्हेऱ्यांपैकी कोणीही लग्नाला किंवा रिसेप्शनला उपस्थित राहणार नाही, हे आत्ताच सांगून ठेवते!''

''ते आपण नंतर पाहू. मला आता तयारीला लागलं पाहिजे. वेळ फार कमी आहे.'' मुकुंद उठताउठता म्हणाला.

***

मुकुंद मला नियमितपणे ई-मेल करून सारं काही कळवत होता. अगदी जुईच्या जपान प्रस्थानापासून पुण्यात आगमनापर्यंत ज्या ज्या घडामोडी झाल्या त्या आणि नंतर रिकू पुण्याला आल्यानंतरच्या घटनांचा इत्थंभूत वृत्तांत मला कळत होता. परवाच त्याची एक ई-मेल आली.

'प्रिय उमेश,

याआधीच्या मेलमध्ये मी तुला जुईच्या रिसेप्शनला यायचं आमंत्रण दिलं होतं. तू कामात असल्यानं नैरोबीहून पुण्याला तेवढ्यासाठी येऊ शकला नाहीस, हे मी समजू शकतो. बरं, सांगायचं म्हणजे तो कार्यक्रम व्यवस्थित पार पडला. माझे सहकारी, खास परिचित आणि मित्रमंडळी उपस्थित होती. माझे काही नातेवाईक आणि सुमतीचे काही (त्यांनी आपला बहिष्कार नंतर मागे घेतला!) उपस्थित होते. रिकूचे आई-वडील - मिस्टर ताकेशी आणि मिसेस सायुरी - वैदिक लग्नाचा सोहळा पाहून खूश झाले नि रिसेप्शनने तर भारावून गेले (रिसेप्शनच्या वेळी जुईने किमोनो परिधान केला होता!). सुमतीचा विरोध डावलून मी जुईच्या पाठीशी खंबीरपणे उभा राहिलो याबद्दल तुझ्यासारख्या पुरोगामी विचारांच्या अन्य मित्रांनी माझं अभिनंदन केलं; त्यामुळे मला धीर आला. लग्नाआधी रिकू, जुई आणि मी चार-पाच वेळा जेवायला बाहेर गेलो, तेव्हा रिकू किती प्रेमळ, समंजस आणि लोभस व्यक्तिमत्त्वाचा आहे याची खात्री पटली. जुईची निवड अतिशय योग्य होती यात शंकाच नाही. जुईनं लग्नानंतर गौप्यस्फोट केला की, रिकू 'भारत-जपान मैत्री प्रतिष्ठान'च्या वतीने पुण्यात आला आहे हा केवळ एक देखावा होता. असं करायचं

त्यांनी टोकियोतच ठरवलं होतं. जुईनं खुलासा केला की, ती तिची 'स्ट्रॅटेजी' होती! पोरगी बापापेक्षा सवाई निघाली म्हणायची!

जुई रिकू आणि तिच्या सासू-सासऱ्यांबरोबर चार तारखेला टोकियोला गेली. तिनं तात्पुरता प्रवासी व्हिसा घेतला. तिच्या निवासी व्हिसाचं काम तिकडे करून घ्यायचं ठरलं. ती जाताना मी मन खूप घट्ट केलं. शेवटी तिचं सुख ते आपलं सुख असं मानून मी खंबीरपणे त्या कठीण क्षणाला सामोरं गेलो. सुमतीलाही नंतर पटलं की, जे काही होत आहे ते जुईच्या भल्यासाठीच होत आहे. असो.

रिकू आणि जुई टोकियोतल्या उच्चभ्रू समजल्या जाणाऱ्या 'रोप्पोंगी हिल' भागातील निप्पॉन टॉवर्समधील किमुरा कुटुंबीयांच्या भव्य फ्लॅटमध्ये राहणार आहेत. रिकू त्यांच्या कंपनीच्या टोकियो कार्यालयाचा कारभार सांभाळून आपला इतिहास संशोधनाचा छंद जोपासणार आहे. जुईची टोकियोतल्या एखाद्या विद्यापीठात इंग्रजीची प्राध्यापिका व्हायची महत्त्वाकांक्षा आहे. तू अधूनमधून तिला मेल पाठवत जा. तिला तुझ्याबद्दल खूप आदर आहे. कधी तिकडे जायचा योग आला तर त्या दोघांना जरूर भेट. तुलादेखील रिकूचा स्वभाव आवडेल.

तू आता पुण्याला कधी येणार आहेस? अधूनमधून मेल पाठवत जा. नीलिमाला नमस्कार. अक्षयचं ठीक चाललं आहे ना?

तुझा,
मुकुंद.

ता. क. : जुईला जपानला जाण्यासाठी तू मार्गदर्शन केल्यामुळे पुढे हे सारं 'रामायण' घडलं. त्याबद्दल तुझे शतशः आभार!'

(लोकमत, दिवाळी अंक, २०१३)

◆

खंडेनवमी इन मॅनहटन

"माँसाहेब, पुढच्या महिन्यात दहा तारखेला मला आमच्या कंपनीच्या मुख्य ऑफिसमध्ये ट्रेनिंगसाठी जावं लागणार आहे. एक महिना तिथं राहावं लागेल," मालोजी त्याच्या आईंनी दिलेला चहाचा कप घेताघेता म्हणाला. नुकताच तो पुण्याहून कोल्हापूर जिल्ह्यातल्या शिरोळला पोहोचला होता. तो न चुकता महिन्यातून एकदा माँसाहेबांना भेटायला तिकडे जायचा.

"ते कुटं आसतंय म्हणायचं?"

"अहो माँसाहेब, तुम्हाला मागं सांगितलं आहे ना की, आमच्या कंपनीचं मुख्य ऑफिस अमेरिकेमध्ये आहे. पुण्यात त्यांचं भारत आणि आजूबाजूंच्या काही देशांसाठी जे ऑफिस आहे, तिथं मी काम करतो; पण सारा कारभार अमेरिकेतून चालवला जातो."

"लई लांब हाय आसं कायतरी तू म्हणत होतास. म्हंबईच्या बी फुडं हाय का काय?"

"मुंबईहून तिकडे विमानानं जायला सतरा-अठरा तास लागतात."

"म्हंजी इलायतच म्हण की."

"हो, विलायत म्हणायला हरकत नाही; पण पल्ला फार दूरचा आहे, असं समजा."

मालोजी हा हिंदूराव शिरोळकर-चव्हाण यांचा सत्तावीस वर्षांचा मुलगा. त्याला त्याच्यापेक्षा मोठ्या तीन सावत्र बहिणी होत्या. मुलगा होत नाही म्हणून हिंदूरावांनी दुसरं लग्न केलं. दुसऱ्या बायकोला मुलगा झाल्यावर ते खूप खूश झाले. घराण्याला वारस हवा, असा त्यांचा अट्टहास होता. शिवाय सरदार घराणं. मग तर वारस हवाच हवा. संस्थानं खालसा झाल्यावर काही संस्थानिक आणि सरदार घराण्यांतल्या पुढच्या पिढ्यांनी बदलतं वारं पाहून व्यवसाय-उद्योगधंद्यात जम बसवला, काही राजकारणात उतरले तर काही आपल्या घराण्याचे

नि पूर्वजांच्या कीर्तीचे पोवाडे गात, उधळपट्टी करत बसले. एकेकाळी हिंदूरावांच्या वडिलांची, बळवंतरावांची शिरोळला चारशे एकर बागाईत जमीन होती. त्यातली बरीच कूळ- कायद्यानं गेली. जी काही शंभर-सव्वाशे एकर राहिली, त्यातली बरीच हिंदूरावांनी रेसच्या शौकापायी गमावली. त्यांना इतरदेखील बरेच शौक होते म्हणे! २००२ मध्ये, वयाच्या बासष्टाव्या वर्षी अचानक हृदयविकाराच्या झटक्यानं त्यांचं निधन झालं. त्या वेळी मालोजी केवळ सोळा वर्षांचा होता. जमेची बाजू म्हणजे सगळ्या बहिणींची चांगल्या कुटुंबांमध्ये लग्नं झाली. शिवाय कोल्हापुरात भवानी मंडपाजवळचा शिरोळकर वाडा, शिरोळची शिल्लक राहिलेली पन्नास एकर जमीन आणि तिथला वाडा अशी स्थावर मिळकत बाकी होती. मालोजीच्या सावत्र आई कोल्हापुरात तर माँसाहेब शिरोळला राहत असत. सावत्र आई, बहिणी, मालोजी आणि माँसाहेब या सर्वांचे संबंध फारच चांगले होते. सख्खा-सावत्र असा भेदभाव होत नव्हता. मालोजीचं सारं शालेय शिक्षण कोल्हापूरच्या प्रायव्हेट हायस्कूलमध्ये झालं. त्या वेळी तो 'थोरल्या' घरीच राहिलेला. माँसाहेब खूप जुन्या वळणाच्या नि अशिक्षित. त्या शिरोळजवळच्या दत्तवाड इथल्या दत्तवाडकर-भोसले घराण्यातल्या. त्यांचा देवाधर्माकडे खूप ओढा. शिवाय जुन्या रूढी आणि परंपरा आजही कटाक्षानं पाळण्याचा अट्टहास. मालोजी घराण्याचा एकमेव पुरुष वारस असल्याने त्यानं घराण्याची परंपरा काटेकोरपणे चालवावी असा त्यांचा आग्रह असायचा. मालोजीदेखील त्यांची इच्छा सहजासहजी मोडत नसे.

मालोजीच्या सर्वांत थोरल्या बहिणीचे, शालाक्काचे पती फत्तेसिंग देसाई पोलीस खात्यात डी.वाय.एस.पी. होते. त्यांनी मालोजीला व्यवस्थित शिकवलं पाहिजे असं माँसाहेबांच्या मनावर बिंबवलं. आता जमाना बदलला असून, सरदार घराण्यातील तरुणांनी उच्च शिक्षण घेऊन आणि इंग्रजीवर प्रभुत्व मिळवून व्यवसाय, चांगली नोकरी करणं आवश्यक आहे, असं ते मालोजीला तो मोठा होईल तसतसं सांगत गेले. मालोजीला शिकण्याची आणि अभ्यासाची आवड होती. तो सातत्यानं पहिल्या वर्गात उत्तीर्ण व्हायचा. बारावीनंतर त्याला सांगलीच्या वालचंद कॉलेज ऑफ इंजिनिअरिंगमध्ये प्रवेश मिळाला. त्यानं मेकॅनिकल इंजिनिअरिंगमध्ये पहिल्या वर्गात पदवी मिळवली नि नंतर कोल्हापूरच्या सायबर इन्स्टिट्यूटमधून एम.बी.ए. केलं. एव्हाना फत्तेसिंग डी.एस.पी. हुद्द्यावर पोहोचले होते. मालोजी एम.बी.ए. झाला, तेव्हा ते पुण्यात सहायक पोलीस कमिशनर होते. त्यांच्या सल्ल्यानुसार मालोजीनं पुण्याच्या आसपास असलेल्या मोठमोठ्या कंपन्यांमध्ये नोकरीसाठी अर्ज केले होते. त्याला 'ट्रायडिल' म्हणजे ट्रांसअटलांटिक इन्फ्रास्ट्रक्चर डेव्हलपर्स इंडिया लिमिटेड या अमेरिकेत मुख्य ऑफिस असलेल्या बहुराष्ट्रीय कंपनीच्या, चिंचवड येथील दक्षिण आशिया विभागाच्या शाखेत चांगली नोकरी मिळाली. थोडे

दिवस तो शालाक्काकडे राहिला; पण नंतर त्यानं आणि त्याच्या तीन मित्रांनी चिंचवडला एक छोटा फ्लॅट भाड्यानं घेतला. फत्तेसिंगांचं घर शिवाजीनगरला, वेधशाळेजवळ होतं. मालोजीला तिथून चिंचवडला जाणं-येणं सोयीचं नव्हतं. शिवाय बहिणीच्या घरी खूप दिवस राहणं त्याला प्रशस्त वाटत नव्हतं. तो गेली अडीच वर्षं नोकरी करत होता. सत्तावीस वर्षांचा मालोजी उंचेला, गव्हाळ वर्णाचा आणि बाकदार नाकाचा होता. त्याच्या ओठावर किंचित तलवारकट असलेली मिशी होती आणि ती त्याला शोभून दिसायची. त्याची शरीरयष्टी मध्यम बांध्याची पण सुडौल होती. तो रोज सकाळी ५ वाजता उठून ८ किलोमीटर धावण्याचा व्यायाम करायचा.

गेले काही दिवस माँसाहेबांनी मालोजीच्या मागे लग्नाचा तगादा लावला होता. त्यांच्या काही नातेवाइकांनी आपल्या मुलींसाठी त्यांच्याजवळ विचारणा केली होती; पण त्या साऱ्या जेमतेम शिक्षण झालेल्या नि दिसायला सुमार होत्या. 'पदर' लागत असल्यामुळे माँसाहेब मालोजीला 'आता लवकर मनावर घे आनी इचार कर' म्हणत होत्या; पण मालोजी ठाम होता. त्यानं आजपर्यंत 'पुढे पाहू' असं सांगून टाळाटाळ केली होती. खरं म्हणजे त्याचं आणि त्याच्याच कंपनीच्या 'अकाउंटस'मध्ये काम करणाऱ्या प्राची जगताप यांचं सूत जमलं होतं. प्राची दिसायला छान, हसतमुख अन् मनमिळाऊ होती. तिनं एम.कॉम. केलं होतं. ती मराठा असली तरी सरदार घराण्यातली नव्हती; त्यामुळे माँसाहेबांचा होकार मिळणं अवघड होतं. प्राचीचे वडील पिंपरी-चिंचवड महानगरपालिकेत 'बिलिंग' सेक्शनमध्ये क्लार्क होते. घरची परिस्थिती बेताचीच होती. काहीही असलं तरी मालोजी आपल्या निर्णयाशी ठाम होता. त्यांनी एक-दीड वर्षात लग्न करायचं ठरवलं होतं; पण मालोजीपुढे जागेची समस्या होती. त्यानं अलीकडे केलेल्या चौकशीत त्याला कळून चुकलं की, चिंचवडला एखाद्या लहान फ्लॅटला कमीतकमी ५५ लाख रुपये लागतील. त्याच्याकडे आतापर्यंत काटकसर करून जेमतेम १० लाख रुपये साठले होते. मालोजीला फ्लॅटसाठी शिरोळच्या जमिनीतली काही विकायची नव्हती; कारण माँसाहेबांचा जमिनीवर खूप जीव होता. त्या म्हणत की, 'मी जिती हाय तवर हिचा एकबी तुकडा इकायचा न्हाई.' त्यामुळे मालोजी आणि प्राची बँकेकडून ४५ लाखांचं कर्ज घेण्याचा विचार करत होते. शिवाय नव्या घरामध्ये फर्निचर, फ्रीज आणि संसारोपयोगी इतर सामानाच्या खरेदीसाठी आणखी चार-पाच लाख रुपये लागणार हे ओघानं आलंच.

"कवा जाणार म्हंतोस मग?" माँसाहेबांनी डोक्यावरचा पदर सारखा करत विचारलं.

"मला पुढच्या महिन्यात म्हणजे ऑक्टोबरच्या दहा तारखेला मुंबईहून रात्री

साडेबाराच्या विमानानं निघायचंय. आठ तासांनी विमान वाटेत लंडनला तासभर थांबेल; मग पुढे अजून आठ तासांचा प्रवास.''

''इमानाचं डायवर हुशार असत्यात नव्हं? मला बाई त्या आकाशातनं जाणाऱ्या गोष्टीचं लई भ्या वाटतंय बग. सांबाळून जावा आनी सांबाळून या म्हंजे झालं. मी नरसोबाला आभिशेक बोलीन. तू सुक्रूप आल्यावर करू म्हणं.'' त्या भोळेपणाने म्हणाल्या.

मालोजी त्यांच्या धार्मिक भावनांना जपत होता; त्यामुळे त्यांच्या इच्छेत त्याला आडकाठी आणायची नव्हती. त्यांना जे काही धार्मिक विधी करायचे असतील ते तो त्यांना करू द्यायचा.

''दसऱ्याला आनी दिवाळीला आसशील नव्हं हितं?''

मालोजीला याच प्रश्नाची धास्ती वाटत होती. त्या वर्षी, म्हणजे २०१३ मध्ये, दसरा १४ ऑक्टोबरला, तर दिवाळी नोव्हेंबरच्या सुरुवातीला होती. या दोन्ही महत्त्वाच्या सणांना तो हजर राहू शकणार नव्हता; त्यामुळे मॉंसाहेब नाराज होणार हे त्याला अपेक्षितच होतं.

''त्याचं काय आहे मॉंसाहेब, दुर्दैवानं नेमकं त्या सुमारासच आमच्या कंपनीनं ट्रेनिंग ठेवलंय; त्यामुळे माझा नाइलाज होणार आहे.''

''आता तुझ्या हाफिसातल्या सायेब लोकास्नी खुळं म्हणायचं का येडं? त्यास्नी एवडं समजत न्हाई की, सणासुदीच्या टायमाला ते टर्निंग-फर्निंग ठेवायला नगो? त्यास्नी न्हाई का दसरा-दिवाळी करायची?'' मॉंसाहेबांची चिडचिड झाली.

''मॉंसाहेब, अमेरिकेत दसरा-दिवाळी नसते. त्यांचे सण वेगळे, आपले वेगळे.''

''त्यास्नी दिवाळी झाल्यावर येतो म्हनून सांग की. भावूबीज झाली की, सूट हितनं. तू हितं नस्लास तर भैनी कुनाला ववाळनार सांग बरं? आनी दिवाळीचं मी एक येळ सोडलं आस्तं; पन खंडेनौमीचं काय करायचं रे? नगो, नगो. ते तिकडे जायाचं खुळ डोक्यातनं काडून टाका. खंड्याला तू हितंच पायजेस बाबा.'' मॉंसाहेब ठामपणे म्हणाल्या.

मॉंसाहेबांच्या म्हणण्याला काही कारण होतं. शिरोळकर-चव्हाण घराण्यात दसरा आणि खंडेनवमीला फार महत्त्व होतं. कोल्हापूर हे संस्थान होतं, तेव्हा आपट्याच्या पानांच्या स्वरूपातलं 'दसऱ्याचं सोनं' लुटण्यापूर्वी त्या सोन्याला सर्वप्रथम छत्रपतींची तलवार लावायची प्रथा होती. त्यांच्या खालोखाल मान शिरोळकर-चव्हाणांचा. तोपर्यंत इतर सरदारांनी आपली तलवार सोन्याला लावायची नाही असा कडक नियम होता. तोफखान्याचे प्रमुख या नात्यानं खंडेनवमीला छत्रपतींच्या शस्त्रास्त्रांच्या पूजेला बसण्याचा मानदेखील शिरोळकर-चव्हाणांचा.

संस्थानं खालसा झाल्यानंतर बऱ्याच प्रथा अस्त पावल्या; पण खंडेनवमीला घरातील सर्व शस्त्रास्त्रांची साग्रसंगीत पूजा ही शिरोळकर-चव्हाणांच्या घराण्याची परंपरा झाली. आजवर ती कधीच मोडली गेली नव्हती. हिंदूराव हयात होते, तोपर्यंत ती पूजा करण्याचा मान त्यांचा होता. त्यांच्या पश्चात ती जबाबदारी मालोजीवर आली होती. त्या पूजेसाठी फक्त घराण्याचा पुरुष वारस लागतो; त्यामुळे मालोजीव्यतिरिक्त कुणीही ती पूजा करायची नाही, असा माँसाहेबांचा कटाक्ष होता. एकेकाळी त्यांच्या घरात बारा बंदुका होत्या; पण जसजसे बंदुका बाळगण्यावर निर्बंध येत गेले तशा त्यांपैकी बऱ्याच विकाव्या लागल्या; पण असं असलं तरी हिंदूरावांनी आपल्याकडे एक थर्टी स्प्रिंग फिल्ड रायफल, एक पॉइंट टूटू आणि एक बारा बोअर डबल बॅरल ठेवली होती. त्यांनी दूरदृष्टीनं बारा बोअर डबल बॅरल आपल्या हयातीत मालोजीच्या मातुःश्रींच्या नावे करून ठेवली होती. हिंदूराव गेल्यावर ती बंदूक सोडली तर इतर विकाव्या लागल्या. तेव्हापासून खंडेनवमीच्या पूजेला बारा बोअर डबल बॅरल, दोन जुन्या तलवारी, हिंदूरावांच्या आजोबांचा एक भाला, चार जंबिये आणि एक नेपाळी कुकरी यांची साग्रसंगीत पूजा व्हायची. पूजेला बसणाऱ्यानं पहाटे स्नान करून सर्व हत्यारं स्वच्छ करायची; दिवाणखान्यात अंथरलेल्या खास गालिच्यावर ती ओळीनं मांडायची. त्यांना गंध, हळदी-कुंकू लावायचं, फुलं वाहायची, ओवाळायचं, दुर्गामातेची आरती म्हणायची आणि दुपारी खास कोल्हापुरी पद्धतीच्या मांसाहारी जेवणाचा नैवेद्य दाखवायचा, असं त्या पूजेचं स्वरूप होतं. नैवेद्याला मटणाचा रस्सा आणि सुक्कं, चपाती, भाकरी, कोंबडीचा पुलाव, दही-कांद्याची कोशिंबीर असे पदार्थ असायचे.

"माँसाहेब, आता काही झालं तरी मला अमेरिकेला जावं लागणार हे नक्की. त्यात काही बदल होणार नाही. प्रश्न माझ्या नोकरीचा आहे. आता आपण यातूनच खंडेनवमीसाठी काही मार्ग काढता येतो का, याच्यावर विचार करू."

"इचार कसला? माझं तर डोकंच चालंना बग. आपल्या घराण्यात आसा परसंग कंदी आला नव्हता रे."

"मी एक सुचवू का माँसाहेब? मी अमेरिकेत खंडेनवमीची पूजा करतो. मी पूजा केली म्हणजे झालं, होय की नाही? मग ती कुठं का असेना!" मालोजीने मध्यम मार्ग काढला.

त्यावर थोडा विचार करून माँसाहेब म्हणाल्या,

"आता तसा कायतरी मार्ग काडायलाच पायजे की."

"मग ठरलं तर... आता तुम्ही तो विषय डोक्यातून काढून टाका."

"बरं बाबा. मला एक सांग, सगळी हत्यारं तुझ्या ब्यागेत मावतील न्हवं?"

"अहो माँसाहेब, विमानातनं हत्यारं नेण्यावर बंदी आहे. मला शास्त्रासाठी

एखाद्या लहान चाकूसारखं शस्त्र पूजेमध्ये ठेवावं लागेल.'' मालोजी त्यांना समजावत म्हणाला.

''हत्यारं का बरं न्ह्यू देत न्हाईत?'' माँसाहेबांचे प्रश्न संपतच नव्हते.

''आता ते तुम्हाला मी कसं समजावून सांगू? ज्यांना दहशतवादी म्हणतात असे लुटारू हत्यारं दाखवून विमानच पळवून नेऊ शकतात. तसं होऊ नये म्हणून काही नियम आहेत.''

''हे तर इप्रीतच झालं म्हणायचं. आकाशात उडनाऱ्या इमानातबी त्येची दारं उगडून चोर आत घुसत्यात व्हय? इमान म्हंजे काय डोरल्याचा साज हाय व्हय चोरून न्ह्याला? मी आडाणी म्हणून काय बी थापा मारू नगस.''

''माँसाहेब, आता ते सगळं तुम्हाला मी समजावून सांगू शकत नाही. काहीही झालं तरी मला शस्त्रं घेऊन जाता येणार नाही. तिकडे मी एखाद्या चाकूची पूजा करतो.''

''बंदुकीशिवाय खंडेनवमीला काय आर्थ हाय का? एक तरी खरी बंदूक पायजे रे. चाकू-फिकू हे काय हत्यार झालं काय? भाज्या कापायचा चाकू म्हणजे हत्यार न्हवं. निदान दोन जंबिये आनी एक कुकरीतरी घ्यून जा बरोबर.''

''छे, छे! तसं करायला गेलो तर मी अडचणीत येईन. मी असं करतो, अमेरिकेत गेल्यावर एक जंबिया विकत घेतो आणि त्याची पूजा करतो.''

''आता आसं कायतरी करायला पायजे रे.''

मालोजीच्या मनात विचार आला, 'अमेरिकेत गेल्यावर जंबिया वगैरे काही घ्यायच्या भानगडीत पडायचं नाही. इंटरनेटवरून बंदुकीचा किंवा पिस्तुलाचा एक फोटो डाउनलोड करायचा, त्याचं चित्र प्रिंट करायचं आणि त्या चित्राची पूजा करायची! नाहीतरी दसऱ्याला 'सोनं' समजून आपट्याची पानं वाटतातच ना? त्या वेळी खोटं सोनं चालतं; मग खंडेनवमीच्या पूजेला हत्याराचं चित्र का बरं चालणार नाही?' इतक्यात माँसाहेबानी विचारलं,

''बरं, नयवेदाला तिकडे मटणाचा रसा, सुक्कं आनी भाकरी मिळल न्हवं?''

''ते मिळणं अवघड आहे; पण मी कुठून तरी 'खारं' जेवण आणून त्याचा नैवेद्य दाखवीन, त्याची तुम्ही काळजी करू नका.'' असं म्हणत मालोजीने एकदाचा तो विषय संपवला.

***

१० ऑक्टोबरला मालोजी पुण्याहून फत्तेसिंग आणि शालाक्का यांच्यासोबत मुंबईच्या छत्रपती शिवाजी आंतरराष्ट्रीय विमानतळावर पोहोचला. विमानानं प्रवास करण्याची ही त्याची पहिलीच वेळ होती. त्याच्या कंपनीनं त्याला खूप दिवसांपूर्वी

पासपोर्ट काढून ठेवायला सांगितलं होतं; त्यामुळे ती धावपळ वाचली. अमेरिकन व्हिसा मिळण्यात काही अडचण आली नाही. फत्तेसिंगांचे बांधकाम व्यावसायिक मित्र विश्वासराव नाईक-नवरे वारंवार परदेशी जात असत. त्यांनी मालोजीला विमानतळावरचे सोपस्कार कसे पार पाडायचे याची माहिती लिहून दिली. गेल्यावर खर्चाला उपयोगी येतील म्हणून मालोजीनं तीनशे डॉलर्स जवळ ठेवले.

"मालोजी, सांभाळून राहा बाबा. इतक्या दूर पहिल्यांदाच चालला आहेस, काळजी वाटते बघ." शालाक्का म्हणाली.

"आक्का, तू काळजी करू नकोस. पोहोचल्यावर लगेच फोन करेन. तसेच दाजींना वेळोवेळी ई-मेल करत जाईन."

त्या दोघांचा निरोप घेऊन मालोजी चेक-इनसाठी 'डेल्टा'च्या काउंटरकडे जाता झाला. त्यानं विमानतळावरचे सारे सोपस्कार सराईताप्रमाणं पार पाडले. विमान वेळेवर सुटलं. जवळजवळ अठरा तासांच्या प्रवासानंतर स्थानिक वेळेनुसार ११ तारखेला सकाळी साडेआठ वाजता तो न्यू यॉर्कच्या जे.एफ.के. विमानतळावर पोहोचला. त्याला तिथून लुइझिआना राज्यातील न्यू ऑर्लिन्सला 'युनायटेड'च्या विमानानं जायचं होतं. त्याच्या कंपनीचं प्रशिक्षण केंद्र न्यू ऑर्लिन्सला होतं, तर मुख्यालय बोस्टनला होतं. तो जेव्हा चेक-इनसाठी 'युनायटेड'च्या काउंटरकडे गेला आणि आपलं तिकीट तिथल्या बाईला दिलं, तेव्हा तिनं संगणकावर काहीतरी पाहिलं आणि ती त्याला म्हणाली,

"मिस्टर चॅव्हॅन, कालपासून न्यू ऑर्लिन्सची सारी उड्डाणं स्थगित केली आहेत. सध्या त्या भागात चक्रीवादळ सुरू आहे; पण तुमच्यासाठी तुमच्या कंपनीनं एक ई-मेल संदेश पाठवला आहे. थांबा, मी त्याची प्रतच तुम्हाला देते." तिनं त्या संदेशाची प्रत छापली आणि मालोजीला दिली. ती घेऊन, त्या बाईचे आभार मानून मालोजी जवळच्या लाउन्जमधील एका खुर्चीवर बसला आणि त्यानं तो संदेश वाचायला घेतला.

'प्रिय मि. चव्हाण,

वेलकम टू अमेरिका! तुमचा प्रवास ठीक झाला असावा अशी अपेक्षा. एव्हाना तुम्हाला इकडच्या परिस्थितीविषयी समजले असेलच. तुम्ही आज सकाळी इकडे पोहोचणार याची आम्हाला कल्पना होती; पण तुम्ही मुंबई सोडल्यानंतर गल्फ ऑफ मेक्सिकोशेजारील अमेरिकेच्या भागात अचानक चक्रीवादळ आले. ते २००५ मधील 'कॅट्रिना' चक्रीवादळाइतके तीव्र नसले तरी त्याने सारे दळणवळण थंडावले आहे. सर्व विमान कंपन्यांनी आपली विमानसेवा अनिश्चित काळासाठी स्थगित केली आहे. ही परिस्थिती लक्षात घेता आम्ही तुमची राहण्याची तात्पुरती

सोय मॅनहटनमधील 'मार्सेल ॲट ग्रॅमर्सी हॉटेल' (२०३, ईस्ट २४ वा स्ट्रीट) मध्ये केली आहे. आम्ही हॉटेलकडे तुमच्या वरखर्चासाठी ५०० डॉलर्स पाठवले आहेत. तेथे गेल्यावर तुम्ही ते घ्यावेत. जोपर्यंत न्यू ऑर्लिन्सची उड्डाणे पूर्ववत होत नाहीत तोपर्यंत तुम्ही तेथेच राहावे. हॉटेलवर गेल्यानंतर सवडीने माझ्याशी ई-मेलवर किंवा फोनवर संपर्क साधावा. तुमच्या गैरसोयीबद्दल आम्ही दिलगिरी व्यक्त करतो.

ज्युलिया फ्रिडसन

सीनिअर ऑर्गनायझेशनल डेव्हलपमेंट मॅनेजर, ट्रायडिल मुख्यालय, बोस्टन, फोन- १-६१७-५७७-६८५६.'

मालोजीनं विचार केला. चला, अनायासे न्यू यॉर्क पाहायची संधी चालून आलेली दिसते! तो आगमन कक्षातल्या प्रवासी माहिती केंद्रात गेला आणि त्यानं विमानतळावरून न्यू यॉर्कच्या मॅनहटनमधील ईस्ट २४वा स्ट्रीटकडे मेट्रोनं कसं जायचं याची चौकशी केली. ती माहिती लिहून घेतली. त्या केंद्रातून त्यानं मॅनहटनचा नकाशाही मिळवला. तो पाहिल्यावर मॅनहटनमधील उत्तर-दक्षिण रस्त्यांना 'ॲव्हेन्यू', तर त्यांना छेदणाऱ्या पूर्व-पश्चिम रस्त्यांना 'स्ट्रीट' म्हणतात हे त्याच्या पटकन लक्षात आलं. विमानतळावरच स्थानिक मेट्रोचं स्टेशन असल्यामुळे तिकडे जाणं सोयीचं होतं. लेक्सिंग्टन-५९वा स्ट्रीट इथं मेट्रो बदलून जवळजवळ सव्वा तासानं तो हॉटेलवर पोहोचला. त्याची खोली आरक्षित केलेली होती. सामान लावून झाल्यावर त्यानं अंघोळ करून दोन तास झोप काढली. संध्याकाळी जवळच्याच पार्क ॲव्हेन्यूवरच्या एका इटालियन रेस्टॉरंटमध्ये तो जाऊन पास्ता खाऊन आला आणि पुन्हा झोपला.

सकाळी उठल्यावर त्यानं टी.व्ही.वर पाहिलं की, चक्रीवादळ अधिकच तीव्र झालंय. मग त्यानं त्या दिवशी न्यू यॉर्कमधील काही प्रेक्षणीय स्थळांना भेट द्यायचं ठरवलं. त्याच्या हॉटेलपासून मेट्रोचं २३वा स्ट्रीट स्टेशन जवळच होतं. त्यानं पाठीवर असणाऱ्या बॅगेमध्ये पाण्याची बाटली, कॅमेरा, न्यू यॉर्कचा नकाशा आणि हॉटेलमध्ये मिळालेली छोटी माहितीपुस्तिका ठेवली. बाहेर पडल्यावर सुरुवातीला तो बॅटरी पार्ककडे गेला आणि तिथून स्वातंत्र्यदेवतेचा पुतळा असलेल्या बेटाकडे फेरीनं गेला. जवळजवळ तास-दीड तासानं तो परत बॅटरी पार्कला येऊन वॉल स्ट्रीटमार्गे चालत चालत, जिथं ११ सप्टेंबर २००१ या दिवशी 'वर्ल्ड ट्रेड सेंटर'वर दहशतवादी हल्ला झाला होता तिथलं 'ग्राउंड झीरो' नावानं ओळखणारं स्मारक पाहायला गेला.

त्यानंतर त्यानं 'चायना टाउन' आणि सेंट्रल पार्ककडे जायचं ठरवलं. तो चालतच चायना टाउनला गेला आणि तिथून मेट्रोनं सेंट्रल पार्ककडे गेला. मॅनहटनच्या

मध्यवर्ती भागातला ८४३ एकरांचा हा आयताकृती पार्क म्हणजे निसर्गप्रेमींना एक पर्वणीच होती. त्यात विविध प्रकारचे वृक्ष, इतर झाडंझुडपं, मोकळ्या हिरवळी, तलाव आणि छोटे धबधबे त्यावरील छोटेछोटे पूल, जॉगिंगसाठी तयार केलेले रस्ते, सायकल चालवणाऱ्यांसाठी वेगळे रस्ते अशा इतर सोयी असल्यानं तिकडे व्यायाम करणाऱ्यांची रीघ लागलेली असायची; पण सुट्टीच्या दिवशी मॅनहटनवासीयांची तिथं पिकनिकसाठी झुंबड उडायची. त्याला वेगवेगळ्या बाजूला आत जाण्यासाठी प्रवेशद्वारं होती. मालोजी सेंट्रल पार्कजवळ आला त्या वेळी त्याला फिफ्थ अॅव्हेन्यूवरच्या पार्कच्या प्रवेशद्वाराजवळ खाद्यपदार्थांचे बरेच स्टॉल्स दिसले. ते मोठ्या हातगाडीसारखे किंवा छोट्या ट्रकसारखे होते. म्हणजे काम संपल्यावर गाडीला जोडून किंवा त्यांना चालवत तिथून घरी घेऊन जाता यायचं. बर्गर, हॉटडॉग, आइस्क्रीम, पिझ्झा यांचे स्टॉल्स तर होतेच; पण 'तोऊम' नावाचा लेबनीज खाद्यपदार्थांचाही एक स्टॉल तिथं होता. तसलाच 'तोऊम' स्टॉल मालोजीला सकाळी हॉटेलजवळ मेट्रोच्या स्टेशनजवळही दिसला होता. मालोजीला भूक लागली होती. दुपारचे साडेबारा वाजले होते. त्यानं 'तोऊम'वर लावलेला सचित्र मेन्यू पाहिला आणि लेबनीज शवार्मा मागवला. मोठ्या चपातीमध्ये फिरत्या मोठ्या सळईवर भाजलेल्या चिकन किंवा मटणाचे काप, कांदा, थोडं सॅलड, चटणी, लसूण आणि घट्ट दह्याचा सॉस घालून ती गुंडाळली की, झाला शवार्मा! तो भारतीय पदार्थासारखाच लागायचा. शवार्मा आणि कोक घेऊन मालोजी सेंट्रल पार्कमध्ये गेला आणि तिथलं नयनमनोहर दृश्य पाहत त्यानं तो खाल्ला. त्या दिवशी शनिवार असल्यानं पार्कमध्ये बरीच गर्दी होती. खाऊन झाल्यावर दोन-तीन तास तो पार्कमध्ये फिरला. त्यानंतर तो टाइम्स स्क्वेअर आणि संयुक्त राष्ट्रसंघाचं मुख्यालय पाहायला गेला. त्याला आता एकच महत्त्वाचं ठिकाण पाहायचं होतं आणि ते म्हणजे एम्पायर स्टेट बिल्डिंग. १९३० मध्ये बांधलेली ही १०३ मजली इमारत एकेकाळी जगातली सर्वांत उंच इमारत होती. आजही तिला न्यू यॉर्कच्या क्षितिजावरचं एक ठळक वैशिष्ट्य मानलं जातं. त्या शहराला भेट देणाऱ्यांचं ते एक प्रमुख आकर्षण आहे. मालोजीनं संध्याकाळी तिकडे जायचं ठरवलं होतं, कारण ती इमारत त्याच्या हॉटेलपासून पंधरा-वीस मिनिटे चालत जाण्याच्या अंतरावर होती.

दुपारी तीन वाजता हॉटेलवर जाऊन मालोजीनं थोडा आराम केला आणि साडेपाच वाजता तो पुन्हा बाहेर पडला. एम्पायर स्टेट बिल्डिंगच्या सर्वांत शेवटच्या म्हणजे १०३व्या मजल्यावरच्या गच्चीत प्रवाशांना जाता येतं हे त्याला माहीत होतं. तिकडे जाऊन तळमजल्यावरच्या ऑफिसमधनं त्यानं त्यासाठीचं २७ डॉलर्सचं तिकीट घेतलं आणि तो लिफ्टनं इतर प्रवाशांसमवेत सर्वांत वरच्या मजल्यावर गेला. त्याला तिथून न्यू यॉर्कमधील गगनचुंबी इमारतींचं मनोहर दृश्य दिसलं. ते

पाहून तो आवाक झाला. तो बराच वेळ त्या इमारतीच्या गच्चीत थांबला. त्या वेळी तिथं प्रवाशांची खूप गर्दी झाली होती. तो सहाच्या सुमारास तिथं पोहोचला होता; तरी थोडा अंधार पडेपर्यंत तो मुद्दाम तिथेच थांबला, कारण त्यानं माहितीपुस्तकात वाचलं होतं की, तिथून लाखो दिव्यांच्या प्रकाशात उजळून निघालेल्या न्यू यॉर्क शहराचं रूप काही औरच दिसतं. उंचावरून दिसणारे गाड्यांचे दिवे, काही इमारतींवर केलेली रोषणाई अन् मधूनच दिसणाऱ्या जे.एफ.के. विमानतळाकडे जाणाऱ्या विमानांचे उघड-झाप करणारे दिवे यांची करामत पाहता पाहता साडेसात वाजत आले. आता मात्र त्यानं हॉटेलवर जायचं ठरवलं. त्याच्या माहितीपुस्तकात त्याच्या हॉटेलजवळ 'मॅकडोनल्डस' आहे हे त्यानं आधीच पाहून ठेवलं होतं. आता तिथं जायचं, एक-दोन बर्गर खायचे आणि खोलीवर जाऊन झोपायचं असं त्यानं ठरवलं. तो दिवसभर जरी मेट्रोनं फिरला असला, तरी काही ठिकाणी त्याला खूप चालावं लागलं होतं. विशेषतः विस्तृत सेंट्रल पार्कमध्ये तो खूप चालला होता; त्यामुळे आणि प्रवासाच्या 'जेट-लॅग'मुळे त्याला कधी एकदा अंथरुणावर पडू असं झालं होतं; पण एव्हाना खूप अंधारही पडला होता. रस्त्यावर चिटपाखरू दिसत नव्हतं. काही रस्त्यांवर फारसा उजेडदेखील नव्हता. मधूनच एखादी गाडी गेली तर गेली. त्याच्या मार्गावरची तुरळक लहान लहान रेस्टॉरंटस सोडली तर इतरत्र सामसूमच होती. त्यानं जेव्हा पार्क ॲव्हेन्यूकडे जाण्यासाठी मॅडिसन ॲव्हेन्यू ओलांडला आणि ईस्ट २९व्या स्ट्रीटवरून तो तिकडे जाऊ लागला, तेव्हा त्याच्या मध्यभागी असताना तिथल्या एका अंधाऱ्या कोपऱ्यातून एक धिप्पाड कृष्णवर्णीय अमेरिकन तरुण अचानक त्याच्या पुढ्यात उभा ठाकला.

"जवळचे पैसे, मोबाइल, घड्याळ पटकन काढ; आवाज करू नकोस नाहीतर या पिस्तुलाने तुझ्या मेंदूच्या ठिकऱ्या उडवीन," असं आपल्या राकट आवाजात म्हणत त्यानं आपल्या हातातलं पिस्तूल मालोजीवर रोखलं.

मालोजीला हे अनपेक्षित होतं; पण त्या मूर्ख लूटारूला हे ठाऊक नव्हतं की, मालोजीनं ज्यूदो आणि तायक्वोंदोमध्ये प्रावीण्य मिळवलं आहे! त्यानं शाळेत असतानाच कोल्हापूरच्या कसबा बावड्यातील तानाजी थोरात संचालित 'जय महाराष्ट्र तायक्वोंदो ॲकॅडमी'त तायक्वोंदोचं शास्त्रशुद्ध प्रशिक्षण घेतलं होतं. तायक्वोंदोमधला सर्वोच्च 'सासेओंग' हा दर्जा त्यानं पाच वर्षांपूर्वीच मिळवलेला होता. तसा दर्जा मिळवणारा मालोजी कोल्हापुरातला पहिला युवक होता! पुण्याला गेल्यावर चिंचवडच्या तानाजीनगरमधल्या 'शितोर्यो कराटे मार्शल आर्ट्स केंद्रा'मध्ये तो ज्यूदो शिकला आणि तिथेच रोज संध्याकाळी एक तास त्या दोन्ही मार्शल आर्टचा सराव करत होता!

मालोजीनं परिस्थितीचा अंदाज घेतला. आपण घाबरलो आहोत असं नाटक

केलं आणि अत्यंत चपळाईनं उजव्या पायानं त्या लुटारूच्या हातातल्या पिस्तुलाला अशी जबरदस्त लाथ मारली की, ते पंधरा फुटांवर जाऊन पडलं! पिस्तुलाला लाथ मारली, त्याच वेळी त्यानं डाव्या हातानं त्या लुटारूच्या मानेवर असा मजबूत तडाखा दिला की, तो ज्या अंधाऱ्या कोपऱ्यातून आला होता, तिथं जाऊन खाली पडला. मालोजी पुढे सरसावला; तो गुंड उठून पुन्हा आपल्यावर हल्ला करतो की काय? नि केल्यास कोणता संरक्षणात्मक पवित्रा घ्यायचा हे ठरवून त्याच्याकडे रोखून पाहू लागला; पण तो लुटारू खाली पडला, त्याच वेळी त्याचं डोकं भिंतीवर आपटलं होतं. तो निपचित पडलेला पाहून मालोजी जरा घाबरला. हा मेला की काय? अशी शंका त्याच्या मनाला चाटून गेली. त्यानं आजूबाजूला नजर टाकली. तिथं एकदम सामसूम होती. सारा प्रकार केवळ तीस ते चाळीस सेकंदांत घडला!

मालोजीनं तिथून लगेच निघायचं ठरवलं. जेव्हा तो चालू लागला, तेव्हा त्याचं लक्ष फुटपाथवर पडलेल्या एका चकचकणाऱ्या वस्तूकडे गेलं. त्यानं निरखून पाहिलं तर ते त्या लुटारूच्या हातातलं पिस्तूल होतं. पिस्तूल! खरंखुरं हत्यार! 'उद्या खंडेनवमी, अनायासे हत्यार मिळतंय; आता ही संधी दवडायला नको' असा विचार करून त्यानं पटकन ते पिस्तूल उचललं, पाठीवरच्या बॅगेत टाकलं आणि तिथे कोणी यायच्या आत तो भरभर चालत पार्क अव्हेन्यूवर पोहोचला. त्यानं 'मॅकडोनल्डस'मधून दोन बर्गर्स आणि फ्रेंच फ्राइज पॅक करून घेतले आणि तो खोलीवर पोहोचला. सर्वांत आधी त्यानं पिस्तूल बाहेर काढलं. त्याला हत्यारं हाताळायची सवय असल्यानं तो मुळीच घाबरला नव्हता. ते वेब्ले-स्कॉट कंपनीचं ०.३२ बोअरचं एफ-४१५ मॉडेलचं चांगलं जड पिस्तूल होतं. त्यानं पिस्तुलाच्या 'बट'खालील एक कळ दाबून आतील काडतुसांनी भरलेलं 'मॅगझिन' काढलं. त्यात सहा जिवंत काडतुसं होती. त्यानं पिस्तुलाच्या नळीत आता जिवंत काडतूस नाही याची खात्री करून घेतली आणि ते कपाटात ठेवलं. नंतर त्यानं बर्गर्स आणि फ्रेंच फ्राइज खाल्ले. तो खूप दमला असला तरी त्या रात्री त्याला लवकर झोप येईना. मघाचा प्रसंग वारंवार त्याच्या डोळ्यांसमोर येत होता.

दुसऱ्या दिवशी सकाळी मालोजीनं लवकर उठून अंघोळ केली. त्यानं त्या दिवशी नाश्ता केला नाही, कारण पूजा होईपर्यंत उपवास करायची प्रथा होती. त्यानं पिस्तूल एका स्वच्छ रुमालानं पुसलं आणि कपाटातल्या लॉकरमध्ये ठेवलं. त्यानं 'हाउसकीपिंग'ला फोन करून आपली खोली लवकर साफ करायची विनंती केली आणि तो बाहेर पडला. तो अर्ध्या तासाने परत आला, त्या वेळी त्याच्या हातात एक फुलांचा बुके होता. तो घेण्यासाठी त्याला २७वा स्ट्रीट वेस्टवरच्या 'फ्लोरिस्ट'कडे जावं लागलं होतं. त्याच्या अनुपस्थितीत खोली स्वच्छ केली गेली होती. त्यानं टेबलावर एक पांढराशुभ्र नॅपकिन पसरला. त्यावर लॉकरमधील पिस्तूल ठेवलं.

त्याला भारतातून येताना छोट्या पुड्यांतून आणलेलं अष्टगंध, हळद आणि कुंकू लावलं. उदबत्ती लावली नाही, कारण तसं केलं असतं तर खोलीतला 'स्मोक-डिटेक्टर' वाजला असता. नंतर त्यानं दुर्गामातेची आरती म्हटली. सकाळच्या पूजेनंतर दुपारी बाराच्या सुमारास हत्यारांना नैवेद्य दाखवायची प्रथा होती. पूजा झाल्यावर त्यानं टी.व्ही. सुरू करून सी.एन.एन.च्या बातम्या लावल्या. चक्रीवादळ अजून थंडावलं नव्हतं. न्यू ऑर्लिन्सची विमानसेवा अजूनही स्थगितच होती.

साडेअकरा वाजता मालोजी पुन्हा बाहेर पडला. त्यानं २३वा स्ट्रीट स्टेशनजवळच्या 'तोऊम' स्टॉलवरून 'लँब ओव्हर राइस' म्हणजे जवळजवळ मटण पुलाव आणि एक चिकन शवार्मा पॅक करून घेतला. खोलीवर जाऊन त्यानं ते जेवण पिस्तुलासमोर ठेवून, त्याच्याभोवती पाणी फिरवून नैवेद्य दाखवला. पिस्तुलाला मनोभावे नमस्कार करून त्यानं नैवेद्यरूपी 'प्रसाद' खायला घेतला; पण तत्पूर्वी पिस्तुलाच्या पूजेचे आणि नैवेद्याचे फोटो घ्यायला तो विसरला नाही. ते तो ई-मेलनं फत्तेसिंगना पाठवून आपण 'खऱ्या' हत्याराची पूजा करून, न्यू यॉर्कच्या मॅनहटनमध्ये खंडेनवमी कशी साजरी केली याचा पुरावा माँसाहेबांना दाखवायला सांगणार होता.

दुसऱ्या दिवशी म्हणजे सोमवारी, १४ ऑक्टोबरला, 'कोलंबस दिना'निमित्त सार्वजनिक सुट्टी होती. सकाळी उठून मालोजीनं पूजेची आवराआवर केली. टेबल साफ केलं. तो जेव्हा पिस्तूल पुन्हा लॉकरमध्ये ठेवायला गेला, तेव्हा त्याच्या मनात प्रश्न उद्भवला- आता या पिस्तुलाचं करायचं काय? पूजेचं काम तर झालं होतं. बरं, तो ते न्यू ऑर्लिन्सला घेऊन जाऊ शकणार नव्हता; पण जाताना ते खोलीतच सोडलं तर हॉटेलचा मॅनेजर पोलिसांना खबर देणार. मग चौकशी सुरू होणार. मालोजीनं त्यावर बराच विचार केला आणि त्यानं त्यावर उपाय काढला. ते पिस्तूल त्यानं कपाटातून बाहेर काढलं, रुमालानं स्वच्छ पुसून त्यावर बोटांचे ठसे राहिले नसल्याची खात्री करून घेतली आणि काल जेवण आणलेल्या कागदाच्या खाकी पिशवीत ठेवून दिलं. त्यावर तेलाचे डाग पडले होते. त्यात शिल्लक राहिलेला पदार्थ किंवा कचरा आहे असं भासवून ती पिशवी रस्त्यावरच्या एखाद्या कचरापेटीत टाकायची आणि तिथून पटकन निघून जायचं, असं त्यानं ठरवलं. दहाच्या सुमारास तो बाहेर पडला. पार्क अ‍ॅव्हेन्यूवरच्या एका कचऱ्याच्या पेटीत तो ती पिशवी टाकणार इतक्यात तिथं एक बेघर कृष्णवर्णीय म्हातारा आला आणि ती पिशवी मागू लागला. मालोजी लगेच तिथून दूर गेला. त्यानं शहरात बरीच बेघर माणसं पाहिली होती.

मालोजीनं ठरवलं की, ती पिशवी सरळ नदीमध्ये टाकून द्यायची. त्यानं काल संयुक्त राष्ट्रसंघाच्या मुख्य कार्यालयामागं 'ईस्ट रिव्हर' ही नदी पाहिली होती; पण वेळेअभावी तो तिकडे जाऊ शकला नव्हता. तिकडे जाण्यासाठी तो मेट्रोनं ग्रँड

सेंट्रल/ईस्ट ४२वा स्ट्रीट स्टेशनला गेला आणि तिथून चालतचालत संयुक्त राष्ट्रसंघाच्या इमारतीकडे जाता झाला. सार्वजनिक सुट्टी असल्यानं रस्त्यावर फारशी वर्दळ आणि वाहतूक नव्हती; पण जेव्हा तो इमारतीमागं असलेल्या नदीकडे जाऊ लागला, तेव्हा त्याच्या लक्षात आलं की, तिकडे पायी जाण्याचा मार्ग 'एफ.डी.आर. ईस्ट रिव्हर ड्राइव्ह' द्रुतगती मार्गानं आणि 'क्वीन्स मिडटाउन टनेल'कडे जाणाऱ्या रस्त्यांनी बंद केला असून, नदीकाठापर्यंत पायी जाता येत नाही. आता मात्र मालोजी काळजीत पडला. त्याला लवकरात लवकर ती जोखमीची वस्तू टाकून द्यायची होती. तो पुन्हा संयुक्त राष्ट्रसंघाच्या इमारतीकडे गेला. सुट्टी असली तरी तिच्या फर्स्ट ॲव्हेन्यूवरील प्रवेशद्वाराजवळ काही सुरक्षा कर्मचारी होते. त्यांना ओलांडून तो पुढे चालतचालत ४७ वा स्ट्रीट स्टेशनकडे गेला. त्यानं इकडेतिकडे पाहिलं. रस्त्यावर चिटपाखरूही दिसत नव्हतं. कुणाचं आपल्याकडे लक्ष नाही असं पाहून त्यानं पाठीवरच्या बॅगेतली कागदी पिशवी काढली आणि पटकन ती कोपऱ्यावरच्या कचऱ्याच्या पेटीत टाकली. तिथून मागं वळून तो पुन्हा ग्रँड सेंट्रल/ईस्ट ४२वा स्ट्रीट स्टेशनकडे जाण्यासाठी चालू लागला. फर्स्ट ॲव्हेन्यूवरून उजवीकडे वळून तो ४२वा स्ट्रीटला पोहोचला. तिथून स्टेशन यायला दहा मिनिटं चालावं लागायचं. तो थर्ड ॲव्हेन्यूला पोहोचला आणि सिग्नलला थांबला. त्याला स्टेशन समोर दिसत होतं. तो थर्ड ॲव्हेन्यू ओलांडणार इतक्यात 'एन.वाय.पी.डी.' अशी अक्षरं आणि वरती निळा फिरता दिवा असलेली न्यू यॉर्क पोलिसांची गाडी त्याच्यासमोर येऊन उभी राहिली. त्यातून तीन पोलीस उतरले आणि मालोजीकडे आले. त्यांच्यापैकी एकजण त्याला म्हणाला,

"मिस्टर, तुम्हाला आमच्याबरोबर प्रिसिंक्ट १७ पोलीस स्टेशनवर चौकशीसाठी यावं लागेल. तुम्ही एखाद्या गंभीर गुन्ह्यामध्ये गुंतला असण्याची आम्हाला शंका आली आहे."

"पण कशावरून?" घाबरलेल्या मालोजीनं त्या परिस्थितीतही त्या पोलिसाला विचारलं.

"नुकतंच तुम्ही एक पिस्तूल एका कचरापेटीत टाकलंय. त्याबद्दल आम्हाला चौकशी करायची आहे. तुम्ही आमच्याबरोबर प्रिसिंक्ट १७ पोलीस स्टेशनवर चौकशीसाठी चलावं, नाहीतर आम्ही तुम्हाला अटक करून ताब्यात घेऊ शकतो."

मालोजीच्या लक्षात आलं की, खंडेनवमीची पूजा करण्याच्या अट्टहासामुळे आपल्या हातून फार मोठा घोटाळा झाला आहे. न्यू यॉर्कच्या त्या थंड हवेतदेखील त्याला दरदरून घाम फुटला; पण त्याच्या मनात विचार येत होता की, आजूबाजूला कोणी चिटपाखरू नसताना आपण त्या कचरापेटीत पिस्तुलाची पिशवी टाकली हे पोलिसांना इतक्या चटकन कसं कळलं? तो म्हणाला,

''ठीक आहे, मी तुमच्याबरोबर यायला तयार आहे.'' हे ऐकल्यावर एका पोलिसानं मालोजीची झडती घेतली. त्याची बॅग आपल्याकडे घेतली आणि त्याला गाडीमध्ये बसायला सांगितलं.

गाडी १६७, ईस्ट ५१वा स्ट्रीट इथल्या प्रिसिंक्ट १७ पोलीस स्टेशनवर पोहोचली. ते पोलीस त्याला आत घेऊन गेले. नंतर एक पोलीस त्याला तळमजल्यावरच्या चौकशी कक्षात घेऊन गेला. त्या खोलीला खिडक्या नव्हत्या. मधोमध पत्र्याचं एक मजबूत टेबल, त्याच्या एका बाजूला एक खुर्ची तर दुसऱ्या बाजूला तीन खुर्च्या होत्या. टेबलावर पाण्याची एक बाटली होती. खोलीच्या भिंती करड्या रंगाच्या होत्या; पण तिच्या एका बाजूला मोठी काळी काच होती. एका भिंतीच्या कोपऱ्यात 'टॉयलेट' अशी अक्षरे असलेलं एक दार होतं. टेबलाच्या वर - मधोमध एक जुनाट दिवा लोंबकळत होता. अगदी काही इंग्रजी सिनेमांत असते तशी ती 'इंटरॉगेशन रूम' होती! पोलिसांनी मालोजीला एका खुर्चीवर बसवलं. इतक्यात मघाच्या पोलिसांपैकी एक आणि करडा सूट परिधान केलेला एक अधिकारी त्या कक्षात आले. त्या चाळिशीच्या उंचेल्या गृहस्थांनी तिथं आल्यापासून आपली भेदक नजर मालोजीवर रोखली होती; पण त्यानं न डगमगता उठून त्यांना 'हॅलो सर, गुड आफ्टरनून!' असं म्हटलं. मग त्या गृहस्थांनीदेखील 'गुड आफ्टरनून जंटलमन, खाली बसा तुम्ही,' असं प्रत्युत्तर दिलं. नंतर तो मालोजीला म्हणाला,

''माझं नावं डिटेक्टिव्ह इन्स्पेक्टर स्टीव्ह कॅम्पर. मी तुम्हाला काही प्रश्न विचारू इच्छितो. अमेरिकेच्या पाचव्या घटनादुरुस्तीनुसार त्यांची उत्तरं देणं तुमच्यावर बंधनकारक नाही. तथापि, तुम्ही स्वखुशीनं उत्तरं दिलीत तर आम्ही हे संभाषण ध्वनिमुद्रित करू इच्छितो. तसेच या प्रश्नोत्तरांदरम्यान तुम्हाला तुमच्या वकिलांनी हजर राहावं अशी तुमची इच्छा असेल, तर ते येईपर्यंत आम्ही तुम्हाला काहीही प्रश्न विचारणार नाही. तुमचं काय म्हणणं आहे?''

त्यावर एक क्षणभरही विचार न करता मालोजी म्हणाला,

''तुम्ही मला प्रश्न विचारू शकता. मी त्यांची उत्तरं देईन. मला या वेळी माझ्या वकिलांनी हजर राहावं असं वाटत नाही.''

''फारच छान! प्रथम तुम्ही तुमचं नावं, पत्ता, राष्ट्रीयत्व याबद्दल सांगा. तसेच तुम्ही न्यू यॉर्कचे रहिवासी नसाल तर इथं केव्हा आणि कशासाठी आला आहात, हेदेखील सांगा.''

मालोजीनं काहीही न लपवता तो सारा खुलासा केला. नंतर इन्स्पेक्टरनी विचारलं,

''आज बरोबर ११ वाजून ३७ मिनिटांनी तुम्ही ईस्ट ४७ वा स्ट्रीट/फर्स्ट ॲव्हेन्यूच्या कोपऱ्यावरच्या कचरापेटीत एका कागदी पिशवीत घातलेलं वेब्ले-

स्कॉट कंपनीचं ०.३२ बोअरचं एफ-४१५ मॉडेलचं पिस्तूल टाकलंत, असं आमच्या निदर्शनास आलं आहे. त्याबद्दल तुम्हाला काय म्हणायचंय?''

''अगदी बरोबर; मीच टाकलं होतं ते पिस्तूल.'' मालोजी म्हणाला. त्यावर ते सारे एकदम चमकले. त्यांना ते उत्तर अपेक्षित नसावं. एका पोलिसानं प्लॅस्टिकच्या पारदर्शी पिशवीत ठेवलेलं ते पिस्तूल टेबलावर ठेवलं. इन्स्पेक्टरनी विचारलं,

''तुम्ही टाकलेलं पिस्तूल हेच आहे का?''

त्याच्याकडे पाहून झाल्यावर मालोजी म्हणाला,

''हो, हेच ते पिस्तूल होतं.''

''हे पिस्तूल तुमच्याकडे कसं आलं आणि ते तुम्ही कचरापेटीत का टाकलंत, याचा खुलासा करू शकाल?''

''नक्कीच!'' मालोजी म्हणाला. त्यानं परवा संध्याकाळचा प्रसंग जसा घडला तसा सांगितला. नंतर त्यानं त्यांना दसरा म्हणजे दुर्गामातेनं केलेला महिषासुराचा वध तसेच प्रभू रामचंद्रांचा रावणावरील विजय साजरा करण्याचा हिंदूंचा महत्त्वाचा सण, त्याच्या आदल्या दिवशी म्हणजे नवमीच्या दिवशी दुर्गामातेच्या शस्त्रास्त्रांची पूजा करण्याची परंपरा, मालोजीच्या घराण्यात ती पूजा करण्याची परंपरा वगैरे सारं खोलात जाऊन सांगितलं. ते सांगायला त्याला जवळजवळ एक तास लागला. आपलं कथन झाल्यावर मालोजी त्याच्या समोरच्या बाटलीतलं ग्लासभर पाणी प्याला. इतक्यात एक पोलीस सर्वांसाठी कॉफी घेऊन आला. इन्स्पेक्टरनी खिशातून 'मार्लबोरो'चं पाकीट काढून, एक सिगारेट शिलगावली. खंडेनवमीबद्दल सखोल माहिती ऐकून त्यांचं डोकं भणभणलं असावं!

''मिस्टर मॅलोझी, तुम्ही परवा संध्याकाळी झालेला जो प्रकार सांगितलात, त्याच्याविषयी आम्हाला अधिक माहिती करून घ्यावी लागेल. तो प्रकार जिथं घडला ते ठिकाण आमच्या हद्दीत नाही. ते प्रिसिंक्ट १३ पोलीस स्टेशनच्या हद्दीत आहे. ते २३० ईस्ट २१वा स्ट्रीट इथं आहे. त्यांच्याशी संपर्क साधून झाल्यावर आम्ही तुम्हाला पुन्हा काही प्रश्न विचारू इच्छितो. तसेच आम्हाला तुमच्या कंपनीकडे तुमच्याबद्दल काही चौकशी करायची आहे. त्यासाठी थोडा वेळ लागेल. तोपर्यंत तुम्हाला इथं थांबावं लागेल.''

''माझी काहीही हरकत नाही.'' मालोजी म्हणाला. ''उत्तम! आमच्यापैकी सार्जंट मिल्टन इथं थांबेल. मी आणि सार्जंट हॅकिन्स आमची चौकशी झाल्यावर पुन्हा इकडे येऊ. तुमच्याकडे तुमच्या कंपनीच्या प्रतिनिधीचा फोन नंबर आहे?''

''हो आहे.'' मालोजीनं आपल्या जवळचा ज्युलिया फ्रिडसनचा फोन नंबर इन्स्पेक्टरना दिला.

''मिस्टर मॅलोझी, तुम्ही आमच्याशी सहकार्य करत आहात याबद्दल धन्यवाद!''

इन्स्पेक्टर म्हणाले आणि सार्जंट हँकिन्सला बरोबर घेऊन निघून गेले.

सार्जंट मिल्टन पोरगेलाच होता. उंच, निळ्या डोळ्यांचा नि भुऱ्या केसांचा मिल्टन अजून मुरब्बी पोलीस कर्मचारी झाला नसावा असं मालोजीला त्याच्याकडे पाहिल्यावर वाटलं. त्यानं पोलिसांचा गडद निळा गणवेश परिधान केला होता. तो मालोजीशी गप्पा मारायला त्याच्या जवळ येऊन बसला. त्याला मालोजी आवडला होता. त्याचं मनमोकळं कथन ऐकून तोदेखील इतरांप्रमाणं चकित झाला होता. एव्हाना दुपारचा दीड वाजत आला होता. आतापर्यंत बोलत असताना मालोजीला भुकेचं भान राहिलं नव्हतं; पण आता मात्र त्याला भुकेची जाणीव झाली. त्यानं सार्जंट मिल्टनला विचारलं,

"इथं लंचसाठी काहीतरी मिळू शकेल का?" त्यावर सार्जंट थोडा विचार करून म्हणाला,

"आमच्या कॅफेटेरियात पाच डॉलर्समध्ये एक लहान पिझ्झा किंवा एक बर्गर किंवा चिली-बीन्स, फ्रेंच फ्राइज आणि एक ग्लास कोक मिळतं. तुमच्यासाठी तुम्हाला काय हवं ते मी मागवू शकतो."

"मला चिकन पिझ्झा, फ्रेंच फ्राइज आणि कोक चालेल," मालोजी म्हणाला. त्यानं सार्जंटला पाच डॉलर्स दिले.

"ठीक आहे," असं म्हणून सार्जंट मिल्टन कोपऱ्यातल्या फोनकडे गेला आणि त्यानं त्याच्या आणि मालोजीच्या लंचची ऑर्डर दिली. पुन्हा मालोजीजवळ जाऊन तो म्हणाला,

"दहा मिनिटांत लंच येईल. तुम्हाला एक सांगतो, आम्ही आमच्या कॅफेटेरियातलं जेवण चौकशीसाठी आणलेल्यांना देत नाही; पण तुम्ही वेगळे आहात. खरं सांगू, तुम्ही इन्स्पेक्टरना जे काही सांगितलं ते अगदी खरं सांगितलंत, यावर माझा विश्वास आहे. अहो, इथं चौकशीसाठी आणलेल्यांच्या गोष्टी काय सांगू? काहीजण घाबरतात, त्यांच्या अंगाला घाम सुटतो, त-त प-प करतात, रडतात तर काही सतत हात चोळत बसतात. एकंदरीत, सारे खूप गडबडून जातात; पण तुम्ही ज्या शांतपणे इन्स्पेक्टरना त्यांच्या साऱ्या प्रश्नांची उत्तरे दिलीत, त्यावरून माझी खात्री पटली की, तुम्ही कोणत्याही गैरव्यवहारात गुंतलेला नाहीत; म्हणूनच तुम्हाला मदत करावीशी वाटलं."

"थँक्स, सार्जंट." मालोजी कृतज्ञतेने म्हणाला.

दहा मिनिटांनी दुसरा एक सार्जंट त्या दोघांचं जेवण घेऊन तिथं आला आणि त्याचा ट्रे सार्जंट मिल्टनकडे देऊन, पैसे घेऊन गेला. त्यानं स्वतःसाठी बर्गर आणि कोक मागवला होता. मालोजीनं त्याचे आभार मानले. ते दोघे समोरासमोर बसून खाऊ लागले. मालोजीला सार्जंट मिल्टनचा मोकळेपणा आवडला. तो त्याला

म्हणाला,

"सार्जंट, मी तुम्हाला एक गोष्ट विचारू? अर्थात उत्तर द्यायचं की नाही हे तुम्ही ठरवा."

"हो, विचारा ना. प्रश्न मला अडचणीत टाकणारा असेल तर मी उत्तर देऊ शकत नाही असं सांगेन."

"ठीक आहे. सार्जंट, मी जेव्हा पिस्तुलाची पिशवी कचरापेटीमध्ये टाकली, त्या वेळी तिथं आणि आजूबाजूला कोणीही नव्हतं. तुम्हा लोकांना मी तिथं पिस्तूल टाकलं आहे हे इतक्या पटकन कसं काय कळलं, याचं मला राहूनराहून गूढ वाटतंय."

त्यावर सार्जंट मिल्टन मनसोक्त हसला आणि म्हणाला,

"मिस्टर मॅलोझी, तुम्हाला सांगायला हरकत नाही की, संयुक्त राष्ट्रसंघाच्या आसपास खूप कडक पहारा असतो. त्या साऱ्या भागामध्ये दुर्बिणी लावलेले सी.सी.टी.व्ही. कॅमेरे आहेत. तुम्हाला ठाऊक असेलच की, सध्या संयुक्त राष्ट्रसंघाच्या आमसभेचं वार्षिक अधिवेशन सुरू आहे. त्यासाठी कित्येक राष्ट्रप्रमुख आज न्यू यॉर्कमध्ये आहेत; त्यामुळे आम्हाला तिथं चोख सुरक्षा व्यवस्था ठेवावी लागते; पण गेले तीन-चार दिवस अतिकडक सुरक्षा ठेवण्याचं कारण हे आहे की, उद्या सकाळी सव्वाअकरा वाजता आमचे अध्यक्ष ओबामा आमसभेत भाषण करणार आहेत. सांगायचं विशेष म्हणजे, जेव्हा त्या परिसरात तुमच्या संशयास्पद हालचाली आम्हाला आमच्या 'टेहळणी केंद्रा'तील स्क्रीनवर दिसल्या, तेव्हा आम्ही त्यांचा पाठपुरावा करायचं ठरवलं. एकदा तुम्ही कागदाची बॅग खांद्यावरच्या पिशवीतून काढली; पण परत ठेवली. नंतर ती कचरापेटीत टाकताना तुम्ही जवळपास कोणी नाही याची खात्री करून घेतली. ते पाहिल्यावर आम्हाला काहीशी शंका आली..."

"आता सारा खुलासा झाला, सार्जंट; पण इन्स्पेक्टर साहेबांचा माझ्या म्हणण्यावर विश्वास बसणं आवश्यक आहे."

त्यानंतर ते दोघे इकडच्या-तिकडच्या गप्पा मारत बसले. मिल्टननं मालोजीला भारतातल्या इतर प्रथा, रूढी नि परंपरा याविषयी बरेच प्रश्न विचारले. जवळजवळ दीड तासानं इन्स्पेक्टर स्टीव्ह कॅम्पर परत अले. या वेळी ते एकटेच होते. मालोजीनं त्यांच्याकडे अपेक्षापूर्ण नजरेनं पाहिलं; पण त्यांच्या चेहऱ्यावर स्थितप्रज्ञाचे भाव होते. ते मालोजीसमोर बसले आणि त्यांनी एक सिगारेट शिलगावली. तिचा एक दीर्घ झुरका घेऊन, धूर हवेत सोडून ते म्हणाले,

"मिस्टर मॅलोझी, मी प्रिसिंक्ट १३च्या डिटेक्टिव्ह इन्स्पेक्टर क्लॉड बृडरलेन यांना भेटलो. त्यांनी त्यांच्या सहकाऱ्यांशी बोलून झाल्यावर सांगितलं की, काल पहाटे दीडच्या सुमारास पोलिसांना गस्त घालताना मॅडिसन ॲव्हेन्यू आणि पार्क

ॲव्हेन्यूच्या मधोमध, ईस्ट २९व्या स्ट्रीटवर एक धिप्पाड कृष्णवर्णीय अमेरिकन तरुण बेशुद्धावस्थेत आढळला. त्याला ते लगेच इस्पितळात घेऊन गेले. त्याची ओळख पटेल असं काहीच त्याच्याजवळ नव्हतं. म्हणून त्यांनी त्याच्या हाताचे ठसे घेतले. त्यांच्या संगणकावर जेव्हा ते ठसे पडताळून पाहू लागले, तेव्हा त्यांच्या लक्षात आलं की, ते ठसे कुविख्यात गुन्हेगार बेन विल्कॉक्स ऊर्फ 'स्पार्की' याचे आहेत. त्याचे पूर्वीचे काही फोटो उपलब्ध होते, त्यावरून त्याची ओळख पटली. गेली सहा वर्षे झाली, तो न्यू यॉर्क पोलिसांना कित्येक गुन्ह्यांच्या संदर्भात हवा होता; पण आजपर्यंत त्याला पकडण्यात पोलिसांना यश आलं नव्हतं. त्याच्यावर आठ खुनाचे आणि पंचवीस रॉबरीचे गुन्हे तर दाखल केले गेले आहेतच; पण तो अमली पदार्थांच्या वितरणामध्ये गुंतल्याचेदेखील त्याच्यावर आरोप आहेत. स्पार्की सकाळी दहा वाजता शुद्धीवर आला. डॉक्टरांनी डिस्चार्ज दिल्यावर त्याला पोलिसांनी ताब्यात घेतलं. सध्या तो प्रिसिंक्ट १३ पोलीस स्टेशनच्या कोठडीत आहे. विशेष म्हणजे त्यानं कबूल केलं की, तो स्पार्कीच असून त्यानं एका भारतीय तरुणाला रात्री सव्वाआठच्या सुमारास लुबाडण्याचा प्रयत्न केला, तेव्हा त्या तरुणानं केलेल्या मारहाणीमध्ये तो बेशुद्ध झाला. त्यानं आपल्याजवळ वेब्ले-स्कॉट कंपनीचं ०.३२ बोअरचं एफ-४१५ मॉडेलचं पिस्तूल होतं, असंही सांगितलं. स्पार्की जिथं सापडला, तिथं नंतर पोलिसांनी ते शोधण्याचा खूप प्रयत्न केला; पण अर्थातच ते त्यांना मिळालं नाही.''

''आता तरी तुमचा माझ्या कथनावर विश्वास बसला ना?'' मालोजीनं अधीरतेनं विचारलं.

''अर्थातच! मिस्टर मॅलोझी. तुम्ही पोलिसांना हव्या असलेल्या एका कुविख्यात गुंडाला पकडण्यासाठी मदत केल्याबद्दल तुमचे आभार!'' मालोजीशी हस्तांदोलन करण्यासाठी आपला हात पुढं करत इन्स्पेक्टर म्हणाले. नंतर ते सार्जंट मिल्टनला म्हणाले,

''सार्जंट, यांना यांच्या हॉटेलवर सोडून ये. मेनी मेनी थँक्स मिस्टर मॅलोझी,'' मालोजीचा निरोप घेताना ते म्हणाले.

दुसऱ्या दिवशी सकाळी मालोजीनं टी.व्ही.वरच्या बातम्या पाहिल्या, तेव्हा त्याला समजलं की, चक्रीवादळाचा जोर कमी झाला असून न्यू ऑर्लिन्सची विमानसेवा पूर्ववत झाली आहे. त्यानं लगेचच 'युनायटेड' विमान कंपनीशी फोनवर संपर्क साधला. त्याला सांगण्यात आलं की, त्याची फ्लाइट दुसऱ्या दिवशी सकाळी अकरा वाजून पंचवीस मिनिटांनी सुटणार आहे. त्यानं ज्युलिया फ्रिडसनला फोन करून ती बातमी सांगितली. तिनं मालोजीला न्यू ऑर्लिन्स विमानतळावर कोणीतरी त्याला घ्यायला येईल असं सांगितलं. आता सारं काही सुरळीत होत आहे

असा विचार करून मालोजीनं सामानाची आवराआवर करायला सुरुवात केली, इतक्यात त्याच्या खोलीतला फोन वाजला. त्यानं तो घेतला.

"हॅलो? कोण बोलतंय?"

"आपण मिस्टर मॅलोझी चॅव्हॅन?"

"हो, बरोबर. आपण कोण?"

"मी प्रिसिंक्ट १३ पोलीस स्टेशनमधून सार्जंट कार्पोव्हिच बोलतोय. आमचे डिटेक्टिव्ह इन्स्पेक्टर क्लॉड बृडरलेन यांना तुम्हाला एका महत्त्वाच्या कामासाठी १० वाजता भेटायला यायचं आहे. कृपा करून तुम्ही तुमच्या हॉटेलवर थांबा."

"ठीक आहे, सार्जंट. मी बरोबर १० वाजता हॉटेलच्या लॉबीमध्ये त्यांची वाट पाहत थांबतो." मालोजी म्हणाला आणि त्यानं फोन खाली ठेवला. आता साऱ्या प्रकरणावर पडदा पडला असताना हे इन्स्पेक्टर का येताहेत याचं त्याला आश्चर्य वाटलं. त्या प्रकरणात काही गुंतागुंत तर झाली नसावी? आपण केलेल्या हल्ल्यामुळे स्पार्कीचा मृत्यू झाला असेल तर आपल्यावर सदोष मनुष्यवधाचा गुन्हा दाखल होतो की काय, या विचारानं तो घाबरून गेला.

बरोबर १० वाजता मालोजी हॉटेलच्या लॉबीत जातो न जातो तोच हॉटेलच्या दारात पोलिसांची गाडी येऊन थांबली. तिच्यातून फिकट तपकिरी सूट घातलेले, पन्नाशीचे, टक्कल पडलेले एक जाडजूड गृहस्थ आणि एक सार्जंट असे दोघेजण उतरले. मालोजी त्यांच्या स्वागतासाठी पुढे गेला आणि त्या गृहस्थांना उद्देशून म्हणाला,

"आपण डिटेक्टिव्ह इन्स्पेक्टर बृडरलेन?"

"हो, बरोबर. तुम्ही मिस्टर मॅलोझी चॅव्हॅन असणार! ग्लॅड टू मीट यू यंग मॅन!" असं म्हणत त्यांनी आपल्या जाड्या हातानं मालोजीशी हस्तांदोलन केलं. त्यांनी हॉटेलच्या मॅनेजरला सांगितलं की, त्यांना मालोजीबरोबर काही चर्चा करायची आहे आणि त्यासाठी त्यांनी त्यांची एखादी मीटिंग रूम उपलब्ध करून द्यावी. मॅनेजरनं आपल्या एका सहायकाला एक बोर्ड-रूम उघडायला सांगितली. इन्स्पेक्टर, मालोजी आणि तो सार्जंट त्या खोलीत गेले. सार्जंटनं खोलीचं दार लावून घेतलं. त्यानंतर इन्स्पेक्टर म्हणाले,

"मिस्टर मॅलोझी, तुम्ही आम्हाला स्पार्कीला पकडून दिलंत, याबद्दल तुमचे किती आभार मानावेत!"

"मी जे केलं ते स्व-संरक्षणासाठी केलं...तो...तो...ठीक आहे ना?"

"त्या बदमाशाला काय होतंय? आता बसलाय कोठडीत पश्चात्ताप करत! बरं, मी तुमचा फार वेळ घेत नाही. तुम्हाला एक आनंदाची बातमी सांगण्यासाठी मी प्रत्यक्ष आलो आहे. आम्ही गेल्या वर्षी स्पार्कीला पकडून देणाऱ्यास एक लाख

डॉलर्सचं इनाम घोषित केलं होतं. केवळ तुमचं प्रसंगावधान आणि मार्शल आर्टमधलं कौशल्य यामुळे तो आमच्या हाती लागला आहे. कृपया तुम्ही आमच्याबरोबर प्रिसिंक्ट १३ कडे चला. तिथं थोड्याच वेळात आम्ही स्पार्कीला पकडल्याचं एका वार्ताहर परिषदेत जाहीर करणार आहोत आणि तुमचं इनाम त्याच वेळी आमचे मुख्य कमिशनर रेमंड केंटवूड यांच्या हस्ते बहाल करणार आहोत. त्या वेळी वृत्तवाहिन्यांचे आणि वृत्तपत्रांचे प्रतिनिधी तिथं जमणार आहेत.''

मालोजीचा आपण काय ऐकत आहोत यावर विश्वास बसत नव्हता. त्यानं विचार केला, 'आता दूरदर्शन वाहिन्या नि वृत्तपत्रांतून आपल्याला साऱ्या अमेरिकेत प्रसिद्धी मिळणार! शिवाय एक लाख डॉलर्स म्हणजे जवळजवळ पासष्ट लाख रुपयांचं इनामही मिळणार!'

वार्ताहर परिषद आणि मालोजीचा सत्कार समारंभ झाल्यावर दूरदर्शनच्या वार्ताहरांनी मालोजीची मुलाखत घेतली. कमिशनर केंटवूड यांनी मालोजीच्या सन्मानार्थ त्यांच्या निवडक सहकाऱ्यांसमवेत लंचचा कार्यक्रम आयोजित केला होता. त्यामध्ये सहभागी होऊन, आपला इनामाचा चेक घेऊन हॉटेलवर परत यायला त्याला दुपारचे दोन वाजले. त्याला सर्वांत प्रथम प्राचीला फोन करायचा होता; पण त्या वेळी भारतात रात्रीचा दीड वाजला होता, म्हणून त्यानं रात्री दहा वाजता म्हणजे भारतातल्या सकाळच्या साडेसात वाजता फोन केला. तिला थोडक्यात साऱ्या घडामोडी सांगितल्या. जेव्हा तिला समजलं की, मालोजीला एक लाख डॉलर्सचं इनाम मिळालं आहे, तेव्हा तर तिला हर्षवायूच झाला! त्यातून सावरल्यावर ती मालोजीला म्हणाली,

''मालोजी, मला तर वाटतं की, तू इतकी वर्षं मनोभावे दुर्गामातेची आणि तिच्या शस्त्रास्त्रांची पूजा केल्याचं फळ तुला आज मिळालं आहे!''

(पुढारी, दिवाळी अंक, २०१४)

◆

समीरचं समांतर जीवन !

"समीर, मोठ्या पदावर पोहोचला आहेस, आता तरी मी तुला गेली कित्येक वर्षं जे सांगत आलो आहे, ते मनावर घे! तुझ्या सध्याच्या समस्येवर तोच एक उपाय आहे. मी तुला सुनीताबाई देशपांडेंनी लिहिलेलं 'समांतर जीवन' हे पुस्तक आजच 'डीएचएल'नं पाठवून देतो. ते वाच म्हणजे तुझ्या डोक्यात जरा प्रकाश पडेल." समीरचा मित्र मनोज त्याच्याशी फोनवर बोलताना म्हणाला.

समीर सावकार आणि मनोज धर्माधिकारी – एकेकाळचे सम्या आणि मन्या – या बालमित्रांची गेल्या जवळजवळ चाळीस वर्षांची घनिष्ठ मैत्री होती. अहमदनगरच्या केंद्रीय विद्यालय आणि नंतर न्यू कॉलेजमध्ये ते दोघे एकत्र शिकले होते. बी. कॉम. झाल्यावर मनोजनं पुढे एम.बी.ए. करायचं ठरवलं, तर समीर बी.एस्सी.च्या पदवीनंतर वनस्पतीशास्त्रात एम.एस्सी. करणार होता. दोघांचीही घराणी मूळची नगरचीच! मनोजचे वडील एल.आय.सी.त अधिकारी होते, तर समीरचे एका सहकारी बँकेचे मॅनेजर. जेव्हा दोघांनीही उच्च शिक्षणासाठी पुण्याला जायचं ठरवलं, तेव्हा घरच्यांनी संमती दिली. समीरनं पुणे विद्यापीठात प्रवेश घेतला, तर मनोजनं फर्ग्युसनला. दोघेही आपापल्या विषयांत चांगल्या मार्कांनी उत्तीर्ण झालेले; त्यामुळे प्रवेश मिळण्यात अडचणी आल्या नाहीत. त्यांनी चतुःशृंगीजवळ सेनापती बापट मार्गावर, विद्यापीठापासून जवळच एका बंगल्याच्या आउट हाऊसमधली एक खोली भाड्यानं घेतली. मनोजनं त्याची नगरची स्कूटर पुण्याला आणली होती; पण समीर तिथून चालतच विद्यापीठात जायचा. ही गोष्ट जवळजवळ बत्तीस वर्षांपूर्वीची, १९८२ मधील. त्यानंतर दोघांच्या, विशेषतः समीरच्या आयुष्यात बरीच अनपेक्षित स्थित्यंतरं घडली होती.

हल्ली समीर नैरोबी इथल्या संयुक्त राष्ट्रसंघाच्या

जागतिक पर्यावरण कार्यालयात सहायक संचालक या पदावर होता. आता २०१४ मध्ये त्याला नैरोबीला येऊन दहा वर्षं झाली होती. सध्या तिथं तो आणि त्याची बायको सुलभा असे दोघेच राहायचे. मुलगा पार्थ २०१० मध्ये दक्षिण आफ्रिकेच्या केपटाउन विद्यापीठात आधी बी.ई.साठी गेला आणि नंतर तो अमेरिकेत कोलंबिया विद्यापीठात एम.एस. करायला गेला. सध्या तो तिथंच होता. त्याच्या पाठची बहीण - मीराला अभिजात इंग्रजी साहित्याची आवड होती. ती गेल्या वर्षीपासून इंग्लंडच्या विख्यात ऑक्सफर्ड विद्यापीठात इंग्रजी साहित्यात बी.ए. करत होती. नैरोबीला आल्यापासून समीरची आर्थिक स्थिती कल्पनेपेक्षा वधारली होती.

***

सध्या मनोज मुंबईमधील एका बहुराष्ट्रीय कंपनीचा कार्यकारी संचालक होता. त्याचं त्याच्या क्षेत्रात उत्तम चाललं होतं. तो आणि समीर सतत एकमेकांच्या संपर्कात असायचे. इंटरनेटमुळे ते सोपं झालं होतं. त्या दोघांचा दोन आठवड्यांतून एकदा फोन व्हायचाच. अजूनही दोघे एकमेकांना विश्वासात घेऊन बोलत. अलीकडे समीरनं मनोजला फोन केला, तेव्हा तो म्हणाला,

''मनोज, (आता त्यांनी एकमेकांना 'मन्या' आणि 'सम्या' म्हणायचं सोडून दिलं होतं.) सगळं काही व्यवस्थित चालू आहे; पण कुठंतरी मधूनच पोकळी जाणवते रे!''

''मिड-लाइफ क्रायसिस, दुसरं काय?''

''पण कशामुळे व्हावा? मला आज कसलीच चिंता नाही.''

''एक काम कर. या विषयावर प्रसिद्ध मानसशास्त्रज्ञ रेबेका क्ले यांनी एक खूप अभ्यासपूर्ण लेख लिहिला आहे, त्याची लिंक तुला पाठवतो. तू वाच आणि मग आपण चर्चा करू.''

मनोजनं सांगितल्याप्रमाणं ई-मेलनं समीरला त्या लेखाची लिंक पाठवली. समीरनं तो वाचला आणि दोन दिवसांनी त्यानं पुन्हा मनोजला फोन केला.

''मनोज, लेख वाचला. रेबेका क्ले यांच्या म्हणण्यानुसार 'मिड-लाइफ क्रायसिस'ची जी कारणं आहेत, ती मला लागू होत नाहीत. आता हे पाहा, पहिलं आहे आर्थिक विवंचना. त्या मला मुळीच नाहीत. माझी तर आज हेवा करण्यासारखी परिस्थिती आहे. दुसरं, आपल्या कामातल्या तोचतोचपणामुळे आलेला कंटाळा. मला तर माझं काम खूप आवडतं. रोज नवनवी आव्हानं, त्यावर उपाय शोधून काढणं, सहकाऱ्यांशी चर्चा-विनिमय करणं...छे, छे! ते कारण होऊच शकत नाही. तिसरं, मुलांकडून अपेक्षाभंग! अरे मनोज, पार्थ आणि मीरा, दोघांनाही जबाबदारीची खूप जाणीव आहे आणि त्यांचा आपापला अभ्यास उत्तम चाललाय. चौथं, एखाद्या

निकटवर्तीयाचं निधन. बाबा ७७ वर्षांचे झालेत आणि आई ७२. दोघांची प्रकृती त्यांच्या वयोमानाप्रमाणं उत्तम आहे. शेखर त्यांची उत्तम काळजी घेतोय. धाकटा भाऊ म्हणून मला शेखरची काहीही काळजी नाही. तोही डॉक्टर होऊन नगरला स्थायिक झालाय. बरं, पाचवं कारण आहे, वार्धक्याची विवंचना आणि मृत्यूचं भय. मनोज, मला दोन्हीही नाहीत. कारण आपण कधीतरी म्हातारे होणार आणि या जगाचा निरोप घेणार हे अटळ आहे; त्यामुळे त्यांची चिंता करत बसणं मूर्खपणाचं आणि भित्रेपणाचं लक्षण आहे. शेवटचं कारण आहे, असमाधानी वैवाहिक आयुष्य. त्या बाबतीतदेखील माझं ठीक चाललंय.''

''समीर, ठीक चाललंय म्हणजे काय? तुझं 'सेक्स लाइफ' कसं आहे सांग. माझ्यापासून काहीही लपवू नकोस.''

समीरनं थोडा विचार केला. सुलभाचा तीन वर्षांपूर्वी मेनोपॉज झाला आणि तेव्हापासून तिची सेक्समधली इच्छा कमी झाली. नैरोबीला आल्यापासून तिचं वजन दिवसेंदिवस वाढतच चाललं होतं. नैरोबीच्या महाराष्ट्र मंडळात 'मराठी महिला मंडळ' होतं. ती त्याची सक्रिय सदस्य होती. तिथल्या तिच्या मैत्रिणींच्या किटी पार्टीज, त्यांच्याबरोबर वारंवार बाहेर जेवायला जाणं, 'पॉट लक' आणि व्यायामाचा अभाव यामुळे तिचं वजन भराभर वाढत होतं. शिवाय तिला गोडाची आवड. भारतीय दुकानं असलेल्या 'डायमंड प्लाझा'मध्ये गेली की, येताना गुलाबजाम, रसगुल्ले, रसमलाई, चमचम असल्या बंगाली मिठायांचे डबे सोबत आणायची. समीर मात्र आपली प्रकृती सांभाळून असायचा. गिगिरीतल्या त्याच्या ऑफिसजवळच्या 'रुंडा' या उच्चभ्रूंच्या प्रचंड कॉलनीत त्याचं घर होतं. तो तिच्या समोरच्या लिमुरू रोडवर रोज सकाळी आठ किलोमीटर धावून यायचा. हळूहळू त्याचं दिवसेंदिवस बेढब दिसणाऱ्या सुलभाविषयीचं शारीरिक आकर्षण कमी झालं. गेली काही वर्षं मूकपणे दोघंही 'तो' विषय टाळत होते, जणू काही त्यांच्यात त्या बाबतीत अलिखित करारच झालेला आहे! पण समीरला मात्र अधूनमधून आपण आता स्त्री सहवासापासून वंचित राहणार, याची खंत वाटायची.

''मनोज, हे मात्र कबूल करायला हवं की, 'त्या' बाबतीत मी काहीसा असमाधानी आहे.'' समीरनं प्रांजळपणे कबूल केलं.

हे ऐकल्यावर मनोजनं समीरला 'समांतर जीवन' हे पुस्तक वाचायचा सल्ला दिला आणि पुस्तक वाचून झाल्यावर आपण या विषयावर बोलू असं सांगितलं. समीरला चार दिवसांनी पुस्तक मिळालं आणि त्यानं ते दोन दिवसांत वाचून काढलं. फक्त ९५ पानांचं ते पुस्तक म्हणजे फिलीस रोझ यांच्या 'पॅरलल लाइव्हज' या पुस्तकाचा पु. ल. देशपांडे यांच्या पत्नी सुनीताबाईंनी अतिशय ओघवत्या भाषेत केलेला सारांश होता. त्यामध्ये इंग्लंडमधल्या एकोणिसाव्या

शतकातले काही थोर विचारवंत, लेखक, विचारप्रवर्तक असे प्रकाशझोतातले विद्वान त्या काळचे नीतिनियम, शिष्टाचार नि कायदे झुगारून विवाहबाह्य जीवन का आणि कसे जगले याचा मनोवेधक परामर्श घेतला होता.

"मनोज, पुस्तक वाचलं. ते मला वाचायला सांगून तुला काय सुचवायचंय?"

"अरे, 'मिड-लाइफ क्रायसिस'वरचा रामबाण उपाय म्हणजे एखाद्या छान मुलीशी मैत्री करणं!"

"काय वाटेल ते काय बोलतोस? माझी सामाजिक प्रतिष्ठा, नोकरी, कौटुंबिक स्वास्थ्य यांचा विचार केला आहेस का तू? आणि वेड्या, आता बावन्नाव्या वर्षी कोण माझ्या प्रेमात पडेल? आज काय सकाळी सकाळीच बिअर किंवा जीन घेतली आहेस की काय?"

"ठीक आहे, माझं ऐकायचं नसेल तर राहू दे. तुझ्या त्या पोकळीनं झाकोळलेल्या आयुष्याबद्दल अश्रू ढाळत बस. नाहीतरी तुझ्यात ती धमक नाहीच. एनी वे, आपण नंतर बोलू या विषयावर. मला दुपारच्या फ्लाइटनं चेन्नईला एका मीटिंगला जायचंय. माझ्यासोबत 'पर्चेस'मधली असिस्टंट लिंडा डिकास्टा हिला घेऊन चाललोय. गुड बाय!"

***

समीर आणि मनोज यांनी कॉलेजच्या पहिल्या वर्षाला प्रवेश घेतला, तेव्हापासून मनोजचं समीरला एकच सांगणं असायचं, 'सम्या, आता आपल्याला मैत्रिणी हव्यात!' वर्गात तशी मुलींची संख्या बऱ्यापैकी होती आणि दोघांची बऱ्याच मुलींशी ओळख नि मैत्री असली तरी मनोजचा एकच अट्टहास असायचा, 'असली वरवरची मैत्री काय कामाची? एखादी 'खास' मैत्रीण असायला हवी!' समीर त्याच्याशी सहमत व्हायचा; पण त्याच्या हातून तसं धाडस होणं शक्यच नव्हतं. समीरचं व्यक्तिमत्त्व भारदस्त होतं. उंच, नाकेला, गोरा, उभ्या चेहऱ्याचा, बोलक्या डोळ्यांचा समीर दिसायला छान होता. त्या मानानं मनोज समीरसारखा देखणा नसला तरी नाक-डोळे नीट असा होता. समीरचा स्वभाव भिडस्त, तर मनोज खूप बोलका! तो ज्या मुलीशी जवळीक साधायची आहे तिच्याशी गोंडा घोळेल, गप्पा मारेल, कॅन्टीनला घेऊन जाईल, तिचा वाढदिवस लक्षात ठेवून एखादी छोटी भेटवस्तू देईल आणि स्कूटरवरून फिरवून आणेल! समीर मात्र मुलींपासून खूप अलिप्त राहायचा; पण मनोजचं एक वैशिष्ट्य हे की, तो अभ्यासात कधीच मागं पडला नाही. एकदा समीरनं त्याला विचारलं,

"मन्या लेका, पोरींच्या नादानं तुझं अभ्यासावरचं लक्ष कसं काय उडत नाही?"

“आपल्याला मैत्रीण असली की, त्यामुळे आपला अभ्यास जास्त चांगला होतो, असा माझा दावा आहे!”

“काहीतरीच काय बोलतोस? ते कसं काय, सांगशील?”

“साधी गोष्ट आहे. मैत्रीण म्हटल्यावर तिच्यावर आपली छाप पडायला हवी की नको? सम्या, एक लक्षात ठेव; मुलींना डफ्फड मुलं आवडत नाहीत. ती हुशार असावीत, वेगवेगळ्या क्षेत्रांत चमकत असावीत अशी त्यांची अपेक्षा असते. तर या बाबतीत आपण मागे पडायचं नाही असा मी निर्धार केलाय. शिवाय आपली ‘खास’ मैत्रीण ही आपली स्फूर्तिदेवताही असते! तिला डोळ्यांसमोर ठेवून अभ्यास करायचा. लेका, तू कधी सुधारणार नाहीस. ती वैजू नेने तुझ्याकडे काहीना काही बहाणे करून सारखी बोलायला येते. तिला जरा रिंगणात घे!”

“मला नसते सल्ले देऊ नकोस. मला नाही त्या फंदात पडायचं.”

“फंदात पडायचं नाही की जमत नाही? नसेल जमत तर माझ्याकडून शिक ना! अरे, मुलींना पटवायचं म्हणजे खूप खोटं बोलावं लागतं. त्यांच्या कपड्यांची, दिसण्याची, स्वभावाची स्तुती करावी लागते. त्यांचा ‘वीक पॉइंट’ हेरावा लागतो. त्यांना हरभऱ्याच्या झाडावर चढवायला वेळ लागत नाही. एकदा तू तसं करू लागलास ना...”

“जाऊ दे, तुला काय करायचं आहे ते कर. मला त्या भरीला पाडू नकोस,” असं मनोजला सांगून समीर तो विषय संपवायचा; पण त्याला मन्याचा खूप हेवा वाटायचा. त्यालाच काय, वर्गातील इतरांनाही हेवा वाटायचा. कॉलेजच्या दुसऱ्या वर्षाला असताना तो हेमा पत्कीबरोबर कॉलेजबाहेर बऱ्याच ठिकाणी दिसतो असं बोललं जायचं. अर्थात, मन्यानं समीरला विश्वासात घेऊन हेमाबद्दल सारं काही सांगितलं होतंच. ही झाली नगरची गोष्ट. पुण्याला गेल्यावर दोन महिन्यांत मन्या बी.कॉम.च्या शेवटच्या वर्षाला असलेल्या मेधा आपटेबरोबर फिरायला लागला. पुण्याला शिकायला जायची कल्पना मनोजचीच. अर्थात! तिथल्या उत्तम शिक्षण संस्था हा महत्त्वाचा भाग होताच; पण आपल्याला जरा ‘मोकळीक’ मिळावी ही त्याची सुप्त इच्छा!

दोन वर्षांनी, म्हणजे १९८४ मध्ये दोघांचेही अभ्यासक्रम संपले. दोघांनीही आपल्या विषयात प्रावीण्य मिळवलं. मनोजला चिंचवडच्या एका बहुराष्ट्रीय कंपनीत नोकरी मिळाली, तर समीरला नव्यानं उघडण्यात आलेल्या औंध इथल्या नवमहाराष्ट्र शिक्षण संस्थेच्या भाऊसाहेब जेधे सायन्स कॉलेजमध्ये डेमॉनस्ट्रेटरची नोकरी मिळाली. ‘वर्षा-दोन वर्षांत तुम्हाला लेक्चरर करू’ असं संस्थेनं त्याला आश्वासन दिलं होतं. त्याला शिकवायचीदेखील खूप आवड होती. दरम्यान, त्या दोघांनी औंधच्या सिंध कॉलनीजवळ ‘प्रियदर्शिनी अपार्टमेंट्स’मध्ये एक फ्लॅट भाड्यानं

घेतला. तिथून समीरचं कॉलेज चालत जायच्या अंतरावर होतं, तर मनोज चिंचवडला जायला आपली स्कूटर वापरायचा; पण आता दोघे नोकऱ्या करू लागले तरी मनोजचा मैत्रीण असण्याचा अट्टहास काही केल्या कमी होत नव्हता! एकदा तो समीरला म्हणाला,

"सम्या, एक लक्षात ठेव, आयुष्यात सगळ्या गोष्टी ज्या-त्या वेळी व्हायला हव्यात."

"हो. नोकरी, लग्न, मुलं वगैरे ना?"

"मी त्याबद्दल बोलत नाही रे. त्या गोष्टी तर आपोआप होतच असतात. बघशील आता, आपल्या घरचे आपल्यामागं लग्नाचा कसा तगादा लावतील. मला म्हणायचं आहे की, ज्या-त्या वेळी योग्य अशी मैत्रीण हवीच. आता हे तुझंच बघ. तू लवकरच लेक्चरर होशील. आत्ता तू फक्त बावीस वर्षांचा आहेस. तू तुझ्या एखाद्या चुणचुणीत विद्यार्थिनीशी संधान बांधू शकतोस. अरे, तरुण नि तुझ्यासारख्या देखण्या प्राध्यापकाच्या प्रेमात पडायला मुलींमध्ये चढाओढ लागेल! बरं ते जाऊ दे. असं समजू या की, पुढील काही वर्षं तू शिक्षण क्षेत्रातच राहणार आहेस. तीन-चार वर्षांत तुझं लग्न होईल. त्यानंतर चार-पाच वर्षं मजेत जातील; पण एक-दोन मुलं झाली की, तुझी बायको मुलांच्या व्यापात मग्न होईल. तिला तुझ्याकडे लक्ष द्यायला वेळ मिळणार नाही. अशा वेळी तुला एखाद्या मैत्रिणीची गरज भासू लागेल. एखादी सहकारी प्राध्यापक त्यासाठी अगदी योग्य!"

"काहीतरीच काय बोलतोस? विवाहित माणसाच्या कोण प्रेमात पडेल?"

"अरे, तुला माहीत नाही. एखादी प्रौढ कुमारिका, घटस्फोटिता किंवा नवऱ्याशी खटके उडणारी विवाहितादेखील असं प्रेमात पडण्यासाठी उत्तम कॅन्डिडेट! त्यांच्याशी बोलताबोलता 'मी वैवाहिक आयुष्यात म्हणावं तितका समाधानी नाही' असं भासवायचं. अर्थात! तुझं वैवाहिक आयुष्य सुरळीत चालू असलं तरी तसं भासवायचं, म्हणजे त्या कॅन्डिडेटची सहानुभूती मिळवायला ते पोषक ठरतं. बरं, आपण तुझ्या आयुष्याचा पुढचा आलेख मांडू. तू आता पीएच.डी.ची तयारी सुरू केली आहेस. तुझ्या बरोबरीची एखादी संशोधिकादेखील अशा उपक्रमास योग्य ठरेल. तू चाळिशीत गेलास की, विद्यापीठ तुला पीएच.डी.चा मार्गदर्शक नेमेल. त्यानंतर तुझ्याकडे तू 'गाइड' लाभावास अशी विनंती घेऊन बरेच इच्छुक येतील. त्यात मुलीदेखील असणारच. तुझ्या वनस्पतिशास्त्राकडे मुलांपेक्षा मुलींचाच ओढा जास्त असतो, हे काय मी तुला सांगायला हवं? अशा वेळी गाइडनं शैक्षणिक पात्रतेऐवजी इतर निकषांवर उमेदवारांची निवड करण्याची प्रथा खूप पूर्वीपासून शिक्षण क्षेत्रात रूढ झालेली आहे, याचं भान ठेव. ही सिच्युएशन फार आयडिअल असते. गाइड संशोधिकेला आपल्या खोलीत बोलावून तासन्‌तास चर्चा करू शकतात. त्यांना ती

'कसली चर्चा चालू आहे?' असं कोणी विचारू शकत नाही. बऱ्याच वेळा ते आपल्या अशा संशोधिकेला बाहेरगावी चर्चासत्र, कार्यशाळा अशा कार्यक्रमांना घेऊन जाऊन गुपचूप दुसरेच 'कार्यक्रम' आटोपतात! तसेच बायको-मुलं सुटीवर गेली की, घरीसुद्धा त्यांना चर्चेला बोलवलं तर कुणाला त्यात काही वावगं वाटत नाही. बरं, पुढे तू एखाद्या विद्यापीठात विभागप्रमुख झालास की, मग तर विचारूच नकोस. तुझ्याकडे काही समित्यांचं अध्यक्षपद वगैरे येणार. निवडी, नेमणुका, शिष्यवृत्त्यांची मंजुरी असे अधिकार तुझ्याकडे आले की...''

त्याला मध्येच थांबवत समीर म्हणाला,

''मन्या, पुरे झाली तुझी लांबड. मी आपला माझं कुटुंब आणि करिअर यांच्यावर लक्ष केंद्रित करणार आहे, हे लक्षात घे आणि नसत्या गोष्टी माझ्या मनात भरवू नकोस. तू गाठ तुझी एखादी सहकारी नाहीतर तुझ्या हाताखाली काम करणारी मदतनीस; नाहीतर जरा सीनिअर झाल्यावर मिळणारी सेक्रेटरी!''

''ते तू मला सांगूच नकोस. तू पाहशीलच यथावकाश!'' मनोजने विषय संपवला.

***

समीरनं सायन्स कॉलेजमध्ये काम करायला सुरुवात करून जेमतेम आठ-नऊ महिने झाले असतील. त्या वेळी म्हणजे मार्च १९८५ मध्ये त्याच्या बाबतीत एक खूप दूरगामी परिणाम होऊ शकणारी घटना घडली. त्याला ऑस्ट्रेलियातील ब्रिस्बेन इथल्या न्यू साउथ वेल्स विद्यापीठाची पीएच.डी.साठी तीन वर्षांची शिष्यवृत्ती मिळाली! खरं म्हणजे समीरनं उगाच खडा टाकून पाहावा म्हणून जून १९८४ मध्ये चार-पाच अमेरिकन, दोन ब्रिटिश व तीन ऑस्ट्रेलियन विद्यापीठांना शिष्यवृत्तीसाठी अर्ज केले होते. त्यांची फक्त पोहोच आली होती. पुढे काही महिने त्यांच्याकडून कसलाच प्रतिसाद न आल्यानं, त्याने तो विषय डोक्यातून केव्हाच काढून टाकला होता; पण अनपेक्षितपणे न्यू साउथ वेल्स विद्यापीठानं रॉबर्ट ब्राऊन (१७७३-१८५८) या प्रसिद्ध वनस्पतिशास्त्रज्ञाच्या स्मरणार्थ देण्यात येणारी शिष्यवृत्ती समीरला देऊ केली. ती ऑगस्ट १९८५ पासून सुरू होणार होती. समीरनं ही आनंदाची बातमी घरी कळवली. त्यानं शिष्यवृत्ती स्वीकारत असल्याचं न्यू साउथ वेल्स विद्यापीठाला कळवलं. घरच्यांचा अर्थातच त्याच्या निर्णयाला पाठिंबा होता.

समीरनं आपल्या संशोधनासाठी त्याचे मार्गदर्शक डॉ. टिमोथी व्हिटबोर्न यांच्या संमतीनं 'पुरातन प्रदेशनिष्ठ वनस्पतींचे संवर्धन' (कॉन्सर्व्हेशन ऑफ पॅलिओएंडेमिक स्पेशिज) संबंधित एक क्लिष्ट विषय निवडला. मुळातच त्याची अभ्यासू अन् कष्टाळू वृत्ती. त्यात त्याला विषयाची खूप आवड. तीन वर्षं पाहतापाहता संशोधनात

आणि प्रबंध लिहिण्यात सरली. त्याचा प्रबंध म्हणजे 'वनस्पतिशास्त्रातील अलीकडील संशोधनाचे एक उत्कृष्ट उदाहरण आहे' अशा शब्दांत त्याचे इंग्लंडहून आलेले परीक्षक डॉ. हर्बर्ट स्कॉट यांनी प्रशंसा केली आणि तो पुस्तकरूपानं प्रकाशित करण्याची शिफारस विद्यापीठाला केली. समीर भारतात परतल्यावर त्याला पुणे विद्यापीठाच्या वनस्पतिशास्त्र विभागात सीनिअर लेक्चररची नोकरी सहज मिळून गेली. त्या पुढील चार-पाच वर्षांत त्याचे बरेच शोधनिबंध आंतरराष्ट्रीय ख्यातीच्या जर्नल्समध्ये प्रकाशित झाले. त्याला अधूनमधून वेगवेगळ्या देशांतून चर्चासत्रं, व्याख्यानमाला किंवा कार्यशाळा यांची आमंत्रणे येऊ लागली. दरम्यान, नोव्हेंबर १९८९ मध्ये त्याचा नाशिकच्या सुलभा देशपांडेबरोबर विवाह झाला. लग्न घरच्यांनीच; पण समीर आणि सुलभा यांच्या संमतीनं ठरवलं होतं. सुलभा होम सायन्सची पदवीधर होती. नाकी-डोळी सुंदर नि प्रसन्न व्यक्तिमत्त्वाची सुलभा समीरला पहिल्या भेटीतच आवडली होती. त्यांनी निर्णय घेण्यापूर्वी ते तीन-चार वेळा बाहेर भेटले होते, एकमेकांच्या आवडी-निवडी, महत्त्वाकांक्षा जाणून घेतल्या होत्या; स्वभावाची ओळख पटली होती. सुलभाला नोकरी करण्याची आवड नव्हती. तिला आपले काही छंद जोपासत घर सांभाळायची इच्छा होती. १९९१ मध्ये पार्थ आणि १९९५ मध्ये मीरा जन्मली. त्याच वर्षी समीरला बढती मिळून तो 'रीडर' म्हणजे नव्या भाषेत 'असोसिएट प्रोफेसर' झाला होता. दिवसेंदिवस त्याच्या नावाचा त्याच्या क्षेत्रात दबदबा वाढत होता. नैरोबी इथं मुख्यालय असलेल्या युनायटेड नेशन्स एन्व्हायर्न्मेंटल प्रोग्रॅम - 'युनेप'- या साऱ्या जगभर पर्यावरण रक्षणाचं काम करणाऱ्या संयुक्त राष्ट्रसंघाच्या कार्यालयाचे उपसंचालक - डॉ. हॅरॉल्ड क्लॉफ्टन यांची आणि समीरची एका चर्चासत्रादरम्यान ओळख झाली. १९९९ च्या मे महिन्यात त्यांनी समीरला एक ई-मेल पाठवली. ती वाचून समीर संभ्रमात पडला. त्या रात्री त्यानं सुलभाजवळ तो विषय काढला.

"सुलभा, नैरोबी इथल्या संयुक्त राष्ट्रसंघाच्या जागतिक पर्यावरण कार्यालयात तीन वर्षांसाठी माझी नेमणूक करण्यासाठी त्याचे उपसंचालक, डॉ. क्लॉफ्टन यांनी माझी शिफारस केली आहे. पगार दरमहा ६७०० डॉलर्स, म्हणजे जवळजवळ तीन लाख रुपये, राहायला बंगला, मुलांच्या शिक्षणाचा खर्च... सगळं मिळणार आहे, काय करायचं?"

सर्व गोष्टींचा विचार करता नैरोबीहून आलेली ऑफर समीरनं स्वीकारावी असं सर्वानुमते ठरलं. सुलभादेखील नवऱ्याला संयुक्त राष्ट्रसंघात अधिकारीपदावर नोकरी मिळतेय म्हणून सुखावली होती. समीरची नैरोबीतील नेमणूक फक्त तीन वर्षांची होती. त्या कालावधीपुरतं विद्यापीठानं त्याला 'लीन' दिलं होतं; पण ती मुदत संपल्यावर त्याच्या नैरोबीतल्या वरिष्ठांनी त्याला विद्यापीठाची नोकरी सोडायचा,

पूर्ण वेळ संयुक्त राष्ट्रसंघात काम करण्याचा आणि त्याच्या सध्याच्या पदावरच त्याची पुढील पाच वर्षांसाठी नेमणूक करण्याचा प्रस्ताव दिला होता. समीरनं तो स्वीकारला.

* * *

दोन वर्षांपूर्वीच म्हणजे २०१२ मध्ये समीर पी-५ ग्रेडला पोहोचला होता. आता तो त्या जागतिक कार्यालयाचा सहायक संचालक झाला होता. त्याच्या हाताखाली पी-३ ग्रेडचे दोन अधिकारी काम करत होते. त्यांपैकी एक होती अर्जेंटिनाची मिसेस एडना कार्लाव्हो. तिला रिटायर व्हायला दीड वर्ष बाकी होतं. दुसरा होता चाळिशीचा युगांडाचा सिल्व्हेस्टर ओंझिवूआ. त्या तिघांची व्हर्जिनिया एंजेरी ही सेक्रेटरी होती. मार्च २०१४ मध्ये फक्त बी.कॉम. झालेल्या व्हर्जिनियानं उच्च शिक्षण घेण्यासाठी राजीनामा दिला होता. त्याबद्दल कोणाला फारसं दुःख झालं नाही, कारण तिचा चेहरा सतत त्रासिक असायचा. कधी जरा कामाचा ताण वाढला, तर तिचं तोंड वाकडं व्हायचं; पण काम कमी असलं तरी चेहऱ्यावर हास्य तर राहू दे, प्रसन्नताही नसायची. तिच्या जागी नव्या सेक्रेटरीची नेमणूक करायला जाहिरात प्रसिद्ध करून अर्ज मागविण्यात आले. त्यांच्या ऑफिसमध्ये फक्त वरिष्ठ अधिकाऱ्यांच्या जागेवर आंतरराष्ट्रीय तज्ज्ञांची निवड आणि नेमणूक न्यू यॉर्क अन् जिनिव्हा इथल्या संयुक्त राष्ट्रसंघाच्या कार्यालयांतून केली जायची, तर कनिष्ठ अधिकारी आणि प्रशासकीय कर्मचाऱ्यांची नेमणूक स्थानिक नागरिकांमधून केली जायची. मिसेस कार्लाव्हो, सिल्व्हेस्टर, मानवी साधन संपत्ती विभागाची प्रमुख मेरी रुरिगी आणि मुख्य प्रशासकांचे प्रतिनिधी फ्रान्सिस फोस्टर यांच्या निवड समितीनं पस्तिशीची तरुणी जेसिका म्वांगी हिची त्या जागेवर निवड केली. अर्थात असल्या लहानसहान गोष्टींत समीर लक्ष घालायचा नाही.

"गुड मॉर्निंग, सर."

रिपोर्ट वाचत असलेल्या समीरनं चमकून वर पाहिलं. हसतमुख नि प्रसन्न चेहऱ्याची एक तरुणी समोर उभी होती.

"कोण तुम्ही?"

"सर, मी तुमच्या विभागाची नवीन सेक्रेटरी, जेसिका म्वांगी!"

"ओह, सिल्व्हेस्टर म्हणत होता कोणाची तरी निवड केली आहे. कधी जॉइन झालात तुम्ही, मिस म्वांगी?"

"सर, प्लीज मला 'जेसिका' असं म्हणा आणि मी आजपासून कामाला सुरुवात करत आहे."

"छान! विश यू गुड लक, जेसिका."

"थँक्स सर, मी माझ्या नव्या कामाचं स्वरूप समजावून घ्यायला सुरू केलं आहे. त्यात काही मदत लागली तर आपल्याला त्रास दिला तर चालेल ना?"

समीरच्या तोंडावर आलं होतं की, 'काही मदत लागली तर सिल्व्हेस्टरला विचार' असं तिला सांगावं; पण कसं काय कोण जाणे, तो म्हणाला,

"केव्हाही माझ्याकडे ये."

एक प्रसन्नता त्या खोलीमध्ये सोडून ती निघून गेली. त्यानंतर बराच वेळ तिचा मंजूळ आवाज त्या खोलीत घुमत असल्याचा समीरला भास झाला! तिचा चेहरा हसरा नि प्रसन्न तर होताच; पण बोलके डोळे, केनियात क्वचितच पाहायला मिळणारा गव्हाळ वर्ण, सरळ नाक आणि लांब केस असलेली, लयबद्ध शरीरयष्टीची जेसिका मोहक दिसत होती.

जेसिकाची खोली समीरच्या खोलीला लागूनच होती. तिच्या दुसऱ्या बाजूला सिल्व्हेस्टर आणि मिसेस कार्व्हालोच्या खोल्या होत्या. जेसिका अधूनमधून या ना त्या कारणानं समीरच्या खोलीत यायची. हळूहळू समीरला ती जवळपास असल्याचं आवडू लागलं. कधीकधी काही कामानिमित्त बाहेर जावं लागलं तर तो तिला बरोबर घेऊन जाऊ लागला. अर्थात त्यात वावगं काहीच नव्हतं. 'मिनिट्स ऑफ द मीटिंग' नोंद करून घेण्यासाठी, कागदपत्रे हाताळण्यासाठी किंवा काही प्रकल्पांचा पाठपुरावा करण्यासाठी त्याला तिची मदत घ्यावी लागायचीच. हल्ली ती सोबत असेल, तर तो ड्रायव्हर घेण्यापेक्षा स्वतःच गाडी चालवायचा. त्यानं तिला तिची पार्श्वभूमी काय आहे, घरी कोण कोण असतं, लग्न झालंय का? असे प्रश्न कधीच विचारले नव्हते; पण त्याची त्याला उत्सुकता लागून राहिली होती. त्यानं एके दिवशी मेरी रुरिगीकडून जेसिकानं नोकरीसाठी केलेला अर्ज आणि त्यासोबतचा 'बायो-डेटा' वाचायला मागून घेतला. त्यातून त्याला बऱ्याच गोष्टी समजल्या. महत्त्वाचं म्हणजे ती अविवाहित असून, पस्तीस वर्षांची असल्याचं त्याला समजलं. ती विवाहित नाही हे समजल्यावर त्याला कळत-नकळत बरं वाटलं होतं. एकदा समीर आणि जेसिका 'वेस्टलँड' भागातल्या एका संस्थेतली मीटिंग आटोपून त्यांच्या गिगिरी इथल्या ऑफिसकडे निघाले होते. एव्हाना जेसिकानं काम करायला सुरुवात करून दोन महिने झाले होते. दुपारचा एक वाजत आला होता. समीरनं जेसिकाला विचारलं,

"जेसिका, जेवायची वेळ होत आलीय. आज आपण 'हंडी'त जेवून मग ऑफिसला जाऊ या. चालेल तुला?"

"अरे वा! फारच छान आयडिया आहे, सर. मीदेखील खूप दिवसांत भारतीय जेवण घेतलेलं नाही. ते मला खूप आवडतं."

"चल तर मग, मी गाडी तिकडे घेतो," असं म्हणत समीरनं गाडी राफ्ता

रोडवरून चिरोमो रोड ओलांडून रिंग रोडवरील कोपऱ्यावरच्या 'द मॉल' इमारतीतल्या 'हंडी' या भारतीय रेस्टॉरंटकडे घेतली. ते नैरोबीतलं सर्वांत उत्तम आणि प्रसिद्ध भारतीय रेस्टॉरंट. ते दोघे बसल्यावर समीरनं जेसिकाला विचारलं,

''तुला भारतीय जेवणातलं काय आवडतं?''

''मला ना सर, चिकन टिक्का आणि दाल माखनी खूप आवडते आणि बटर नानही आवडतात.'' तिने मोकळेपणाने सांगितलं.

''ठीक आहे,'' समीर म्हणाला. त्यानं वेटरला एक चिकन टिक्का, एक दाल माखनी आणि तीन बटर नानची ऑर्डर दिली. जेसिकानं त्याच्याकडे पायनापल ज्यूस तर समीरनं डाएट कोक मागवला. वेटर त्यांची पेये ठेवून गेल्यावर जेसिका म्हणाली,

''सर, खूप दिवस झाले. मला तुम्हाला एक गोष्ट विचारायची होती. चालेल?''

त्यावर समीरला जरा आश्चर्य वाटलं. काय बरं विचारायचं असेल हिला? असा विचार त्याच्या मनात आला; पण तो आपल्या मनातील घालमेल लपवत हसतहसत म्हणाला,

''हो विचार ना, जेसिका.''

''सर, अधूनमधून मला तुमचा 'बायो-डेटा' कोणाकोणाला पाठवावा लागतो. परवा मी तो बारकाईनं वाचत होते. तुमच्या करिअरबद्दल वाचून मी खूप भारावून गेले आहे. तुमचं शिक्षण, संशोधन, अभ्यासपूर्ण लिखाण, जगाच्या वेगवेगळ्या भागांत चर्चासत्रं, कार्यशाळा, व्याख्यानं यासाठी केलेला प्रवास आणि अल्पावधीतच झालेली तुमची प्रगती थक्क करून टाकण्यासारखी आहे. तुमच्या हाताखाली मला काम करायला मिळतंय हे माझं भाग्यच म्हणायचं.''

हे ऐकताच समीर मनोमन सुखावला. कुणाला आपली स्तुती आवडत नाही? पण चेहऱ्यावर आपण काही विशेष केलेलं नाही असा भाव आणून तो जेसिकाला म्हणाला,

''प्रामाणिकपणे कष्ट करून कोणत्याही क्षेत्रात कुणालाही यश मिळवता येतं, जेसिका. मी काही फार वेगळं केलेलं नाही. योग्य त्या वेळी शिक्षणावर लक्ष केंद्रित केलं आणि उत्तमोत्तम संधी चालून आल्या.''

''तुमच्या मिसेसदेखील तुमच्यासारख्याच हुशार असतील हो ना?''

समीरला हा प्रश्न अनपेक्षित होता. तो जरा गंभीर होत म्हणाला,

''ती काही फारसं शिकलेली नाही. पदवीधर आहे; पण नोकरी किंवा करिअर यांची तिला आवड नाही. गेली कित्येक वर्षं ती आपल्या मैत्रिणी आणि इतर उद्योगांत मग्न असते. जेसिका, आयुष्यात एखाद्याला सगळं काही मिळत नाही.''

''म्हणजे मला नाही समजलं, तुम्हाला काय म्हणायचंय सर?''

"जेसिका, व्यावसायिक क्षेत्रात मी जितका यशस्वी झालो, तसा वैयक्तिक जीवनात होऊ शकलो नाही. चल, तो विषय जाऊ दे. आपण आज इथं उत्तम भारतीय जेवणाचा आस्वाद घायला आलो आहोत," समीर म्हणाला आणि त्यानं मुद्दाम तो विषय संपवला; पण तसं करण्यापूर्वी 'आपण वैवाहिक जीवनात सुखी नाही' हे त्यानं जेसिकाला अप्रत्यक्षरीत्या सांगितलं. त्या वेळी त्याला मनोजनं पूर्वी दिलेला सल्ला आठवला होता.

* * *

त्यानंतर दीड महिन्याने समीर, मिसेस कार्व्हालो, सिल्व्हेस्टर आणि जेसिका केनियाच्या पूर्व किनाऱ्यावरील मोंबासा या रमणीय ठिकाणी 'युनेप'नं आयोजित केलेल्या एका विभागीय सेमिनारसाठी गेले होते. ते एक दिवसाचंच होतं. दुसऱ्या दिवशी समीरची मोंबासात एक मीटिंग होती. सेमिनार संपल्यावर मिसेस कार्व्हालो आणि सिल्व्हेस्टर संध्याकाळच्या फ्लाइटनं नैरोबीला परत गेले. जेसिकाला ज्या 'सेव्हरिन रिझॉर्ट'मध्ये सेमिनार आयोजित केलं होतं त्याचं बिल भागवणं तसेच समीरला त्याच्या मीटिंगच्या वेळी मदत करणं अशी कामं असल्यानं तीदेखील मागं राहिली होती. समीर आणि जेसिका 'सेव्हरिन रिझॉर्ट'मध्येच उतरले होते. सेमिनार संपलेल्या संध्याकाळी त्या दोघांनी रिझॉर्टसमोरच्या सुरेख पांढऱ्याशुभ्र समुद्रकिनाऱ्यावर एक चक्कर टाकून यायचं ठरवलं होतं. ठरल्याप्रमाणं ते दोघे बाहेर पडले. समीर दिवसभर सुटात होता; पण संध्याकाळी त्यानं शॉवर घेऊन नेव्ही ब्लू टी-शर्ट, क्रीम कलरची कार्गो पॅन्ट आणि रिबॉकचे बूट घातले होते. जेसिकानं फुलाफुलांचा झिरझिरीत फ्रॉक घातला होता. मोंबासाची हवा दिवसा गरम असली तरी संध्याकाळी समुद्रकिनाऱ्यावर छान वारा सुटायचा. आकाशात नारंगी छटा उमटली होती. दूरवर मोंबासा बंदराकडे जाणाऱ्या मोठ्या बोटी दिसत होत्या. समुद्रकिनाऱ्यावरची नारळीची झाडं लयबद्धपणे वाऱ्याच्या तालावर डोलत होती. ते दोघे गप्पा मारत चालायला लागले. इतक्यात शंख-शिंपल्यांच्या वस्तू विकणारा एक मुलगा त्यांच्याकडे पळतपळत आला अन् काहीतरी घ्यायची गळ घालू लागला. समीरनं त्याला 'काही नको आहे' असं वारंवार सांगितलं तरी तो त्यांचा पिच्छा सोडत नव्हता. शेवटी तो पोरगा म्हणाला,

"साहेब, तुमच्या गर्लफ्रेंडसाठी निदान ही माळ तरी घ्या. फार महाग नाही; फक्त दोनशे शिलिंग!" त्यावर ते दोघेही जरा संकोचले; पण समीर ते चेहऱ्यावर न दाखवता त्या मुलाला म्हणाला,

"अरे, माझ्या गर्लफ्रेंडला असल्या शंख-शिंपल्यांच्या माळा आवडत नाहीत. तिला हिरे-मोत्यांच्या माळा आवडतात. होय की नाही, जेसिका?"

जेसिकादेखील त्यावर हसतहसत म्हणाली,

“हो ना. नैरोबीला गेल्यावर त्यासाठी ‘स्टर्लिंग’मध्ये जायचं आपलं ठरलं आहेच, डार्लिंग!” हे ऐकल्यावर तो पोरगा निघून गेला आणि समीर नि जेसिका मनसोक्त हसले. रिझॉर्टवर परत आल्यावर समीर जेसिकाला म्हणाला,

“आज मी खूप दमलो आहे. जरा बारमध्ये जाऊन एखादं ड्रिंक घ्यावं म्हणतो. तूसुद्धा चल कंपनी द्यायला.”

“हो, सर. येईन ना मी. नाहीतर तुम्हाला एकट्याला ड्रिंक घेत बसायला किती कंटाळा येईल!”

ते दोघं बारकडे गेले. बारसमोर समुद्रकिनारा दिसत होता.

“तुझ्यासाठी काय सांगू जेसिका? तू वाइन वगैरे काही घेतेस की नाही कधीकधी?”

“हो, घेते ना सर. मला जीन विथ लेमोनेड चालेल.”

“अरे वा, छान!” समीर म्हणाला. त्यानं वेटरला एक जीन विथ लेमोनेड आणि स्वतःसाठी ‘लार्ज डिम्पल स्कॉच ऑन द रॉक्स’ची आर्डर दिली. त्यांची पेये आल्यावर गप्पा पुढे सुरू झाल्या. स्कॉच पोटात गेल्यावर समीरला जरा उत्साह आला नि त्याचा संकोच गळून पडला. तो जेसिकाला म्हणाला,

“जेसिका, तुला एक वैयक्तिक प्रश्न विचारला तर राग येणार नाही ना?”

“हे काय सर, विचारा ना. त्यात काय? आता आपण एकमेकांना किती चांगलं ओळखतो.”

“थँक्स. जेसिका, तू आजपर्यंत लग्न कसं काय केलं नाहीस? दिसायला छान आहेस, शिकली आहेस; तुला बऱ्यापैकी नोकरी आहे. तरीही अविवाहित कशी काय राहिलीस?” समीरने थेट विषयालाच हात घातला.

“त्याचं काय झालं सर, माझे वडील एका खासगी कंपनीत क्लार्क होते. सहा वर्षांपूर्वी ते हृदयविकारानं अचानक वारले. माझ्या पाठीवर दोन लहान भाऊ. आई अशिक्षित आणि घरची परिस्थिती बेताचीच. त्या वेळी मी बी.कॉम.ला होते. परीक्षा झाल्यावर लगेच नोकरी करू लागले. घरची जबाबदारी माझ्यावर आली. मग भावांचं शिक्षण, आईचं आजारपण यात माझा सारा वेळ आणि पैसा गेला. आता भाऊ नोकरी करायला लागले; पण या साऱ्या जबाबदाऱ्या पार पाडतापाडता माझा उमेदीचा काळ निघून गेला. त्यात दोन मैत्रिणींच्या बाबतीत शोकांतिका झालेल्या. एकीचा लग्नानंतर दोन वर्षांत घटस्फोट झाला, तर दुसरीच्या नवऱ्यानं लग्न होऊन एक वर्ष व्हायच्या आतच एका घटस्फोटितेबरोबर विवाहबाह्य संबंध ठेवले, तेव्हापासून मी लग्नाचा धसका घेतला.” जेसिकाने आपलं मन मोकळं केलं.

“पण तुला कधीकधी आपल्याला एखाद्या पुरुषाचा सहवास मिळावा असं

वाटत नाही?'' समीर अंदाज घेत म्हणाला.

''वाटतं ना; पण करणार काय? आता मी पस्तिशी गाठली आहे. आता मला कोणी जोडीदार मिळेल असं वाटत नाही.'' जेसिका खंतावून म्हणाली.

''म्हणजे तुला कोणी बॉयफ्रेंड नाही?'' समीरने अविश्वास व्यक्त केला.

''नाही, सर. तुमच्यापासून काय लपवायचं?''

''मिळेल, मिळेल; जेसिका. प्रत्येक गोष्टीची वेळ यावी लागते. तुझ्या साऱ्या विवंचना मिटतील.'' समीर धोरणीपणाने म्हणाला.

त्यानंतर समीरनं तो विषय पुढे वाढवला नाही; पण जेसिकाला कोणी बॉयफ्रेंड नाही हे समजल्यावर त्याला खूप आनंद झाला होता.

***

त्यानंतर जेव्हा संधी मिळेल, तेव्हा समीर बाहेरगावी जाताना जेसिकाला घेऊन जायला लागला. एकदा तो तिला दक्षिण आफ्रिकेतल्या प्रिटोरियाला आणि इजिप्तमध्ये कैरोलादेखील घेऊन गेला. तिथं असताना एका संध्याकाळी ते दोघे गिझा भागातील जगप्रसिद्ध पिरॅमिडस आणि 'स्फिंक्स' पाहून आले. जेसिका समीरबरोबर प्रवासाची संधी मिळतेय यामुळे खूश होती. अलीकडे नैरोबीत असताना समीर अधूनमधून तिला लंचला बाहेर घेऊन जायचा. एरवी तो दुपारी घरी जेवायला जायचा. कधी सुलभा घरी असायची किंवा नसायची. समीर आणि जेसिका यांना एकत्र पाहून कुणाला कसलीही शंका यायचं कारण नव्हतं. हळूहळू ते दोघं एकमेकांच्या जवळ येत चालले होते; पण समीरनं अजूनही तिला आपण तिच्या प्रेमात पडू इच्छित आहोत याचा सुगावा लागू दिला नव्हता. एकदा जेसिकाच समीरला म्हणाली,

''सर, तुम्ही एकटे कामानिमित्त परदेशी जाता ना, तेव्हा मला अजिबात करमत नाही. सारखी तुमची आठवण येते. निदान मला फोन करून, तुम्ही कसे आहात हे तरी कळवत जा!''

समीर तिला म्हणाला,

''हो जेसिका, मी नक्कीच तुला फोन करत जाईन.'' सुलभा समीरला असं कधी म्हणाल्याचं त्याच्या लक्षात नव्हतं. तो नैरोबीत असो वा नसो, सुलभाला त्याचं काही वाटत नव्हतं. ती आपल्या विश्वात मग्न होती.

आता जेसिकाला कामाला सुरुवात करून पाच महिने झाले होते. एकदा ती आणि समीर लंचला गोंग रोडवरच्या 'मिसोनो' या प्रसिद्ध जपानी रेस्टॉरंटमध्ये जेवायला गेले होते. ते पहिल्या मजल्यावर एका कोपऱ्यात बसले. त्या दिवशी तिथं अजिबात गर्दी नव्हती. त्यांचं जेवण यायला अजून वेळ होता. समीर डाएट कोक आणि जेसिका मँगो ज्यूस घेत गप्पा मारत बसले होते. त्या दिवशी समीरनं थोडं

धाडस करायचं ठरवलं. तो जेसिकाला म्हणाला,

"जेसिका, आपल्याला एकमेकांचा सहवास खूप आवडतो. मला आता भीती वाटू लागली आहे की, मी तुझ्या प्रेमात पडतोय की काय?"

त्यावर जरा लाजत जेसिका म्हणाली,

"सर, माझ्या मनातदेखील हीच गोष्ट किती दिवस झाले घोळत होती; पण या विषयावर कसं बोलायचं याचा संकोच वाटत होता. सर, तुम्हाला खरं सांगू, तुमच्यासारख्या उत्तम करिअर असलेल्या, उच्च पदाची जबाबदारी सांभाळणाऱ्या मोठ्या व्यक्तीला तुमच्यावर प्रेम करणारी एखादी सहचारिणी हवी; त्यामुळे तुमचं करिअर अधिक खुलेल. तुमच्या आयुष्यात तुम्ही मागं सांगितल्याप्रमाणे जी पोकळी निर्माण झाली आहे, ती भरून काढायची मला संधी मिळाली तर मी स्वतःला भाग्यवान समजेन!"

हे ऐकल्यावर समीर रोमांचित झाला. त्यानं जेसिकाचा हात हातात घेतला आणि म्हणाला,

"मला तुझ्याशी एकांतात खूप काही बोलायचं आहे." त्याने धाडस केलं.

"तुम्ही सांगाल तिथं मी यायला तयार आहे, सर." ती पटकन म्हणाली.

"ठीक आहे; पण तुला एक सांगतो, इथून पुढे आपण दोघे एकत्र असताना तू मला 'सर' म्हणायचं नाही, फक्त समीर म्हणायचं."

"ठीक आहे, सर. सॉरी, समीर!"

"छान! हे पाहा जेसिका, आपण दोघं दोन-तीन दिवसांसाठी 'स्वीट वॉटर्स'ला जाऊ या?" दोन वर्षांपूर्वी समीर आणि सुलभा तिकडे गेले होते. ते ठिकाण नान्युकी शहराजवळ होतं. नैरोबीहून तिथं पोहोचायला जेमतेम तीन तास लागायचे. तिथल्या पंचतारांकित 'सेरेना रिसॉर्ट'मध्ये आरामशीर नि प्रशस्त तंबूत राहण्याची उत्तम सोय होती. स्वतंत्र टॉयलेट, बाथरूम अशा अत्याधुनिक सोयींनी सुसज्ज असे ते तंबू तिथं जाणाऱ्यांचं प्रमुख आकर्षण समजलं जायचं. शिवाय तो रिसॉर्ट स्वीट वॉटर्स राष्ट्रीय अभयारण्याच्या आवारात असल्यानं कित्येक वन्य पशू-पक्षी तिथं पाहायला मिळायचे. रिसॉर्टमधील तंबूंची रचना अशी होती की, ते सारे एका छोट्या जलाशयाशेजारी तयार केले होते. रोज सकाळी आणि संध्याकाळी तिथं कित्येक जातींची हरणं, झेब्रे, जिराफ आणि वेगवेगळ्या प्रकारचे वन्य पक्षी पाणी प्यायला यायचे. तंबूच्या व्हरांड्यात खुर्च्या टाकून अवघ्या शंभर फुटांवरचं ते दृश्य पाहायला खूप छान वाटायचं. तिथून माउंट केनिया या सतरा हजार फूट उंचीच्या बर्फाच्छादित शिखर असलेल्या पर्वताच्या मागून होणारा सूर्योदय खूपच छान दिसायचा. समीर आणि सुलभा तिथं तीन दिवसांसाठी गेले होते; पण गेलेल्या दुसऱ्या दिवशी सुलभा समीरला म्हणाली की, 'तेच तेच प्राणी आणि पक्षी पाहून मला कंटाळा आला आहे.

आपण आजच नैरोबीला परत जाऊ.' समीरला वन्य जीवनाची आणि निसर्गाची खूप आवड होती; पण उगाच वाद घालण्यात काही अर्थ नाही, असा विचार करून त्यानं त्या संध्याकाळी नैरोबीला परत जायचं कबूल केलं. शहरी जीवनाची, त्यातल्या त्यात मोबाइल, नेटफ्लिक्स, फेसबुक, व्हॉट्स-अॅप अशा आधुनिक सुख-सोयींची चटक लागलेल्या सुलभाला स्वीट वॉटर्सला गेल्यावर पाण्याबाहेर काढलेल्या माशासारखं झालं होतं.

"खरंच का सर? नाही, समीर?" जेसिका अविश्वासाने म्हणाली.

"हो मग, तुला काय चेष्टा वाटली?"

"तसं नाही. मीदेखील त्या रिसॉर्टबद्दल खूप ऐकलं आहे; पण तिथं राहणं मला परवडण्यासारखं नाही म्हणून तिकडे जायचा कधी विचारदेखील केला नाही." तिथं एका दिवसाचा जेवण-खाण्याचा आणि राहण्याचा खर्च प्रत्येकी जवळजवळ १२५ डॉलर्स होता.

"आता तू त्याची काळजी करू नको; पण तुला माहिती आहे का? तिकडचे तंबू 'हनिमून कपल्स'साठी तयार केले आहेत म्हणे! त्यासाठी तिकडे जाणाऱ्यांचं प्रमाण खूप मोठं आहे," समीर हसतहसत म्हणाला. त्यावर जरा लाजून खाली पाहात जेसिका म्हणाली,

"आपणदेखील त्यासाठीच तिकडे जाणार आहोत असं समजू या!" आता मात्र समीरची दांडी उडाली! जेसिकाकडून त्याला एवढं स्पष्ट उत्तर अपेक्षित नव्हतं. तिकडे जायच्या विचारानं आणि जेसिकाच्या अशा सूचक बोलण्यानं तो खूपच उत्तेजित झाला.

"मग कधी जायचं ठरवताय, समीर?"

समीरनं आपला मोबाइल काढला. त्यात त्याच्या महत्त्वाच्या कामांच्या आणि बैठकांच्या नोंदी होत्या. त्या पाहून तो म्हणाला,

"पुढच्या महिन्यातील ११ आणि १२ तारखांना शनिवार-रविवार आहे. त्या वेळी जाऊ. शुक्रवारी दुपारीच इथून निघू आणि नंतर सोमवारी सकाळी लवकर तिथून निघू."

"पण तुम्ही घरी काय सांगणार?"

"ते तू माझ्यावर सोपव. त्याबद्दल तू निश्चिंत राहा."

खरं म्हणजे ऑक्टोबरच्या चार तारखेला सुलभा भारतात जाणार होती. आधी इंदूरला तिच्या मावस बहिणीच्या मुलाच्या लग्नाला हजर राहून, ती मुंबईच्या थोरल्या भावाकडे चार दिवस, पुण्याला धाकट्या बहिणीकडे चार दिवस असं करत करत नाशिकला आई-वडिलांकडे दोन आठवडे राहायला जायचा तिचा कार्यक्रम खूप आधी ठरला होता. त्यात तिचा जवळजवळ एक महिना जाणार होता.

ऑफिसला परतल्यावर समीरनं त्याच्या नेहमीच्या सफारी एजंटला फोन करून सेरेना स्वीट वॉटर्स रिसॉर्टचं बुकिंग केलं. तिकडे जायला अजून तीन आठवडे बाकी होते. आता तो १० तारीख कधी एकदा उजाडते याची आतुरतेनं वाट पाहू लागला. त्याच दिवशी त्यानं मनोजला एक ई-मेल पाठवली. त्यात त्यानं म्हटलं होतं,

'तुझा सल्ला शिरसावंद्य मानून मी एक गळ टाकला होता. गळाला मोठा मासा लागला आहे. ती माझी सेक्रेटरी आहे. तिचा फोटो सोबत जोडलाय. तो पाहून तुला माझा हेवा वाटणार यात शंकाच नाही. आम्ही दोघे पुढच्या महिन्यात १० ते १३ या तारखांदरम्यान हनिमून कपल्ससाठी प्रसिद्ध असलेल्या सेरेना स्वीट वॉटर्स रिसॉर्ट या रम्य ठिकाणी राहायला जाणार आहोत. तिचं, म्हणजे जेसिकाचं म्हणणं असं आहे की, आपण आपल्या हनिमूनलाच तिथं जाणार आहोत असं समजायचं! यात सर्व काही आलं! मी तिकडे जाण्यासाठी आतुर झालो आहे. तिकडे जाण्यापूर्वी आपलं बोलणं होईलच; पण तिकडून परत आल्यावर तुला सारा इतिवृत्तान्त (काही गोष्टी सेन्सॉर करून) कळवेन.'

***

सप्टेंबरच्या २५ तारखेला समीरला त्यांच्या ऑफिसच्या मानवी साधन संपत्ती विभागाची प्रमुख मेरी रुरिगीचा फोन आला.

"डॉ. सावकार, येत्या ३० तारखेला जेसिका म्वांगीचं प्रोबेशन संपतंय. तिची नेमणूक झाल्यापासून सहा महिने पूर्ण होत आहेत. आपल्याला तिच्या कामाचं मूल्यमापन करून तिची नेमणूक पक्की करायची की नाही याचा विचार केला पाहिजे. उद्या सकाळी १० वाजता मूल्यमापन समितीची मीटिंग होईल. मिसेस कार्लाव्हो आणि मिस्टर ओंझिवूआ मीटिंगला येणार आहेत. त्या वेळी तुम्हीदेखील हजर राहावं हे सांगण्यासाठी मी फोन केला."

"ठीक आहे, मी येईन. मीटिंग बोर्डरूममध्येच होणार आहे ना?"

"हो, डॉ. सावकार."

"ओके, मेरी. मी येईन मीटिंगला," असं म्हणत समीरनं फोन ठेवला. जेसिकाच्या नेमणुकीवर शिक्कामोर्तब करणं हा संघटनेच्या औपचारिकतेचा भाग होता, हे तो विसरूनच गेला होता. दहा मिनिटांत ते काम उरकून टाकू असा समीरनं विचार केला आणि तो पुढच्या कामाला लागला.

दुसऱ्या दिवशी ठरल्याप्रमाणं मीटिंगला सारे जमले. त्यात समीर आणि मेरी रुरिगीव्यतिरिक्त मिसेस कार्लाव्हो, सिल्व्हेस्टर आणि मुख्य प्रशासकांचे प्रतिनिधी फ्रान्सिस फोस्टर यांचा समावेश होता. मेरीनं मीटिंगची सुरुवात केली. प्रत्येकानं जेसिकाच्या कामाबद्दल आणि तिच्या योग्यतेबद्दल आपापलं मत आणि अनुभव

सांगायला सुरुवात केली. मिसेस कार्लाव्हो म्हणाली,

"जेसिकाला इलेक्ट्रॉनिक फायलिंग करता येत नाही. माझ्या कित्येक महत्त्वाच्या कागदपत्रांना तिनं इकडचं तिकडे करून टाकलंय; त्यामुळे एखादं डॉक्युमेंट किंवा रिपोर्ट चटकन शोधणं खूप अवघड होऊन बसलंय. तिला मी कागदपत्रांची विषयानुसार वर्गवारी कशी करायची असते हे हजार वेळा समजावून सांगितलं; पण ते तिच्या डोक्यातच शिरत नाही."

सिल्व्हेस्टर म्हणाला,

"माझादेखील तोच अनुभव आहे. शिवाय तिला ड्राफ्टिंग अजिबात जमत नाही. साधं एक पानाचं पत्र असो किंवा एखाद्या मीटिंगचा रिपोर्ट असो; धड चार ओळी लिहिता येत नाहीत. साधे प्रशासकीय मेसेजेसदेखील मला डिक्टेट करावे लागतात. त्यात माझा खूप वेळ जातो."

त्यावर मेरीनं समीरला विचारलं,

"डॉ. सावकार, या बाबतीत तुमचा काय अनुभव आहे?"

"या गोष्टी काही प्रमाणात माझ्याही लक्षात आल्या होत्या; पण ती शिकतेय हल्ली तिच्या कमी चुका होताहेत. कामाचा अजून काहीसा अनुभव आल्यावर ठीक होईल असं वाटतंय."

"ती व्हर्जिनिया कशीही असली तरी कामात चोख होती. मला तरी जेसिकाबरोबर काम करणं शक्य होणार नाही." मिसेस कार्व्हालो म्हणाली.

त्यावर मेरीनं फ्रान्सिस फोस्टरला विचारलं,

"प्रशासन आणि फायनान्स यांचा काय अनुभव आहे?"

फ्रान्सिस म्हणाला,

"माझ्याकडे फायनान्सनं पाठवलेल्या नोटमध्ये म्हटलंय की, 'जेसिकाला साधं अकाउंटिंग जमत नाही. काही सेमिनार वगैरेच्या अकाउंट्समध्ये तिनं खूप गोंधळ घातला आहे. आवश्यक ती व्हाउचर्स सांभाळून ठेवली नाहीत किंवा योग्य त्या वेळी घेऊन ठेवली नाहीत; त्यामुळे ऑडिटरनी ताशेरे मारले आहेत. या त्रुटी वेळोवेळी तिच्या निदर्शनास आणून दिल्या गेल्या; पण संधी देऊनदेखील सुधारणा होत नसल्यानं फायनान्स तिच्या नोकरीचा करार पक्का करायला संमती देऊ शकत नाही.' प्रशासकीय कार्यालयाचादेखील हाच निष्कर्ष आहे."

त्यावर मेरीनं पुन्हा समीरला विचारलं,

"आता काय करायचं डॉ. सावकार?"

"मला वाटतं, आणखी चार महिन्यांसाठी प्रोबेशन वाढवून तिला सुधारायची एक संधी द्यावी." समीरने रदबदली केली. त्यावर इतर सारे म्हणाले की, आमची त्याला संमती नाही. तिला कमी करून नव्या निवडीची प्रक्रिया सुरू करावी असा

एकच सूर त्यांच्या बोलण्यातून निघत होता. या साऱ्या प्रकारामुळे समीरचं धाबं दणाणलं. इतरांच्या प्रखर विरोधापुढे त्याचं काही चालेना. बरं, आपण तिला पाठीशी घालत आहोत अशी इतरांना शंका आली, तर त्यातून वेगवेगळे अर्थ निघण्याची शक्यता होती.

"ठीक आहे, तिला कळवून टाका की, प्रोबेशनदरम्यान तिचं काम समाधानपूर्वक नसल्यानं तिला नोकरीवर ठेवून घेता येणार नाही." समीर मेरीकडे पाहत म्हणाला.

"ते आम्ही करूच; पण त्या पत्रासोबत तुमच्या सहीचा तिच्या मूल्यमापनाचा अहवाल जोडावा लागेल. तिच्या चुका तिच्या निदर्शनास आणून द्याव्या लागतील. मला वाटतं, मिसेस कार्लाव्हो आणि मिस्टर ओंझिवूआ त्याचा ड्राफ्ट करतील, तुम्ही फक्त त्यावर सही करावी." मेरी समीरला म्हणाली.

"ठीक आहे," समीर म्हणाला.

"तिला ३० सप्टेंबरला संध्याकाळी ते पत्र आणि रिपोर्ट देऊन यापुढे कामावर येण्याची गरज नाही असं लेखी कळवावं लागेल. तोपर्यंत हा निर्णय आपण सर्वांनी गोपनीय ठेवावा." मेरी उठताउठता म्हणली.

तो संपूर्ण दिवस समीरचं कामात लक्ष लागत नव्हतं. जेसिकानं एक-दोनदा 'तुम्ही ठीक आहात ना?' 'प्रकृती ठीक नाही का?' असं काहीतरी विचारलं होतं; पण समीरनं त्याला उडवाउडवीची उत्तरं दिली होती. तो दिवस शुक्रवारचा. सोमवारी समीरनं बाहेरच्या मीटिंग्ज ठेवल्या होत्या. त्यासाठी तो एकटाच तिकडे गेला. त्यानं मंगळवारची, म्हणजे जेसिकाच्या शेवटच्या दिवसाची रजा काढली. मेरीचं पत्र जेसिकाला मिळाल्यावर तिची होणारी प्रतिक्रिया पाहणं त्याला टाळायचं होतं. आता या साऱ्या प्रकाराचा त्याच्या आणि जेसिकाच्या संबंधांवर काय परिणाम होणार आहे हे त्याला स्पष्ट दिसत होतं.

१ ऑक्टोबरला समीर कामावर गेला. अर्थात जेसिकाची खोली रिकामीच होती. ३ तारखेला त्यानं जेसिकाला फोन केला.

"हॅलो जेसिका, मी समीर बोलतोय."

"हो कळलं. कशाला फोन केलात?"

"जेसिका, तुझा मोठा गैरसमज होणं स्वाभाविक आहे. मला तुला भेटायचं आहे आणि सारा खुलासा करायचा आहे."

"आता काय उपयोग आहे त्या खुलाशाचा?" ती चिडून म्हणाली.

"अगं, माझी बाजू तरी ऐकून घे. आपण असं करू, उद्या दुपारी लंचच्या वेळेत, साडेबाराला 'द ग्रेट वॉल' या तुझ्या आवडीच्या चायनीज रेस्टॉरंटमध्ये भेटू." समीर अजीजीने म्हणाला.

"त्यातून काही निष्पन्न होणार नाही याची मला खात्री आहे. तुम्ही मला गोड

बोलून फसवलं आहे. चुका कुणाकडून होत नाहीत? मला सुधारायची संधी द्यायची शिफारस तरी करायची होती तुम्ही. माझ्या चुकांची केवढी मोठी यादी जोडली होती त्या मेरीच्या पत्राला.'' ती तणतणली.

''अगं, ती यादी मी केली नव्हती. त्याचाच तर खुलासा करायचाय.''

''खोटं कशाला बोलता? तुमची सही आहे त्या अहवालावर. विभागप्रमुख असून काही नाही करता आलं? म्हणे, माझं तुझ्यावर प्रेम आहे! तरी बरं झालं, गोडगोड बोलून तिकडे 'स्वीट वॉटर्स'ला नेऊन माझा गैरफायदा घ्यायच्याआधीच हे सारं घडलं. नाहीतर मला पश्चात्ताप झाला असता. पुरुषजात धोकादायक असते असं मला वाटतच होतं, आता तर चक्क खात्रीच झाली माझी. मला तुम्हाला भेटायची मुळीच इच्छा नाही. कृपा करून इथून पुढे मला फोनदेखील करू नका,'' जेसिका म्हणाली आणि तिनं फोन बंद केला.

समीरनं ऑफिसला गेल्यावर त्याच्या सफारी एजंटला फोन करून सेरेना स्वीट वॉटर्स रिझॉर्टचं बुकिंग रद्द करायला सांगितलं. आता त्याला साधं पाणीदेखील कडू लागत होतं!

समीरला २० तारखेला मनोजचा फोन आला.

''काय रे समीर, गेल्या दहा-बारा दिवसांत तुझा फोन नाही, ई-मेल नाही? तू तुझ्या 'समांतर जीवना'त इतका गुंतून गेला आहेस की, बालमित्राचाही विसर पडावा? की 'बॅक-लॉग' भरून काढण्यात बिझी आहेस? 'स्वीट वॉटर्स'हून परत आलास की तिथला मुकाम अजून वाढवलास?''

''मनोज, तुझ्या प्रश्नांची सरबत्ती थांबव. मी तुला फोन करणारच होतो; पण काही महत्त्वाच्या कामात बिझी होतो.''

''बरं, बरं. ते असू दे. तुझी 'खास' ट्रीप कशी झाली हे आधी सांग.''

समीरनं क्षणभर विचार केला आणि तो म्हणाला,

''मनोज, मी तिकडे गेलोच नाही. म्हणजे कामामुळे वगैरे नाही; मी जेसिकाबरोबर तिकडे न जायचा निर्णय घेतला.''

''का रे? तिकडे कोणीतरी ओळखीचं भेटेल अशी भीती वाटली की काय तुम्हा दोघांना?'' मनोजनं विचारलं.

''तसं काहीही नाही. मी सांगतो ते ऐकून घे. अगदी शेवटच्या क्षणी माझी सद्सद्विवेकबुद्धी जागी झाली आणि माझ्या हातून किती घोर पातक होऊ घातलंय याची मला जाणीव झाली. एका निरागस तरुणीचा मी केवळ माझं उच्च पद वापरून गैरफायदा घेण्यापूर्वीच मला सुबुद्धी आली. सर्वांत आधी माझ्या एजंटला फोन करून तिथलं बुकिंग रद्द करायला सांगितलं. माझा निर्णय जेसिकाला सांगितल्यावर ती खूप अस्वस्थ झाली; पण तिकडे जाऊन माझ्या हातून घोर

अपराध झाल्यानंतर मीदेखील अस्वस्थ होऊ शकलो असतो.'' समीर म्हणाला.

''म्हणजे सगळं जमत आलेला योग तू शेवटच्या क्षणी धुळीला मिळवलास?'' मनोजनं अविश्वासानं विचारलं.

''हो, केवळ क्षणिक सुखाच्या मोहापायी मला नंतर पश्चात्ताप करत बसायचं नव्हतं.'' समीर ठामपणे म्हणाला.

''समीर, सरळसरळ कबूल कर ना की, तुझ्यात ती धमकच नाही म्हणून!'' मनोजने डिवचलं.

''तुला काय म्हणायचंय ते म्हण; पण मला कधीही 'समांतर जीवन' जगायचं नाही आणि इथून पुढे तू मला त्या भरीला पाडू नकोस!'' समीर निर्णायक स्वरात म्हणाला.

(रुची, दिवाळी अंक, २०१४)

◆

रॉटरडॅमहून आलेल्या बसच्या ड्रायव्हरनं सांगितलेल्या ठिकाणी मी माझी सूटकेस घेऊन खाली उतरलो. आकाश निरभ्र होतं. सूर्याचा प्रकाश रस्त्याच्या इमारतींच्या काचांवर पडून तो परावर्तित होत होता. हॉलंडमध्ये जून महिन्यात रात्री आठच्या पुढे सूर्यास्त व्हायचा. शुक्रवार असल्यानं 'वीकएण्ड' सुरू झाला होता. संध्याकाळचे साडेसात वाजले होते. द हेग या मोठ्या शहराच्या मध्यभागी असलेला रस्ता; पण त्यावर चिटपाखरूही दिसत नव्हतं. एखादं जाणारं-येणारं वाहन दिसलं तर दिसलं. दुरून एक ट्रॅम धडधडत गेल्याचा आवाज आला. आता जुबेरस्त्रात हा रस्ता कुठं आहे हे कुणाला विचारायचं या संभ्रमात पडलो. इतक्यात फुलाफुलांचा फ्रॉक घातलेली एक सत्तरीची बाई एका इमारतीतून बाहेर पडली. ती काठी टेकत-टेकत चालू लागली. तिला पत्ता विचारावा या उद्देशानं मी पटकन तिच्याकडे गेलो; पण मला पाहताच एखादा गुंड आपल्याला लुबाडण्यासाठी आपल्याकडे येतो आहे असा भाव चेहऱ्यावर आणून ती लगबगीनं आल्या पावली त्या इमारतीत गेली आणि तिनं दार बंद करून घेतलं. मी बस ड्रायव्हरला मला जुबेरस्त्रातला जायचंय, त्याच्या जवळपास सोड अशी विनंती करून मोठी चूक केली होती. मी एकच नाही तर बऱ्याच चुका केल्या होत्या. मुळातच द हेगला जाण्यासाठी रॉटरडॅमऐवजी ॲमस्टरडॅमचा विमानतळ अधिक सोयीचा. वेगवान रेल्वेनं तिथं पोहोचायला फक्त चाळीस मिनिटे लागतात हे मला माहितीच नव्हतं. तिकडे जाण्यापूर्वी मी तीन आठवडे अमेरिकेत राहिलो होतो. भारतात परत जाताना मी लंडनला उतरून हेगला जायचं ठरवलं होतं. द हेगला विमानतळ नाही म्हणून नकाशात त्याच्या जवळ रॉटरडॅम दिसलं, म्हणून त्याचं तिकीट काढलं; पण ते काढलं तरी तिथून रेल्वेनं द हेगला जायचं

बाय-बाय

बिजू!

सोडून बस घेतली, का तर ती थोडी स्वस्त होती; पण ती निघाली आडवळणाच्या खेड्यापाड्यांतून द हेगकडे जाणारी! तिला दोन-दोन मिनिटाला स्टॉप. अंतर जेमतेम तीस किलोमीटर असेल; पण त्या प्रवासाला तिला तीन तास लागले. आल्या आल्या ग्रामीण हॉलंडचं दर्शन झालं हाच एक जमेचा भाग!

त्या वेळी, म्हणजे जून १९८१ मध्ये 'द हेग ॲकॅडमी ऑफ इंटरनॅशनल लॉ' या विख्यात अकादमीच्या तीन आठवड्यांच्या अभ्याससत्रासाठी माझी निवड झाली होती. अकादमीनं अंशतः अर्थसाह्य देऊ केलं होतं आणि राहायची सोय 'पेइंग गेस्ट'च्या धर्तीवर जुबेरस्त्रात मार्गावरच्या मिस्टर प्लान्तेंगा यांच्या घरी केली आहे असं मला कळवलं होतं. त्यांचा पत्ताही सोबत दिला होता; पण सध्या तो रस्ता कुठं आहे हे कुणाला विचारावं या संभ्रमामध्ये मी पडलेलो. जवळपास टॅक्सी स्टँडदेखील दिसत नव्हता.

जवळजवळ पंधरा-वीस मिनिटे अशीच गेली. आता नेमकं काय करावं असा विचार करत असतानाच एक पंचवीस-सव्वीसचा, भारतीय असावा असं वाटणारा तरुण रस्त्यावरून जाताना दिसला. मी त्याला हात केल्यावर तो थांबला आणि माझ्याकडे आला. त्याचे कपडे साधेच होते. चेहरा उत्तर भारतीय वाटत होता. उंची बेताचीच, चेहरा गोल, उभे केस बारीक कापलेले आणि तीन-चार दिवसांची दाढी वाढलेली. मी त्याला इंग्रजीत जुबेरस्त्रात कुठं आहे हे विचारलं. त्यावर तो मला पंजाबामिश्रित हिंदीत म्हणाला,

"इंग्रजी येत नाही, मोडकीतोडकी डच भाषा येते; पण तुला हिंदी येतं का?"

"अर्थातच. फार छान झालं तू भेटलास. माझं नाव उमेश. भारतातून आलोय. मी एक पत्ता शोधतोय; पण मला मदत करायला कोणीच दिसत नव्हतं. तू देवासारखा मदतीला आलास!" मी माझ्या मोडक्या-तोडक्या हिंदीत म्हणालो. अर्थात, माझं हिंदी तसं कामचलाऊ असल्यानं संभाषणात अडचण येत नव्हती.

"चला पाहू या, तुम्हाला कुठं जायचंय? बरं, माझं नाव विजय. मला सारे बिजू म्हणतात. मी मूळचा हरियाणातल्या रोहतकचा. इथं गेली चार वर्षं एका बेकरीत काम करतो. बरं, ते राहू दे, तुम्हाला जिथं जायचं आहे, तो पत्ता दाखवा!"

मी त्याला पत्ता दाखवल्यावर तो म्हणाला,

"हे ठिकाण तसं इथून फार जवळ नाही; ट्रॅमनं जावं लागेल."

"अरे बापरे, त्या ड्रायव्हरनं मला चुकीच्या ठिकाणी सोडलेलं दिसतंय! बरं, ट्रॅमचं स्टेशन कुठं आहे?"

"फार दूर नाही. चला, तुमची सूटकेस माझ्याकडे द्या. मी तुम्हाला जुबेरस्त्रातला घेऊन जातो," तो म्हणाला आणि त्यानं माझी सूटकेस आपल्याकडे घेतली. मी त्याला 'नको नको' म्हणालो; पण तो ऐकायला तयार नव्हता. मी माझी खांद्यावरची

बॅग घेतली आणि आम्ही ट्रॅम स्टेशनकडे जाऊ लागलो. जाताजाता त्याला मी इथं कशासाठी आलो आहे, भारतातील कुठल्या शहरातून आलो आहे हे सांगितलं. तोदेखील आपल्याबद्दल सांगू लागला. तो चार वर्षांपूर्वी बेकायदेशीरपणे हॉलंडमध्ये आला होता. जालंदरच्या एका लबाड मध्यस्थानं बरेच पैसे घेऊन बारा तरुणांना इंग्लंडला नेलं. (त्या वेळी भारतीय नागरिकांना इंग्लंडला जायला व्हिसा लागत नव्हता.) नंतर त्यांना फेरी बोटीनं झिब्रुग या बेल्जियन बंदरात एका कंटेनर ट्रकमध्ये लपवून नेलं आणि तिथून रात्रीच त्यांना हॉलंडच्या हद्दीत सोडलं. त्या मध्यस्थानं त्यांना पाश्चात्त्य देशात स्थलांतर करून, नागरिकत्व देण्याचं आणि मोठ्या पगाराच्या नोकरीचं आश्वासन दिलं होतं. त्या फसवेगिरीला विजय बळी पडला होता, तेव्हापासून मोलमजुरी करून तो कसेबसे दिवस काढत होता. जवळ व्हिसा नाही, कामाचा परवाना नाही; म्हणून काही लहान उद्योजक अशा तरुणांना कमी पगार देऊन युरोपमध्ये राबवतात हेही बिजूने सांगितलं. स्थानिक तरुणांना जास्त पगार, त्यांचा विमा, सामाजिक सुरक्षानिधीची वर्गणी अशा गोष्टींमुळे खूप पैसे खर्च करावे लागतात. मग ते बिजूसारख्यांना बेकायदेशीरपणे कामावर ठेवतात. बेकरीच्या इमारतीतच एका मोठ्या खोलीत तो त्याच्यासारख्या सहाजणांबरोबर राहायचा. त्याची कहाणी ऐकून मला दया आली. मी त्याला विचारलं,

"बिजू, पण तू असं किती दिवस करत राहणार? कधी ना कधी तू अडचणीतही येऊ शकतोस."

"ते खरं आहे; पण जेवढे जमेल तेवढे दिवस काढायचे. पुढे कधीतरी इथून शेजारच्या देशात जाऊन तिथं व्हिसा, कामाचा परवाना वगैरे मिळतो का यासाठी प्रयत्न करावा म्हणतो."

ट्रॅम स्टेशन लगेच आलं. बिजूला मी पैसे दिले. त्यानं ते मशीनमध्ये टाकून आमची तिकिटं घेतली. पाच-सहा मिनिटांत ट्रॅम आली. तीन स्टेशन गेल्यावर बिजूनं मला चौथ्या स्टेशनवर उतरायचं असं सांगितलं. त्याप्रमाणं आम्ही तिथं उतरून जुबेरस्त्रातला गेलो आणि मिस्टर प्लान्तेंगा यांचं घर शोधून काढलं. तिथं पोहोचल्यावर मी बिजूला म्हणालो,

"तू इथं थोडा वेळ थांब. ते घरात नसले तर पंचाईत होईल."

"ठीक आहे, मी थांबतो." बिजू म्हणाला.

मी घरची बेल वाजवली. बऱ्याच वेळानं एका वृद्ध गृहस्थांनी दार उघडलं. मी त्यांना 'आपण मिस्टर प्लान्तेंगा का?' विचारल्यावर ते हो म्हणाले. मी त्यांना अकादमीचं पत्र दाखवलं.

"माझी प्रकृती ठीक नाही म्हणून मी अकादमीला गेल्या आठवड्यातच कळवलं होतं. मी घरी कोणाला ठेवून घेऊ शकणार नाही हेदेखील सांगितलं होतं.

त्यांनी तुमची दुसरीकडे सोय केली असेल,'' असं मला सांगून त्यांनी घराचं दार लावून घेतलं.

फार मोठा घोटाळा झाला होता. कदाचित अकादमीनं मला नवीन पत्ता कळवला असावा; पण त्यांचं पत्र मला मिळालं नव्हतं. त्यांचं ऑफिस आता सरळ सोमवारी सकाळीच उघडलं जाणार होतं. असा काही प्रसंग आला तर असावं म्हणून मी दूरदृष्टीनं तीन रात्रींसाठी यूथ होस्टेलचं बुकिंग केलं होतं. मी बिजूला परिस्थितीची कल्पना दिली. तो म्हणाला,

''चला, तुम्हाला यूथ होस्टेलला घेऊन जातो.'' तो बिचारा माझ्या दिमतीला देवदूतासारखा धावून आला होता.

मग आम्ही ट्रॅमनं यूथ होस्टेलला पोहोचलो. होस्टेलच्या इमारतीत जाण्यापूर्वी मी बिजूला म्हणालो,

''तू थोडा वेळ थांब, मी राहायची सोय कशी आहे हे आधी पाहतो.'' तो एखाद्या आज्ञाधारक सेवकाप्रमाणं थांबला. मी स्वागत कक्षात जाऊन तिथल्या तरुणाला माझं बुकिंगचं पत्र दाखवलं. तो म्हणाला,

''सध्या स्वतंत्र खोल्या उपलब्ध नाहीत. तुमची सोय डॉर्मिटरीत करता येईल.''

''मी आधी पाहू शकतो का ती जागा?'' मी साशंकतेनं विचारलं.

''हो, या समोरच्या पॅसेजमधून सरळ जा; उजव्या बाजूचं शेवटचं दार डॉर्मिटरीचं आहे.''

डॉर्मिटरी म्हणजे एका मोठ्या खोलीत बऱ्याच लोकांची राहायची सोय असणार असा विचार करत मी तिच्या दारात पोहोचलो आणि आत पाहतो तर काय, जवळजवळ तीस-चाळीस तरुण-तरुणी धुंद होऊन गटागटांत बसलेले, काही लोळणारे, काही चरस किंवा गांजा ओढणारे! त्यांच्या अंगावरचे कपडेदेखील मळकट, केस अस्ताव्यस्त वाढलेले आणि तेथील हवेत सर्वत्र आंबूस-धुरकट वास भरलेला. काहींचे डोळे शून्यात लागलेले. मला पाहताच दोघे-तिघे पुढे सरसावले. त्यातला एकजण मला म्हणाला,

''काय रे, तू कुठून आला आहेस?''

मला परिस्थितीचा अंदाज आला होता. आता तिथून पोबारा करण्याला पर्याय नव्हता. मी त्याला म्हणालो,

''आलोय अमेरिकेहून; पण आहे इंडियन.''

''अमेरिकन इंडियन? म्हणजे रेड इंडियन?'' तो चांगलाच नशेत होता.

त्याचा गैरसमज माझ्या लक्षात आला; पण आता अधिक खुलासा करत बसण्यात काही अर्थ नाही म्हणून म्हणालो,

''हो, हो. मी रेड इंडियन आहे.'' काहीतरी बोलायचं म्हणून मी म्हणालो.

“मग तुझं पंखांचं शिरस्त्राण, पंखांचे आणि कातड्याचे कपडे आणि धनुष्य-बाण कुठं आहेत?”

“आहेत ना, बॅगेत आहेत. थांबा, ते घेऊन येतो आणि तुम्हाला घालून दाखवतो. मी इथंच तुमच्याबरोबर राहणार आहे.” मी प्रसंगावधान राखत म्हणालो.

“जा, जा. लवकर घेऊन ये,” असं तो मला म्हणाला आणि इतरांकडे पाहून म्हणाला, “चला, आज एक जिवंत कार्टून बघायला मिळेल!” त्यावर सगळे जोरात हसले; पण एव्हाना मी तिथून सटकलो होतो.

बाहेर जाऊन बिजूला म्हणालो,

“चल, इथं राहण्यात काही अर्थ नाही.” तसेच जाताजाता त्याला आतल्या परिस्थितीची कल्पना दिली. होस्टेलच्या गेटजवळ तीन टॅक्सी उभ्या होत्या. मी बिजूला म्हणालो,

“बिजू, मी सोमवार सकाळपर्यंत अकादमीजवळच्या एखाद्या लहान हॉटेलमध्ये राहतो. चल, खूप उशीर होत आलाय. आता टॅक्सीनंच तिकडे जाईन; पण जाताना तुला जिथं जायचंय तिथं सोडतो.” टॅक्सी आणि हॉटेल यांचा खर्च करणं माझ्या जिवावर आलं होतं; पण प्राप्त परिस्थितीत दुसरा पर्याय नव्हता. तसे अडचणीच्या वेळी लागले तर काही पैसे मी जवळ ठेवले होते.

“ठीक आहे. बरं, हा घ्या माझ्या बेकरीचा फोन नंबर. मालक व्हिक्टर तसा चांगला आहे. मला कुणाचा फोन आला तर निरोप देतो. शनिवारी-रविवारी आपण भेटलो, तर तुम्हाला द हेगमधील छान छान ठिकाणं दाखवून आणेन,” बिजू म्हणाला आणि त्यानं माझ्याजवळच्या विमानाच्या बोर्डिंग पासवर आपला फोन नंबर लिहून दिला.

“बिजू, तू मला भेटला नसतास तर माझे फार हाल झाले असते. तू खूप मदत केलीस! मी नक्कीच तुला फोन करेन. आपण पुढच्या शनिवारी भेटू. त्या दिवशी मी तुला लंचला कुठंतरी घेऊन जाईन.”

“हो, हो. आपण नक्की भेटू. मलादेखील आपल्या देशाविषयी तुमच्याशी गप्पा मारता येतील. खूप मजा येईल!” बिजू खूश होऊन म्हणाला.

बिजूचं ठिकाण आल्यावर मी त्याला सोडून त्याचा निरोप घेतला. टॅक्सी जशी वेगानं जात होती, तसं भाड्याचं मीटरदेखील जोरजोरात पळत होतं. टॅक्सी, तिचं मीटर आणि माझ्या हृदयाचे ठोके यांची गती वाढतच चालली होती. तिकडे दुर्लक्ष करून जाता जाता ड्रायव्हरशी गप्पा मारू लागलो. तो तसा पोरगेलासा होता. मी त्याला विचारलं,

“काय रे, त्या यूथ होस्टेलमध्ये कसली मुलं-मुली येऊन राहतात?”

“तुम्हाला ठाऊक नाही? अहो, हे लोक युरोपमध्ये कुठंतरी शिकत असतात.

लहान-सहान कामं करून थोडेफार पैसे साठवतात आणि 'शू-स्ट्रिंग बजेट'वर बॅकपॅक घेऊन उन्हाळ्याच्या सुटीत युरोपभर फिरतात. रोज संध्याकाळी अशा होस्टेल किंवा स्वस्त हॉटेलमध्ये राहून गांजा-चरस ओढत बसतात! तुमच्यासारखी सभ्य मंडळी इकडे येऊन राहायचा विचारदेखील करत नाहीत!'' मला युरोपियन संस्कृतीची तोंडओळख होत होती. तो मला अकादमीजवळच्या लान-व्हॅन मिरदरव्हुर्त या रस्त्यावरच्या 'ला बर्कास' नावाच्या एका लहान 'पेन्शन' पद्धतीच्या हॉटेलकडे घेऊन गेला. पेन्शन म्हणजे आपल्या तीन-चारमजली घराचं छोट्या हॉटेलमध्ये रूपांतर करायचं. ते चालवणारं जोडपं त्याच इमारतीत राहून हॉटेलचा सगळा कारभार सांभाळत असतं. मी ड्रायव्हरला म्हणालो,

''खोली मिळते की नाही हे आधी पाहून घेतो, तोपर्यंत तू थांब.''

''ठीक आहे,'' तो म्हणाला. माझं सामान गाडीतच होतं. ते तसंच सोडून जावं की नको हे कळेना; पण तो ड्रायव्हर तसा चांगला वाटत होता. मी सामान न घेताच हॉटेलच्या बंद दाराची बेल वाजवली. त्यासरशी आतून जोरजोरात कुत्रा भुंकल्याचा आवाज आला. एव्हाना रात्रीचे साडेदहा वाजले होते आणि आता अंधार पडलेला. दोन मिनिटांत आतून जिन्यावरून कोणीतरी उतरत असल्याचा आवाज आला आणि दार उघडलं गेलं. पाहतो तर दारात एक भला मोठा अल्सेशियन कुत्रा. तो माझ्यावर जोरजोरात भुंकायला लागला. त्याच्या मागं एक लहानशी चाळिशीची बाई त्याची साखळी हातात धरून उभी होती. मी मोठ्या धाडसानं तिला विचारलं,

''सोमवार सकाळपर्यंत एक खोली हवी आहे. तुमच्या हॉटेलमध्ये मिळू शकेल का?''

''हो. मिळेल ना, आत ये. कुत्र्याला घाबरू नकोस. तो दिसायलाच भीतिदायक आहे. त्याच्या अंगावर पाय ठेवून गेलास तरी हूं की चू करणार नाही.'' ती असं म्हणाली खरी; पण माझं धाडस होईना. मग ती त्या कुत्र्याला उद्देशून डच भाषेत काहीतरी म्हणाली. त्यासरशी तो कुत्रा आपली मान खाली घालून जिना चढून कुठंतरी गायब झाला. मला जरा हायसं वाटलं. मी टॅक्सीचं बिल भागवून, सामान घेऊन आत गेलो.

''ये, तिसऱ्या मजल्यावरची ॲटिक रूम मोकळी आहे. भाडं एका दिवसाला ७० गिल्डर्स आहे.''

मी तिला 'चालेल' म्हणालो. सामान घेऊन तिच्या मागोमाग तिसऱ्या मजल्यावर पोहोचलो. खोली तशी छान दिसत होती. सामान ठेवल्यावर ती जाणार इतक्यात तिनं विचारलं,

''तू बराच दमलेला दिसतोस? डिनर झालं आहे की नाही?''

मी 'नाही' असं सांगितल्यावर ती म्हणाली,

''थांब, मी पंधरा मिनिटांत तुझ्यासाठी ब्रेड, चीज, हॅम आणि फ्राइड एग्ज घेऊन येते. त्यासाठी तुला पैसे द्यावे लागणार नाहीत. खूप दमलेला आहेस, ते खाऊन झोपी जा. इथं जवळपास रेस्टॉरंटदेखील नाही!''

एका अनोळख्या देशात आलेल्या पहिल्याच दिवशी बरीच दगदग झाल्यानंतर एका प्रेमळ बाईचा आधार मिळाल्यानं समाधान वाटलं. अंघोळ करून तिनं दिलेलं चविष्ट जेवण खाल्लं आणि झोपी गेलो.

* * *

सोमवारी अकादमीत गेल्यावर मला नवीन पत्ता मिळाला. स्तेविनस्त्रात रस्त्यावरच्या मिसेस ड्रॉस यांच्या घरी माझी राहायची सोय केली होती. सोमवारी सकाळीच अभ्याससत्र सुरू झालं. त्या संध्याकाळी राहायच्या ठिकाणी पोहोचलो. तिथं राहायची सोय चांगली होती. माझ्यासारखे अजून दोघे त्याच घरात राहत होते. एक होता इराणचा पुरिया, तर दुसरा होता युगोस्लाव्हियाचा अलेक्सांद्रोविच. तीन आठवड्यांनी माझं अभ्याससत्र संपलं. खूप शिकायला मिळालं. वेगवेगळ्या देशांच्या समवयस्क मुला-मुलींशी मैत्री झाली. एका शनिवारी मी बिजूशी संपर्क साधण्यासाठी त्याचा फोन नंबर लिहिलेला बोर्डिंग पास शोधला; पण तो कुठंतरी गहाळ झाला होता. मला त्याच्याशी संपर्क साधता आला नाही म्हणून खूप वाईट वाटलं. माझ्या कठीण समयी तो मदतीला धावून आला होता! माझी परतीची फ्लाइट रविवारी सकाळी ११ वाजता होती. त्याच्या आदल्या दिवशी - शनिवारी मी मोकळाच होतो. द हेगला गेल्यानंतर तिथल्या बस आणि ट्रॅमचा तीन आठवड्यांचा पास काढलेला. त्याची मुदत रविवारी संपत होती. म्हणून मी शनिवारी शहराच्या वेगवेगळ्या भागांत फिरायचं ठरवलं. एखादं चांगलं ठिकाण दिसलं तर उतरायचं, ते पाहायचं आणि दुसरीकडे जायचं असा सारा दिवस मजेत गेला. संध्याकाळी सहाच्या सुमारास परत माझ्या खोलीकडे जात असताना वेटेरिंगप्लेन स्टेशनवर अनपेक्षितरीत्या बिजू ट्रॅममध्ये चढला! त्याला पाहताच मला खूप आनंद झाला. मी चटकन त्याच्याजवळ गेलो. मला पाहताच त्यालाही आश्चर्य वाटलं.

''अरे! उमेश, तुम्ही अजून इथंच आहात?''

मी त्याला सगळा खुलासा केला. त्यावर तो म्हणाला,

''चला, बरं झालं तुम्ही भेटलात. जरा बिअर घेऊन गप्पा मारत बसू. पुढच्या स्टेशनला उतरू, तिथं एक चांगला बार आहे.''

खरं म्हणजे मला खोलीवर जाऊन आराम करायचा होता; पण त्याचं मन मोडवेना. आम्ही पुढच्या स्टेशनला उतरलो. बिजूनं आधीच काहीतरी ड्रिंक घेतल्याची मला शंका आली. बारमध्ये गेल्यावर त्यानं माझ्यासाठी बिअर आणि स्वतःसाठी

जिनिव्हर ही डच जीन मागवली. त्यांचे पैसे मीच दिले. आम्ही गप्पा मारत बसलो. त्यानं मला पुन्हा त्याचा फोन नंबर लिहून दिला. 'परत कधी इकडे आलात तर आपण भेटू' असं म्हणाला. पुन्हा हॉलंडला जाणं व्हायची शक्यता त्या वेळी तरी मुळीच नव्हती. आता मला त्याच्या फोन नंबरचा काही उपयोग होणार नव्हता; पण तसं काही त्याला सांगितलं नाही. थोड्या वेळानं तो म्हणाला,

"तुम्हाला द हेग दाखवायचं राहूनच गेलं. आता जाऊ या आपण."

"बिजू, मी सारं हेग पाहिलंय. त्याची आता काहीच गरज नाही." त्याला मी हेगमधील सारी महत्त्वाची पाहण्यासारखी जी ठिकाणं आहेत, त्यांची नावं सांगितली. खरोखरच मी माझ्या नव्या मित्र-मैत्रिणींबरोबर त्या ठिकाणांना भेटी दिल्या होत्या. त्यावर बिजू म्हणाला,

"मी 'त्या' हेगबद्दल बोलत नाही, 'रंगेल' हेगबद्दल बोलतोय!"

त्याच्या म्हणण्याचा मथितार्थ लक्षात आला. मला त्यात रस नसल्यानं मी घड्याळाकडे पाहत त्याला म्हणालो,

"मला 'तसलं' हेग पाहायची इच्छा नाही, बिजू. आता साडेसहा वाजलेत. आपण थोडा वेळ इथं बसू, मग मी माझ्या खोलीकडे जाईन. कारण उद्या सकाळी ६ वाजता मला घरून निघायला हवं." मी त्याला समजावत म्हणालो.

"छे, छे! आपण थोडा वेळ एक चक्कर मारून येऊ. फक्त दुरून गंमत बघायची. चला, इथून जवळच आहे ते ठिकाण; पण ड्रिंक संपत आलंय, अजून एक घेतो," असं म्हणून त्यानं जिनिव्हरचा आणखी एक पेग मागवला आणि तो पटकन रिचवला. ग्लास रिकामा करून तो उठला आणि माझ्या हाताला धरून चालू लागला. एव्हाना त्याला बऱ्यापैकी चढली होती हे माझ्या लक्षात आलं. मी त्याला पुन्हा समजवायचा प्रयत्न केला की, मला खोलीवर जाऊ दे; पण तो तर हट्टाला पेटला होता. आम्ही बारमधून बाहेर पडलो. तो माझा हात धरून चालू लागला.

"आपण आता हुन्सेस्त्रातला जाऊ. तिथं तुम्हाला रंगेल हेगची झलक पाहायला मिळेल. तेवढी पाहून तुम्ही ट्रॅमनं तुमच्या खोलीकडे जा." बिजू म्हणाला.

त्याला मी नाखुशीनं 'ठीक आहे' असं म्हणालो. हॉलंडमध्ये वेश्याव्यवसाय बेकायदेशीर नाही; त्यामुळे सर्व प्रमुख शहरांमध्ये 'रेड लाइट' भाग असतोच, हे मला ठाऊक होतं; पण अशा ठिकाणी बऱ्याच वेळा गुंडांचा आणि मद्यपींचा वावर असतो, तिथं मारामाऱ्या होतात, असं मला कुणीतरी सांगितलं होतं; त्यामुळे तिकडे जाणं कसं काय टाळावं याचा मी विचार करत होतो. शेवटी मनोमन ठरवलं की, जाताजाता वाटेत त्याला न सांगता पोबारा करायचा. जवळचं ट्रॅम स्टेशन गाठायचं आणि खोलीकडे जायचं. अर्थात, त्याचा रीतसर निरोप न घेता जाणं योग्य

नव्हतं; पण अशा परिस्थितीत त्याला पर्याय नव्हता. मी पलायन करायची संधी केव्हा मिळतेय याचा अंदाज घेऊ लागलो. इतक्यात, त्यानं एका घराचं दार ढकललं आणि तो माझा हात धरून आत घुसला. पाहतो तर काय, एका मोठ्या खोलीत तोकडे कपडे घातलेल्या आठ-दहा बायका बसलेल्या. कोणी सिगारेट ओढत होतं, तर कोणी बिअर पीत होतं. काहीजणी आपापसांत गप्पा मारत होत्या. ते पाहाताच मी एकदम घाबरून गेलो. बिजू एका बाईशी मोडक्यातोडक्या डच भाषेत काहीतरी बोलू लागला. त्यांच्यात काय चर्चा चालली होती कळलं नाही. त्या बायकांनी त्याला बाहेर जायला सांगितलं; पण तो काही ऐकायला तयार नव्हता. शेवटी त्या बायकांनी त्याला दम भरला. मी त्याचा हात धरून त्याला खेचून बाहेर काढत म्हणालो,

"बिजू, आपण इथून जाऊ या आता. जवळचं ट्रॅम स्टेशन कोणतं आहे?"

"आपण मघाशी आलो त्या रिसविक्सप्लेन स्टेशनकडे जाऊ या, तिकडे जायला इकडून एक शॉर्ट-कट आहे, त्यानं जाऊ." तो म्हणाला.

"ठीक आहे." मी म्हणालो आणि त्याच्याबरोबर चालू लागलो. तो त्या बायकांविषयी काहीतरी बडबड करत होता. मद्याच्या नशेत असला तरी त्याला तसं बऱ्यापैकी भान होतं. जरा पुढे गेल्यावर पाहतो तर तिथल्या घरांच्या काचेच्या मोठ्या खिडक्यांजवळ तोकडे कपडे घातलेल्या बायका बसलेल्या. त्या येणाऱ्या-जाणाऱ्यांना खुणावत होत्या. पुढे तर मोठमोठी 'सेक्स' सेंटर्स होती. तिथं 'पीप-शो', 'लाइव्ह शो', 'टॉपलेस बार' यांच्या जाहिराती लागलेल्या. सारं काही खुल्लमखुल्ला चाललेलं. त्या भागात फिरणारे खिडक्यांत बसलेल्या बायकांना न्याहाळत चालले होते. काही ठिकाणी त्या बायका आणि त्यांच्याशी बोलणाऱ्या माणसांमध्ये बरीच हुज्जत चालली होती. कदाचित त्यांच्या 'दरा'बद्दल असावी. बिजू मधूनच थांबायचा; पण मी आता त्याला चक्क ओढतच चाललो होतो; जणू काही एखादं हट्टी लहान मूल खेळण्यांच्या दुकानांपुढून हलायला तयार होत नाही, तेव्हा त्याचे आई किंवा वडील जसं त्याला खेचत राहतात तसं.

आम्ही तसेच चालत राहिलो आणि शेवटी एकदाचे रिसविक्सप्लेन ट्रॅम स्टेशनला पोहोचलो. त्या वेळी जवळजवळ साडेआठ वाजत आले होते.

"आपण ९ नंबरच्या ट्रॅमनं जाऊ. तुम्ही वाटेत स्तेविनस्त्रातला उतरा. मी पुढे स्केव्हनिंगेन बीचकडे थोडा वेळ जाईन." बिजू म्हणाला.

त्यावर मी काय म्हणणार? पाच मिनिटांत ट्रॅम आली. ट्रॅमच्या एका बाजूला एकेक सीटची एक रांग होती आणि मधल्या पॅसेजच्या पलीकडे दोन-दोन सीट्सची दुसरी एक रांग होती. त्यावर जागा नव्हती; पण एकेक सीटच्या रांगेत होती. बिजू माझ्यापुढे बसला. ट्रॅम सुरू झाली. बिजूच्या पुढच्या सीटवर एक सुरिनामी तरुणी

बसली होती. पूर्वी सुरिनाम ही हॉलंडची वसाहत होती; त्यामुळे हॉलंडमध्ये सुरिनामी वंशाचे खूप लोक आढळत असत. काहीशा सावळ्या वर्णाच्या त्या तरुणीनं खांदे उघडे असलेला घट्ट ड्रेस घातला होता. तिचा दाट, काळाभोर केशसंभार तिच्या सीटच्या मागे, बिजूसमोर चालत्या ट्रॅममध्ये हेलकावे खात होता. ते पाहून बिजू कदाचित उत्तेजित झाला असावा. मधूनच तो तिच्या केसांना हात लावायला लागला. पुढच्या सीटवरील आपल्या मैत्रिणीशी गप्पा मारत बसलेल्या त्या तरुणीच्या ते पटकन लक्षात आलं नसावं; पण ते आल्यानंतर गहजब होणार यात शंका नव्हती. शिवाय या वेळी तो तिच्या केसांना स्पर्श करत होता; पण थोड्या वेळानं तिच्या खांद्यांनाही स्पर्श करणार नाही कशावरून? मला बिजूचं लक्षण काही ठीक वाटेना. इतक्यात मालिव्हेल्द स्टेशन आलं. ते आल्यावर मागच्या दारानं मी पटकन खाली उतरलो. वीस सेकंदांत ट्रॅम निघून गेली. मी ट्रॅममधून उतरलेलं बिजूच्या लक्षातदेखील आलं नाही. त्याचं सारं लक्ष त्या तरुणीवर केंद्रित झालं होतं. मी त्या स्टेशनवर थांबून पुढच्या ट्रॅमची वाट पाहू लागलो. बिजूचा अशा प्रकारे निरोप घ्यावा लागला याची मला टोचणी लागली; पण माझा नाइलाज झाला होता. पुढची ट्रॅम जवळजवळ दहा मिनिटांनी आली. तिनं सव्वानऊला मी स्तेविनस्त्रातला पोहोचलो. तिथल्या एका इंडोनेशियन उपाहारगृहात 'नासी गोरेंग' हा त्यांचा फ्राइड राइस खाल्ला आणि खोलीवर जाऊन झोपलो. सामानाची आवराआवर आधीच करून ठेवली होती.

सकाळी ठरल्याप्रमाणं रेल्वेनं वेळेत रॉटरडॅमला पोहोचलो. विमानतळावरचे सोपस्कार पार पाडले. लंडनचं विमान सुटायला अजून दीड तास होता. प्रवासात वाचण्यासाठी मी एक इंग्रजी कादंबरी सोबत घेतली होती. ती वाचत बसावं असं ठरवलं. खिशातून चश्मा साफ करायला रुमाल काढत असताना काल मला बिजूनं त्याचा फोन नंबर लिहून दिलेला कागद मिळाला. माझ्याजवळ काही गिल्डर्सची नाणी होती. समोर सार्वजनिक फोन होता. मी विचार केला की, चला, बिजूला फोन करून त्याला फोनवरच 'बाय-बाय' करावं. मी त्याचा नंबर फिरवला. थोडा वेळ रिंग वाजल्यावर एका माणसानं तो उचलला.

"आपण मिस्टर व्हिक्टर बोलताय का?"

"हो. कोण बोलतंय?"

"मी उमेश. मला बिजूशी बोलायचं आहे."

"बिजूशी? बिजू तर आता स्केव्हनिंगेन पोलिसांच्या कोठडीत आहे!"

"का बरं?"

"काल रात्री त्या मूर्खानं खूपच गोंधळ घातला; पण तू कोण? तू त्याला कसं ओळखतोस?"

''मी त्याला खूप दिवसांपूर्वी हेगमध्ये भेटलो होतो. मी ॲमस्टरडॅममध्ये काम करतो. भारतामध्ये आमची दोघांची गावं अगदी जवळजवळ आहेत.'' मी थाप मारली.

''असं, असं. मला वाटलं, त्याच्याबरोबर काल असलेला तरुण तूच की काय. आता पोलीस त्याच्यादेखील शोधात आहेत म्हणे!''

''मी बिजूला भेटून सहा महिने झालेत; पण आता पोलीस त्याच्या त्या साथीदाराला का बरं शोधताहेत?'' मी कुतूहलानं विचारलं.

''काल बिजूला कोणीतरी एक बदमाश भारतीय तरुण भेटला होता. बिजूला त्यानं खूप पाजली म्हणे! नंतर मुकाट्यानं आपल्या घरी किंवा खोलीवर जायचं सोडून तो बिजूला एका ब्रॉथेलकडे घेऊन गेला. तिथं जाऊन त्या दोघांनी तिथल्या बायकांशी भांडण काढलं. त्यांनी तिथून हाकलून काढल्यावर बिजूला भेटलेला तो बदमाश त्याला 'रेड लाइट' भागात घेऊन गेला. नंतर तिथून ते दोघं ट्रॅममधून जाताना बिजूनं एका सुरिनामी मुलीची कळ काढली. चालत्या ट्रॅममध्ये तिच्या अंगचटीला आला म्हणे! त्या मुलीनं आणि तिच्या बरोबरच्या इतर मुलींनी त्याला बेदम मारलं आणि नंतर पोलिसांच्या ताब्यात दिलं. त्याचा साथीदार मात्र पळून गेला. पोलीस चौकशीदरम्यान बिजूनं आपण कुठं राहतो हे सांगितल्यावर रात्री पोलीस माझ्याकडे चौकशीला आले. मी त्यांना म्हणालो की, मी त्याला ओळखत नाही, कारण त्याला मी नोकरीवर ठेवलं आहे म्हटल्यावर मी अडचणीत आलो असतो. पोलिसांनीच मला काल काय काय झालं हे सांगितलं. त्यांना चौकशीदरम्यान ट्रॅममधल्या एका सहप्रवाशानं सांगितलं की, ते दोघे रिसविक्सप्लेन स्टेशनवर ट्रॅममध्ये चढले होते. मग पोलिसांनी अंदाज वर्तवला की, ते 'रेड लाइट' भागात गेले असावेत. त्या स्टेशनजवळच तो भाग आहे. पोलीस चौकशीसाठी तिकडे गेले. दोन भारतीय तरुणांना त्या भागात फिरताना पाहिल्याचं बऱ्याच लोकांनी त्यांना सांगितलं म्हणे! तू बिजूबरोबर होता त्या तरुणाला ओळखतोस का?'' व्हिक्टरने मला सगळी कहाणी सांगितली.

''छे, छे! मुळीच नाही.'' मी छातीठोकपणे म्हणालो आणि त्याला विचारलं, ''आता पोलीस बिजूला कधी सोडतील?''

''सोडतील? मुळीच नाही. एका तरुणीचा विनयभंग केल्याबद्दल त्याला शिक्षा तर होईलच; पण त्याच्याकडे व्हिसा नसल्यामुळे त्याला आपली शिक्षा भोगल्यानंतर अजून काही महिने तुरुंगात काढावे लागतील. नंतर त्याला भारताला डिपोर्ट करतील. आता बसला असेल पश्चात्ताप करत!''

अरेरे! बिचारा बिजू. एवढा साधा, कष्टाळू आणि माझ्यासारख्या अनोळखी माणसाला अडचणीच्या वेळी मदतीचा हात पुढे करणारा परोपकारी; पण केवळ

मद्याच्या नशेनं वाहवत गेला आणि मोठ्या संकटात सापडला! तरी बरं, मी त्याच्याबरोबर अडकून पडलो नाही. व्हिक्टरला 'ठीक आहे, गुडबाय!' म्हणून मी फोन बंद केला.

विमानतळाच्या सुरक्षाव्यवस्थेवर लक्ष ठेवत फेऱ्या मारणारा एक पोलीस माझ्याकडे टक लावून पाहत असल्याचा मला भास झाला. मी माझं पुस्तक उघडून त्यात तोंड खुपसून वाचत असल्याचं नाटक केलं आणि विमानात जायची उद्‌घोषणा केव्हा होते याची आतुरतेनं वाट पाहू लागलो!

विमान वेळेत सुटलं. त्याचा मार्ग द हेग शहरावरून 'नॉर्थ सी'कडे वळून इंग्लंडच्या दिशेला जात होता. पाच मिनिटांतच विमानानं द हेगवरून एक वळण घेत समुद्राकडे जायला सुरुवात केली. माझी सीट खिडकीजवळ होती. खाली टुमदार द हेग शहर दिसत होतं. स्केव्हनिंगेन हा सुरेख समुद्रकिनाराही दिसला. मी विमानातूनच त्या समुद्रकिनाऱ्याजवळच्या एखाद्या पोलीस कोठडीत, 'बार'मध्ये जाऊन अतिरेक केल्यामुळे आता गजाआड (बिहाइंड द बार्स) झालेल्या आणि पश्चात्ताप करत बसलेल्या बिजूला 'बाय-बाय' केलं!

('चौफेर', दिवाळी अंक, २०२०)

◆

"उमेश, बऱ्याच वर्षांत तुम्ही डोळे तपासून घेतले नाहीत, होय ना? मला वाटतं, शेवटचे तपासले त्याला दोन-तीन वर्षं झाली असावीत."

त्यावर थोडा विचार करून मी म्हणालो.

"हो ना. नैरोबीत आल्यापासून तर मुळीच तपासून घेतलेले नाहीत."

"अलीकडेच महाराष्ट्र मंडळात माझी डॉ. ज्योती यांची ओळख झाली. त्या वेळी आमच्या गप्पा खूप रंगल्या. त्या नेत्ररोगतज्ज्ञ आहेत. त्या नक्कीच तुमचे डोळे व्यवस्थित तपासून योग्य तो सल्ला देतील." तिने माहिती पुरवली.

त्या वेळी, म्हणजे २०१२ मध्ये माझी नेमणूक नैरोबी इथं झाली होती. तसं पाहिलं तर कामानिमित्त मला बरंच वाचन आणि संगणकावर काम करावं लागायचं. शिवाय गेली काही वर्षं मी फावल्या वेळात थोडं फार लिहीत असे. काही कादंबऱ्या आणि कथासंग्रह प्रकाशित झाले होते. माझे वडील बाबा कदम प्रसिद्ध लेखक होते. मी लिहायला सुरू केलं वयाच्या पन्नासाव्या वर्षी. तरुणपणी काही लोक माझी ओळख करून देताना म्हणत, 'हे सुप्रसिद्ध कादंबरीकार बाबा कदम यांचे चिरंजीव आहेत,' त्या वेळी समोरची व्यक्ती कधीकधी विचारत असे, 'अरे वा! मी वाचल्या आहेत त्यांच्या कादंबऱ्या. तुम्ही काही लिहिता की नाही?' अशा वेळी मला प्रश्न पडायचा की, लेखकाच्या मुलानं लेखनच करावं असा काही नियम आहे का? मला अशा प्रश्नांचा राग येऊ लागला. त्या वेळी मला मराठीतून चार ओळीही लिहिता येत नव्हत्या. मग कथा-कादंबऱ्यांचं काय घेऊन बसलात? पण नंतर नोकरीनिमित्त जगाच्या वेगवेगळ्या भागांत भ्रमंती सुरू झाली आणि मनोरंजक किंवा विस्मयकारक अनुभव येऊ लागल्यावर काही लिहावंसं वाटू लागलं; पण हात चालत नव्हता.

एकदा प्रवासात माझ्या वडिलांचे मित्र, प्रसिद्ध साहित्यिक मधु मंगेश कर्णिक यांचं 'हृदयंगम' हे पुस्तक सोबत होतं. त्याच्या प्रस्तावनेत त्यांनी म्हटलंय की, 'लेखक समाजात वावरत असताना तो त्याचा तिसरा डोळा उघडा ठेवत असतो आणि वास्तवापलीकडील विश्व पाहण्याचा प्रयत्न करत असतो.' मी तसं करण्याचा प्रयत्न करू लागलो. काही अंशी वास्तवापलीकडील विश्व दिसूही लागलं. धाडस करून कागद आणि पेन हातात घेतले. हळूहळू अल्प प्रमाणात लेखणी चालू लागली. यथावकाश नावाजलेल्या प्रकाशकांनी माझं लेखन स्वीकारलं आणि काहींनी संपर्क साधून मागवलंही! हे म्हणजे माझ्या अपेक्षेपलीकडचं होतं. बिचाऱ्या प्रकाशकांनी माझ्या पुस्तकाच्या प्रकाशनासाठी घातलेले पैसे तरी त्यांना मिळतील की नाही अशी मला शंका आली; पण काय करामत झाली कोण जाणे, ते माझी पुस्तकं छापतच गेले.

माझ्या कामाच्या निमित्तानं आणि लिहिण्याच्या छंदामुळे माझ्या डोळ्यांवर कधीकधी ताण येत होता. वास्तवापलीकडील विश्व पाहताना तिसऱ्या डोळ्यावरही बऱ्यापैकी ताण येत होता; पण काहीही झालं तरी मी योग्य वेळी तो उघडा ठेवायचो. तिसऱ्या डोळ्याला माझ्या दोन डोळ्यांच्या आडूनच पाहावं लागायचं म्हणून दोन्ही डोळ्यांवर अधिकच ताण यायचा; पण असं असलं तरी मी काम चालवून घेत होतो. ती काही तशी गंभीर समस्या नव्हती. मी असा विचार केला की, जे लोक तिसरा डोळा उघडा ठेवतात त्यांचं असंच होत असावं; पण तरीही नीलिमा म्हणते त्याप्रमाणं डोळे तपासून घ्यायला काय हरकत आहे? निदान त्या वेळी मला तसं वाटलं. त्या वेळी मी तिला नकार का दिला नाही याचा नंतर पश्चात्ताप झाला. त्या दिवशी मी तिला म्हणालो,

"हो, आपण त्यांना डोळे दाखवू. ओळखीचे डॉक्टर असणं खूप महत्त्वाचं. नैरोबीत आल्यावर माझ्या दातांचं काय झालं तुला ठाऊक आहेच."

"अगदी पक्कं लक्षात आहे."

त्याचं असं झालं होतं की, नैरोबीत येऊन दोन-तीन महिने झाल्यानंतर आम्ही दोघं नेहमीच्या सवयीनुसार माझ्या दातांची वार्षिक सफाई करून घेण्यासाठी पार्कलँड भागातल्या भारतीय वंशाच्या एका डेंटिस्टकडे गेलो. नीलिमानं अलीकडेच पुण्यात सफाई करून घेतली होती; त्यामुळे ती फक्त माझ्या बरोबर आली होती. मी डॉक्टरांना म्हणालो,

"डॉक्टरसाहेब, तशी काही तक्रार नाही; फक्त शास्त्रशुद्ध पद्धतीनं दात साफ करून घ्यायला आलो आहे. डाव्या बाजूच्या खालच्या एका दाढेत एक जुनं फीलिंग आहे, ते तुम्हाला आता दिसेलच. बाकी सारं ठीक आहे."

"बरं, मग बसा खुर्चीत." खुर्ची आणि त्यांची उपकरणं तशी जुनाटच वाटत

होती; पण मला कुठं मोठा इलाज करून घ्यायचा होता? फक्त साफसफाई तर करायची होती. मी बसल्यावर त्यांनी खुर्चीचा कोन हवा तसा बदलला. प्रखर दिव्याचा प्रकाशझोत माझ्या उघडलेल्या तोंडात टाकला आणि त्यांनी दाततपासणी सुरू केली.

"दात तसे चांगले आहेत तुमचे. थोडं टार्टर आहे; साफ केल्यावर ठीक होईल," असं ते म्हणाले आणि त्यांनी आपलं ड्रिल सुरू केलं. साफसफाई सुरू झाली. काम करताकरता जवळच बसलेल्या नीलिमाशी त्यांनी गप्पा सुरू केल्या. मी कुठं काम करतो हे विचारलं. तिनं मी एका आंतरराष्ट्रीय संघटनेत काम करतो असं सांगितलं. थोड्या वेळानं ते म्हणाले,

"अरे, तुमची ही जुनी फीलिंग निघून आली की! बरीच ढिली झाली असणार; पण तुम्ही काळजी करू नका. आपण ती पटकन पुन्हा भरून टाकू."

त्यावर मी काय म्हणणार? भरून टाका असं त्यांना म्हणालो. जवळजवळ अर्ध्या तासानं सारं काम झाल्यावर मी त्यांना विचारलं,

"किती पैसे झाले?"

"फक्त सोळा हजार शिलिंग. साफसफाईचे सहा आणि नव्या फीलिंगचे दहा हजार." मला आश्चर्य वाटलं. सोळा हजार शिलिंग म्हणजे जवळजवळ बारा हजार रुपये! मी पैसे काढून दिले; पण बाहेर पडल्यावर नीलिमाला म्हणालो,

"माझं गेल्या पंधरा वर्षांपूर्वीचं मजबूत फीलिंग आज अचानक कसं काय ढिलं झालं? मला तर वाटतं, त्यांनी मुद्दाम ढिलं करून काढून टाकलं."

"शक्य आहे. तुम्ही आंतरराष्ट्रीय संघटनेत काम करता हे त्यांनी ऐकल्यावरच ते ढिलं झालं असणार." नीलिमा म्हणाली.

पुढं ही गोष्ट मी नैरोबीतल्या माझ्या एका मराठी परिचितांना सांगितल्यावर ते म्हणाले,

"अहो, तुमचं थोडक्यावर निभावलं. त्यांच्याकडे गेलं की, ते चकरा मारायला लावतात; क्राउन, रूट कॅनॉल करायला पाहिजे, दात काढून तिथं नकली बसवायला पाहिजे असं सांगून अफाट पैसे काढतात." त्यांनी माहिती पुरवली.

"गरज नसताना फीलिंग करून शिलिंग काढण्यात त्यांचा हातखंडा असावा." मी म्हणालो.

या पार्श्वभूमीवर ओळखीच्या डॉक्टरांकडे जाणं किती महत्त्वाचं आहे हे नीलिमाला सांगताना मी म्हणालो,

"ते दातांचे डॉक्टर जर डोळ्यांचे असते तर त्यांनी काय काय काढायला सांगितलं असतं कोण जाणे!"

आम्ही डॉ. ज्योतींची वेळ घेऊन त्यांच्या क्लिनिकमध्ये गेलो. त्यांनी अतिशय

काळजीपूर्वक डोळे तपासले. ते झाल्यावर त्या म्हणाल्या,

“मि. कदम, तुमचे डोळे अगदी उत्तम आहेत. चश्म्याचा नंबरदेखील बदलला नाही; पण मी तुम्हाला एक गोष्ट सुचवते, यापुढे तुम्ही ‘प्रोग्रेसिव्ह’ लेन्सेस वापरा. फारच सोयीच्या आणि एकदा सवय झाल्यावर अतिशय आरामदायी असतात.”

“प्रोग्रेसिव्ह लेन्सेस? म्हणजे पुरोगामी भिंगे? ती कशी असतात?” मी माझं अज्ञान प्रकट करत त्यांना विचारलं.

“तुम्हाला जवळचं आणि दूरचं दिसण्यासाठीचे दोन्ही नंबर आहेत. त्यासाठी तुम्ही सध्या बायफोकल भिंगं वापरता. त्यात दोन वेगवेगळी भिंगं एकाच काचेत तयार केलेली असतात. दोन्हींमध्ये एक रेषा असते; पण प्रोग्रेसिव्ह भिंगांमध्ये त्याऐवजी दूरचा नंबर आणि जवळचा नंबर हळूहळू एकमेकांत जुळवले जातात; त्यामुळे तुम्ही वेगवेगळ्या अंतरावरची प्रत्येक वस्तू किंवा व्यक्ती स्पष्टपणे पाहू शकता. त्यासाठी अशा चश्म्याची सवय झाल्यावर मान किंचित वर-खाली करून तुमच्या चश्म्याचा फोकस आपोआप तुम्ही पाहात असलेल्या ठिकाणी केंद्रित होतो. उदाहरणार्थ, तुम्ही संगणकावर काम करताना की-बोर्ड तुमच्या जवळ असतो, तर संगणकाचा पडदा जरा दूर असतो. अशा वेळी दोन्ही ठिकाणचं स्पष्ट दिसण्यासाठी असा चश्मा फारच उपयुक्त असतो.”

“हो, तुम्ही म्हणता ते खरं आहे. मला संगणकावर काम करताना, सध्याचा चश्मा वापरताना कधीकधी त्रास होतो.”

“ठीक आहे; मग मी तुम्हाला प्रिस्क्रिप्शन लिहून देते. एम्पाका रोडवर ‘आयस्टाइल’ या दुकानातून चश्मा करून घ्या. त्याचे मालक मि. मूर्तझा सोमजी हुशार ऑप्टोमेट्रिस्ट आहेत. ते चांगले आणि शास्त्रशुद्ध चश्मे करतात; पण एक लक्षात ठेवा, पहिल्यांदा प्रोग्रेसिव्ह चश्मा वापरायला लागल्यावर त्याची सवय व्हायला काही लोकांना दोन-तीन आठवडे लागतात तर काहींना दोन-तीन महिने! सुरुवातीला बराच त्रास व्हायची शक्यता असते. कधीकधी नवा चश्मा फेकून द्यावा असं वाटतं; पण एकदा त्याची सवय झाल्यावर तुम्हाला वाटेल की, आपण चश्मा लावला आहे की नाही. अगदी क्वचित, दहा हजारांमध्ये एखाद्याला असा चश्मा कधीच सूट होत नाही.”

“ठीक आहे, डॉक्टर. मी पुरोगामी भिंगांचा चश्मा वापरायला सुरू करतो. थँक्स!” मी म्हणालो.

दोन दिवसांनी नीलिमा आणि मी ‘आयस्टाइल’ या मि. सोमजी यांच्या दुकानात गेलो. त्यांनी प्रिस्क्रिप्शन पाहिलं. फ्रेम्स दाखवल्या. त्यांपैकी मी पसंत केलेली फ्रेम त्यांनी माझ्या डोळ्यांवर लावून मला एके ठिकाणी पाहायला लावून काही मापं घेतली. फ्रेमच्या काचेवर काही खुणा केल्या. मी त्यांना उन्हात गडद

होणाऱ्या आणि संगणकावर काम करायला योग्य अशा प्रोग्रेसिव्ह भिंगांचा चश्मा करायला सांगितलं. काचेची भिंगं प्लॅस्टिक भिंगांपेक्षा थोडी स्वस्त होती म्हणून मी ती घ्यावी म्हणालो; पण नाकावर जास्त वजन नको म्हणून नीलिमानं प्लॅस्टिकच्या भिंगांचा आग्रह धरला. मी त्याला नाखुशीनं तयार झालो. मि. सोमजीनी चश्मा दोन आठवड्यांनी तयार होईल असं सांगितलं. घरी परत जाताना नीलिमाला म्हणालो,

"फारच महाग आहे हे प्रोग्रेसिव्ह प्रकरण."

"हो का? किती पैसे लावले आहेत त्यांनी?

"फ्रेमचे आठ हजार आणि काचांचे तेरा हजार शिलिंग. एवढ्या पैशात भारतात पाच-सहा बायफोकल चश्मे मिळाले असते."

"असू दे, डोळ्यांसारख्या नाजूक इंद्रियाच्या बाबतीत मुळीच काटकसर करायची नाही." नीलिमा म्हणाली. एरवी प्रत्येक बाबतीत काटेकोर असलेली आणि काटकसर करणारी नीलिमा या बाबतीत कसलीच तक्रार करत नाही याचं मला आश्चर्य वाटलं.

ठरल्याप्रमाणे मि. सोमजींनी चश्मा तयार करून दिला. घरी जाताना 'थोडे दिवस गाडी चालवू नका' असा सल्लाही दिला. अर्थात माझ्याकडे ड्रायव्हर असल्यानं ती अडचण नव्हती. मी जुना चश्मा काढला आणि तो जपून ठेवला, कारण प्रवासात कधी वापरातील चश्मा हरवला किंवा तुटला तर 'राखीव खेळाडू'सारखा तो उपयोगास यावा. नवा चश्मा लावला आणि पाहतो तर काय, सारं वाकडंतिकडं दिसू लागलं. चालताना पायाखालची जमीन हलतेय, वाचताना पुस्तकांच्या ओळींना लयबद्धता आली आहे, अक्षरं वर-खाली होत आहेत, जिने चढताना ते पुढेपुढे जात आहेत, समोरून आलेलं वाहन आपल्या अंगावर येत आहे, टी.व्ही.वरची माणसं खाली पडत आहेत असे भास होऊ लागले; पण मी ठरवलं, चिकाटी सोडायची नाही. काहीही झालं तरी नवा चश्मा वापरायचाच. चक्क एकवीस हजार शिलिंग मोजले आहेत तर त्याचा मोबदला मिळायलाच हवा असा मी निर्धार केला. सुरुवातीस डोळ्यांवर खूप ताण येऊ लागला; पण मी मुळीच तक्रार केली नाही. हळूहळू गोष्टी हलायच्या बंद झाल्या, डोळ्यांवरचा ताण कमी झाला; पण अशा चश्म्यांचा एक दोष लक्षात आला. भिंगांच्या फक्त ठरावीक भागातून पाहिलं तरच स्पष्ट दिसतं. नजर जरा तिरकी केली किंवा डोळे वळवून एखाद्या ठिकाणी पाहिलं तर स्पष्ट दिसत नाही आणि डोळ्यांवर ताण येतो. म्हणजे जी गोष्ट पाहायची आहे, तिकडे आधी मान फिरवायची आणि मगच त्या गोष्टीवर नजर स्थिर करायची. असं केल्यानं त्या गोष्टी अधिकच स्पष्ट दिसू लागल्या.

त्याचबरोबर प्रोग्रेसिव्ह चश्म्याचे काही दोष ध्यानात येऊ लागले. चालताना समोर वेगवेगळ्या अंतरावरची चालती माणसं, झाडं, गाड्या, इमारती यांच्याकडे

पाहताना प्रत्येक वेळी फोकस लागणं जमेना. शिवाय त्यातील काही गोष्टी एका जागी स्थिर नसायच्या; त्यामुळे नजर शक्यतो समोर ठेवण्यापेक्षा पायासमोर आठ-दहा फुटांवर ठेवली तर जास्त त्रास होत नाही असं जाणवलं. मला तसं चालायची सवयच झाली. म्हणजे आता चालताना मी मान नम्रपणे खाली करून चालू लागलो; त्यामुळे काहींचा (गैर)समज झाला की, मी खूप सज्जन गृहस्थ आहे! पूर्वी कसं जाता जाता एखादी पाहण्याजोगी व्यक्ती (!) जवळून जात असली तर सोबत असलेल्या नीलिमाच्या लक्षात न येईल अशा बेतानं नजर किंचित तिरकी करून तिच्याकडे चोरटा कटाक्ष टाकता यायचा; पण प्रोग्रेसिव्ह चश्मा वापरायला लागल्यापासून ते बंद झालं. अशा व्यक्तीवर नजरेचा फोकस करायचा झाला तर थांबून मान वर-खाली करावी लागणार आणि ते नीलिमाच्या लक्षात येणार.

माझ्या मान खाली करून चालण्याच्या सवयीनं मला फुटपाथशिवाय काहीच दिसेनासं झालं. मी ज्या ज्या शहरांत जायला लागलो तिथले फुटपाथ कसे आहेत, कोणत्या भागात चांगले आहेत, कुठं खराब आहेत याची सखोल माहिती झाली; पण तिच्या आधारे लिहिणार काय? समजा, जर मी 'आफ्रिकी महानगरांमधील फुटपाथ : एक तुलनात्मक सर्वेक्षण' असा लेख लिहिला तर तो छापणार कोण? आणि कोणी छापलाच, तर तो वाचणार कोण, असा प्रश्न पडला. बरं, फुटपाथवर 'व्यथा एका दुर्लक्षित फुटपाथची' अशी एखादी कथा लिहिली तरी पुढे काय लिहायचं ही समस्या भेडसावू लागली.

मला प्रोग्रेसिव्ह चश्मा वापरायचा सल्ला द्यायचं, किंबहुना तो वापरायला उद्युक्त करायचं हे नीलिमा आणि डॉ. ज्योती यांनी संगनमत करून तर ठरवलं नसावं? अलीकडे थोडंफार लिखाण करू लागल्यापासून माझी नजर सतत इथेतिथे फिरत असते हे कदाचित नीलिमाच्या ध्यानात आलं असावं. त्यावर उपाय शोधण्यासाठी तर त्या दोघींनी ही खेळी केली नसेल? मला काहीच कळत नव्हतं; पण पुरोगामी चश्मा वापरायला लागल्यापासून लिहायची उर्मीच निघून गेली. एखाद्या प्रसंगाचं, ठिकाणाचं किंवा व्यक्तीचं वर्णन करायचं तरी कसं? बरं, मला सारं काही काल्पनिक लिहिता येत नाही. आजवर जे काही थोडंफार लिहिलं, त्याला अनुभवांची जोड होती. सत्यघटना आणि कल्पनाविलास यांचा संयोग साधायचा प्रयत्न केला होता. आता ते सारं काही खुंटलं आणि मी हताश झालो. जेव्हा मला माझ्या पूर्वीच्या दिवसांची आठवण होऊ लागली, तेव्हा ते दिवस पुन्हा कधी येणार नाहीत या कल्पनेनं माझ्या हताशपणामध्ये भर पडली. नव्या ठिकाणी गेल्यावर मी तिथं खूप फिरायचो. ठरावीक पर्यटनस्थळं पाहण्यापेक्षा मला तिथला सामान्य माणूस राहतो कुठं, खातो काय, करतो काय याची उत्सुकता लागून राहायची. म्हणून मी स्थानिक बसने आणि पायी फिरून भाजी मंडई, मासळी बाजार, कामगार वस्त्या,

कामगार असणारी लहान रेस्टॉरंट्स आणि बार अशा ठिकाणी भटकत राहायचो. तसं करत असताना वेटरचं काम करणारा एखादा पोऱ्या, भाजीविक्रेता, टॅक्सी ड्रायव्हर किंवा बसमधील सहप्रवासी अशा लोकांशी संवाद साधायचो. त्यातून मला कथानकाची बीजं आणि पात्रं मिळायची. माझ्या कथांमध्ये पात्रं बनलेल्या इथिओपियामधला बूट पॉलिश करणारा पोऱ्या मेंगेशा, बालीचा टॅक्सी ड्रायव्हर बागूस, जिनिव्हाच्या रेल्वे स्टेशनजवळ भीक मागणारी गोड मुलगी लिल्याना, क्वालालंपूर इथं आमच्या घरी काम करणारी फिलिपिना हाउसकीपर लि-वे-वे, लंडनच्या मेसमधली कुक रोझ मेरी, नॉमपेन्हमधला विद्यार्थी सोथॉन, हनोईतील रस्त्यावरच्या रेस्टॉरंटमध्ये काम करणारा फाम-दोई, बांगलादेश बिमानची एअर होस्टेस अमिना यांची आणि इतर अनेकांची प्रकर्षानं आठवण आली आणि आता तशा व्यक्ती मला पुन्हा भेटणार नाहीत या कल्पनेनं मी व्याकूळ झालो. मनिलाच्या कामगार वस्तीतल्या बारमध्ये पाहिलेली दारुड्यांची गंमत, टोकियोमधल्या 'त्सुजिकी' या जगातल्या सर्वांत मोठ्या घाऊक मासळी बाजारात पहाटे पाच वाजता सुरू होणाऱ्या लिलावात भाग घेणाऱ्यांच्या चेहऱ्यावरची अधीरता आणि चिंता, रिओ-द-जानेरोच्या कोपाकबाना बीचवर सुटीच्या दिवशी हातरूमालाएवढ्या कापडाच्या 'बिकिनी' घालून आलेल्या शेकडो तरुणी आणि तरुणांचं भरतीच्या लाटांप्रमाणे उधाण आलेलं चैतन्य किंवा जॉर्डनमधल्या पेट्राच्या परिसरात रंगीबेरंगी मण्यांच्या माळा विकणाऱ्या नि तितकाच रंगीबेरंगी पोशाख परिधान केलेल्या 'बेदुईन' या भटक्या नि खतरनाक अरबी जमातीच्या बायका आणि अशा हजारो गमती-जमती यांच्यापासून मी इथून पुढे वंचित राहणार या विचारानं मन कासावीस झालं.

या साऱ्या प्रकारामुळे माझा तिसरा डोळा मात्र खूप निराश झाला असावा. पूर्वी तो माझ्या दोन्ही डोळ्यांच्या आडोशानं आपलं काम बजावायचा; पण हल्ली घराबाहेर गेल्यावर माझे दोन्ही डोळे नम्रपणे खाली जमिनीकडे लागलेले असायचे. मग कुणाच्या डोळ्याला डोळा लावून पाहणं तर दूरच राहिलं. कामानिमित्त माझ्या परदेशवाऱ्या सुरूच होत्या; पण कुठंही गेलो तरी फार काही नजरेस पडायचं नाही. मान खाली घालून काम करायचं आणि नैरोबीस परतायचं; यामुळे मन पार खचून गेलं. त्या उद्विग्नतेत जवळजवळ दोन-तीन महिने निघून गेले. नवा चश्मा वापरायला सुरुवात करून तीन महिने होत आले, तरी मला तो सूट होत नाही हे लक्षात आल्यावर माझी खात्री झाली की, डॉ. ज्योतींनी सांगितल्याप्रमाणं दहा हजारांपैकी ज्या एकाला प्रोग्रेसिव्ह चश्मा सूट होत नाही तसा मी असणार.

एके दिवशी सकाळी नैरोबीहून झांझिबारला निघालो. कपडे करता करता सहज आरशाकडे लक्ष गेलं आणि जरा दचकलोच. कपाळाच्या मधोमध डोळ्यासारखी पुसट आकृती दिसत होती. हात फिरवून पाहिलं तर काहीच लागलं नाही. इतक्यात

आवाज आला,

"मला तुझ्याशी काही बोलायचंय."

"कोण? कोण बोलतंय?"

"अरे, मी तुझा तिसरा डोळा!"

"अरे बापरे, आता तुला माझं तोंड दाखवायची लाज वाटतेय."

"मी तुझी कुचंबणा समजू शकतो; पण हे पाहा, आपल्याला दोघांना मिळून यातून काहीतरी मार्ग काढायलाच हवा. नाहीतर माझा अंत फार दूर नाही."

"असं नको म्हणूस. तसं झालं तर मला खूप वाईट वाटेल." मी म्हणालो.

"मी तुला एक सुचवू?" चिंतेची झाक असलेला तिसरा डोळा गंभीरपणे म्हणाला.

"हो, सुचव ना. माझी तर विचारशक्तीच हल्ली काम करेनाशी झालीय." मी माझी खंत त्याच्याजवळ व्यक्त केली.

"हे पाहा, तो नवा चश्मा तू फेकून का देत नाहीस?"

"पण तो आता बऱ्यापैकी रुळलाय. त्यानं आता फारसा त्रास होत नाही. शिवाय..."

"शिवाय काय? त्यासाठी खूप पैसे मोजले आहेत, हेच ना?"

मी खाली मान घालून म्हणालो,

"हो."

"तुला तुझे पैसे मोठे की तुझी लिहायची हौस, कला आणि त्यातून मिळणारं नवनिर्मितीचं समाधान मोठं? जे काही थोडेफार लोक वाचतात त्यांच्यापैकी काहीजण तुला पत्रं, ई-मेल पाठवून चांगला अभिप्राय कळवतात, हे विसरलास? शिवाय प्रकाशक नवी पुस्तकं छापतात. याचा अर्थ तुझी पुस्तकं विकली जातात. तुला प्रकाशन व्यवसायाबद्दल काही ठाऊक आहे?"

"नाही," मी माझं अज्ञान प्रांजळपणे प्रकट करत म्हणालो.

"अरे, पूर्वी 'मौज'चे श्री. पु. भागवत, मॅजेस्टिकचे केशवराव कोठावळे किंवा देशमुख आणि कंपनीचे रा. ज. देशमुख यांच्यासारखे साहित्याची जाण असलेले प्रकाशक कधीकधी तोटा सहन करून मराठी वाचकाला दर्जेदार साहित्य उपलब्ध करून द्यायचे. त्यांची पिढी आता इतिहासजमा झाली. आजकालचे प्रकाशक व्यापारी तत्त्वावर पुस्तकं छापतात."

"हो, ते ठीक आहे रे; पण हे सारं तू मला का सांगतो आहेस?"

"अरे, तुझी पुस्तकं छापून प्रकाशक पैसे मिळवत असतात, कारण वाचक आणि ग्रंथालये ती विकत घेतात. म्हणजे त्यांना खप आहे. असं असताना तू केवळ चार पैशांसाठी या साऱ्यावर पाणी फिरवतोस? आणि कदाचित तू त्या दहा

हजारांपैकी एक प्रोग्रेसिव्ह चश्मा सूट न होणारा असू शकतोस.''

"हो, तू म्हणतोस ते खरं असावं. हल्ली मलादेखील तसंच वाटू लागलंय. आता यावर तू काय उपाय सुचवतोस?'' मी शरमिंदा होऊन म्हणालो.

"हे पाहा, आज तू झांझिबारला चालला आहेस ना? तुला त्या बेटाची ऐतिहासिक महती ठाऊक आहेच. कालच तू ती विकिपीडियावर वाचलीस ना?''

"हो, पण तुला कुणी सांगितलं?''

"अरे, तू वाचत होतास, तेव्हा मीदेखील वाचली.''

मी पहिल्यांदाच कामानिमित्त झांझिबारला निघालो होतो. कोणत्याही नवीन ठिकाणी जाण्यापूर्वी मी त्या ठिकाणाच्या ऐतिहासिक, सामाजिक, सांस्कृतिक आणि राजकीय पार्श्वभूमीबाबत थोडंफार वाचन करत असे. झांझिबार एक ऐतिहासिक ठिकाण होतं. आफ्रिकेच्या पूर्व किनाऱ्यावरचं ते बेट आता टांझानियाचा भाग आहे. ब्रिटिशांच्या वेळी झांझिबारचं भारताशी जवळचं नातं होतं अन् अजूनही तिथं भारतीय वंशाचे लोक राहतात. भारत आणि पूर्व आफ्रिका ब्रिटिश साम्राज्याचा भाग असताना शेकडो भारतीयांना तिकडे वेगवेगळ्या कारणांसाठी नेण्यात आलं. काहीजण व्यापारासाठी तिकडे जाऊन स्थायिक झाले. तिथल्या 'स्टोन सिटी' नावानं प्रसिद्ध असलेल्या जुन्या गावातलं लहानलहान दगडी रस्त्यांचं जाळं आजकाल अन्यत्र पाहायला मिळत नाही. तिथल्या प्रत्येक घराच्या जुन्या जाडजूड सागवानी दरवाजांवर कोरीव नक्षीकाम केलेलं आहे. प्रत्येक दरवाजा हस्तकलेचा उत्कृष्ट नमुना असल्यानं सगळी स्टोन सिटी एक वस्तुसंग्रहालय आहे असं वाटतं. शतकं उलटली तरी तिथली प्राचीन संस्कृती अजूनही आहे टिकून आहे. म्हणून युनेस्कोनं स्टोन सिटीला 'जागतिक सांस्कृतिक ठेवा' असा दर्जा दिला आहे. जवळपास पोर्तुगीजकालीन किल्ले आणि झांझिबार ओमान साम्राज्याची राजधानी असताना बांधलेल्या शाही इमारती आहेत. शिवाय त्या बेटाचे समुद्रकिनारेही अतिशय निसर्गसुंदर आहेत. झांझिबारला दालचिनी, वेलदोडे, लवंगा, काळी मिरी, जायफळ, तमालपत्र अशा मसाल्याच्या पदार्थांचं मोठ्या प्रमाणावर उत्पादन व्हायचं. त्यांची कित्येक देशांत निर्यातदेखील व्हायची. काही झांझिबारी खाद्यपदार्थांमध्ये तर त्यांचा वापर केला जायचा.

"मला काय म्हणायचंय, अशा अनोख्या ठिकाणी जाऊन तू काय फक्त दगडी रस्ते, त्या रस्त्यावरची धूळ आणि समुद्रकाठची वाळू पाहून येणार आहेस? माझं ऐक, तिकडे गेल्या गेल्या...'' अशी सुरुवात करून त्यानं मला एक सल्ला दिला.

एका आठवड्यानंतर मी नैरोबीला परतलो ते जुना चश्मा लावूनच. आधी हा बदल नीलिमाच्या लक्षातच आला नाही. संध्याकाळचं जेवण झाल्यावर आम्ही बोलत बसलो होतो. तिनं मला झांझिबारची ट्रीप कशी झाली विचारलं. त्यावर मी

तिला म्हणालो,

"तशी चांगली झाली; पण काल संध्याकाळी एक दुर्घटना घडली."

एकदम चमकून तिनं मला विचारलं,

"काय झालं, उमेश?"

"सांगतो. आमच्या ऑफिसनं माझी राहायची सोय झांझिबारच्या पश्चिम किनाऱ्यावरच्या टेम्बो हाउस हॉटेलमध्ये केली होती. गेल्याच्या दुसऱ्या दिवशी तिथल्या ॲटर्नी जनरल यांच्याबरोबरची माझी मीटिंग संपल्यावर त्यांच्या ऑफिसमधल्या एका अधिकाऱ्याशी सहज गप्पा मारत बसलो होतो. बोलताना त्यानं मला मी कुठं उतरलोय हे विचारलं. मी त्याला सांगितल्यावर तो म्हणाला, 'संध्याकाळी तुम्ही तुमच्या हॉटेलजवळच्या फोरोधानी गार्डनकडे गेला होता की नाही?' मी त्याला म्हणालो की, सकाळी 'मॉर्निंग वॉक'साठी बाहेर पडल्यावर गेलो होतो; पण त्यानं तिकडे संध्याकाळी जायचा सल्ला दिला. मी त्याला कशासाठी असं विचारल्यावर तो म्हणाला की, ते तुम्हाला तिकडे गेल्यावरच समजेल. माझी उत्सुकता वाढली. त्या दिवशी संध्याकाळी तिकडे गेलो. तो परिसर समुद्र किनाऱ्यावर, हॉटेलपासून अगदी पाच-सहा मिनिटे चालत जायच्या अंतरावर होता. तिथं पोहोचल्यावर पाहतो तर काय, त्या साऱ्या परिसराला जणू जत्रेचं स्वरूप आलं होतं. सर्वत्र खाण्याचे स्टॉल्स लागलेले. त्यातले बहुतेक सारे वेगवेगळ्या प्रकारचे मासे, लॉबस्टर, प्रॉन्स, चिकन, मटण यांच्या बार्बेक्यूचे होते. त्या साऱ्या पदार्थांचे तुकडे काड्यांना लावून कोळशाच्या धगधगत्या निखाऱ्यांवर भाजायचं काम चाललं होतं. त्यांना लावलेल्या उत्कृष्ट झांझिबारी मसाल्याचा वास आसमंतात पसरला होता. त्यांच्याबरोबर खायला नारळाच्या स्वादाच्या रोट्या, सॅलड, चटण्या असे पदार्थ दिले जात होते. सर्वांत महत्त्वाचं म्हणजे सगळीकडे स्वच्छता होती आणि सारे खाद्यपदार्थ अगदी माफक दरात मिळत होते. तिथं स्थानिक लोक तर होतेच; पण कित्येक पाश्चात्त्य प्रवासीदेखील मोठ्या हौसेने ते पदार्थ खायला आले होते. ते स्टॉल्सवरून आपल्या आवडीचे खाद्यपदार्थ घेऊन गार्डनमधल्या बाकांवर किंवा समुद्रकिनारी असलेल्या कठड्यावर बसायचे आणि पदार्थ खायचे. काल तिथंच जेवायचं ठरवलं. बार्बेक्यू मला किती आवडतं तुला ठाऊक आहेच. त्यात झांझिबारी मसाले लावलेल्या माझ्या आवडीच्या ताज्या ताज्या सुरमईचे म्हटल्यावर पर्वणीच..."

"अहो, दुर्घटना कसली घडली ते आधी सांगा ना! तुम्ही तिथं जाऊन काय काय खाल्लं हे नंतर सांगा." मला मध्येच थांबवत नीलिमा म्हणाली.

"अगं, ऐक तरी, त्या दुर्घटनेचीच पार्श्वभूमी सांगतोय. मी एका स्टॉलवरून सुरमईचे बार्बेक्यू आणि एक रोटी घेतली. त्या दिवशी गार्डनमधले सगळे बाक भरले होते म्हणून मी समुद्रकिनारच्या कठड्यावर बसलो. खाली दहा फुटांवर

भरतीच्या लाटा येऊन आदळत होत्या. मंद वारा सुटला होता. साऱ्या वातावरणात चैतन्य ओसंडून वाहत होतं. मी खायला सुरुवात केली; झांझिबारी मसाले लावलेल्या बार्बेक्यूची चव अप्रतिम होती.''

''अहो, तुम्ही झांझिबारी मसाल्यांवर नंतर एखादा लेख नाहीतर कथा लिहा. किती लांबड लावलीय! दुर्घटना कसली हे सांगायचं बाजूलाच राहिलं!'' वैतागलेल्या स्वरात नीलिमा म्हणाली.

''अगं, ते बार्बेक्यू खात असताना एका स्टॉलकडून कोळशाचा धूर आल्यानं माझ्या डोळ्यांत जरा पाणी आलं. मी चश्मा काढून कठड्यावर ठेवला आणि खिशातून रुमाल काढून डोळे टिपले. इतक्यात अनपेक्षितपणे जोराचा वारा आला आणि पाहतो तर काय, चश्मा त्या वाऱ्यानं खाली समुद्रात पडला नि क्षणार्धात नाहीसादेखील झाला. हे सारं इतकं पटपट झालं की, मला काही कळायच्या आतच चश्मा गायब! बरं, त्याची भिंगं प्लॅस्टिकची असल्यानं तो हलका होता. काचेची भिंगं असती तर जागचा हलला नसता. तर अशी ही दुर्घटना घडली.''

''अरेरे, फार वाईट झालं! आता आपण असं करू, उद्या सकाळी मि. सोमजींकडे जाऊ आणि नवा चश्मा करायला टाकू.'' नीलिमा म्हणाली. त्यावर मी म्हणालो,

''हे पाहा, सध्या मी माझा जुना चश्मा वापरतोय. तसा डोळ्यांना काही त्रास होत नाही. आता मला पुढच्या आठवड्यात सेनेगलला जायचं आहे आणि तिथून आल्यानंतर पाच-सहा दिवसांनी जोहान्सबर्गला जायचंय, तेव्हा आपण नव्या प्रोग्रेसिव्ह चष्म्याचं पुढे अजून काही दिवसांनी पाहू.'' त्यावर तिनं काही प्रतिक्रिया व्यक्त केली नाही.

त्या दिवशी झोपण्यापूर्वी ब्रश केल्यावर बाथरूममधल्या बेसिनमध्ये तोंड धुतलं आणि ते पुसतापुसता आरशात पाहिलं, तर कपाळावर पुन्हा तिसरा डोळा उमटला होता! तो खूप खुशीमध्ये दिसत होता. तो माझ्याकडे मिश्किल नजरेनं पाहत म्हणाला,

''मघाशी तू नीलिमाला 'झांझिबारी मसाला'लावून सांगितलेली गोष्ट मला फार आवडली! कीप इट अप्,'' असं म्हणत त्यानं मला चक्क डोळा मारला आणि लगेच नाहीसा झाला!

(चौफेर, दिवाळी २०१५)

◆

वजन कमी करण्याची गुरुकिल्ली !

“माझं नाव हेमंत देशमुख. माझं इथं बुकिंग झालेलं आहे,” असं म्हणत मी माझा पासपोर्ट टेम्बो हाउस हॉटेलच्या रिसेप्शनिस्टला दिला. नुकताच मी नैरोबीहून झांझिबारला पोहोचलो होतो. मी नेहमी टेम्बो हाउस हॉटेलमध्येच राहत असे; पण या खेपेस मला ओळखणारे कोणी कर्मचारी दिसत नव्हते.

“एक मिनिट हं,” असं म्हणून रिसेप्शनिस्टनं आपल्या समोरच्या संगणकावर काही माहिती वाचली. ते झाल्यावर ती म्हणाली,

“वेलकम! मिस्टर देशमुख. पूर्वी तुम्ही इथं बऱ्याच वेळा राहिल्याचं दिसतंय. आम्ही तुमच्या विनंतीनुसार तुमच्या आवडीची पहिल्या मजल्यावरची रूम नंबर १२६ राखून ठेवली आहे. फक्त इथं सही करा,” असं म्हणून तिनं मला हॉटेलचा नोंदणी फॉर्म दिला. सही करून तो परत देताना मी म्हणालो,

“तुम्ही इथं नवीन दिसताय.”

“हो, मिस्टर देशमुख. अलीकडेच आमच्या हॉटेलचं व्यवस्थापन बदललं. सध्याचा सगळा स्टाफ नवीन आहे; पण तुम्हाला इथं पूर्वी जशी सर्व्हिस मिळायची तशीच यापुढेही मिळत राहील याची खात्री बाळगा. त्यात तुम्ही आमचे नेहमीचे कस्टमर. तुम्हाला काही हवं असल्यास केव्हाही आम्हाला सांगा.”

मी तिला ‘थँक्स’ म्हणालो आणि तिनं दिलेली किल्ली घेतली. मघापासून जवळच उभ्या असलेल्या ‘बेल-बॉय’नं माझी सूटकेस घेतली. आम्ही माझ्या खोलीकडे निघालो. त्या खोलीला एक प्रशस्त बाल्कनी होती आणि तिथून समुद्राचा व्ह्यू छान दिसायचा. बाल्कनीत दोन ‘गार्डन चेअर्स’ होत्या. संध्याकाळी तिथं बसून सूर्यास्त पाहायला मला फार आवडायचं.

कामानिमित्त मला अधूनमधून झांझिबारला जावं लागायचं. जिनिव्हा, स्वित्झर्लंड इथं मुख्य ऑफिस असलेल्या 'जागतिक व्यापार संघटना' म्हणजे 'वर्ल्ड ट्रेड ऑर्गनायझेशन'च्या नैरोबी इथल्या आफ्रिका विभागीय कार्यालयात मी सहसंचालक पदावर काम करत होतो. दुसऱ्या दिवशी सकाळी माझं काम सुरू झालं. झांझिबारमध्ये तयार होणाऱ्या मसाल्यांच्या निर्यातीवर काही युरोपीय देशांनी जाचक निर्बंध लादले होते; त्यामुळे झांझिबारचं राज्य सरकार, टांझानियाचं केंद्र सरकार आणि त्या युरोपीय देशांमध्ये एक वाद निर्माण झाला होता. आमच्या संघटनेचा सदस्य असलेल्या टांझानियानं त्या संदर्भात आमच्या लवादाकडे एक तक्रारअर्ज दाखल केला होता. त्या बाबतीत आमची चर्चा सुरू होती.

माझं काम तीन दिवसांत संपलं. त्याच्या दुसऱ्या दिवशी परत नैरोबीला जायचं होतं. काम संपलेल्या दिवशी रात्री मी लवकरच झोपलो; पण पहाटे मला कोणीतरी हलवून जागं केल्याचा भास झाला. इतक्यात लक्षात आलं की, तो भास नव्हता तर एक सुंदर तरुणी मला जागं करत होती! मी एकदम घाबरून गेलो. आफ्रिकेतल्या काही हॉटेल्समध्ये तिथले कर्मचारीच संगनमतानं 'कॉल गर्ल्स' पाठवतात असं मी पूर्वी ऐकलं होतं; पण मी तर दार आतून लावून त्याची साखळीदेखील लावली होती. पूर्वी कधीही मला असा अनुभव आला नव्हता. हॉटेलच्या नव्या स्टाफपैकी कोणीतरी ही लबाडी केली असणार याबद्दल माझी खात्री झाली.

"तू कोण...इथं कशी आलीस..." असं तिला विचारत मी फोनकडे धाव घेतली; पण ती काही न बोलता माझ्याकडे पाहून मिश्किलपणे हसत होती. मी फोन उचलला तर तो बंद होता. माझा मोबाइलदेखील कुठं दिसत नव्हता.

"मला ओळखलं नाहीस, हेमंत?"

तिनं गालातल्या गालात हसत मराठीत विचारलं. तिला माझं नाव माहिती आहे आणि ती मराठी बोलते याचं मला आश्चर्य वाटलं.

"मी तुला ओळखत नाही. तू कोण आहेस? इथं कशासाठी आली आहेस?" असं जरा रागानं म्हणत मी गाउनची गाठ बांधताना तिच्याकडे पाहिलं. तिनं गुलाबी रंगाचा गुलाबांची फुलं असलेला कुर्ता आणि फिक्कट पिवळसर रंगाची सलवार घातली होती. तिच्या गोड हसऱ्या चेहऱ्यावर गुलाबी झाक होती. पायांत राजस्थानी चढाव होते. तिचे भुरे केस खांद्यावर रुळत होते. लालचुटूक ओठ लक्ष वेधून घेत होते. ती सुंदर तर होतीच; पण मिश्किल आणि गूढदेखील वाटत होती. ती नक्कीच भारतीय असणार, कारण ती चक्क मराठीत बोलत होती! अजूनही मी माझ्या धक्क्यातून सावरलो नव्हतो.

"अरे, मी तुझी सखी आणि जिवाभावाची मैत्रीण, जिवानी!" ती परत मिश्किलपणे म्हणाली.

"शिवानी? मी कोणा शिवानीला ओळखत नाही." मी डोळे चोळत म्हणालो.

"अरे, शिवानी नाही, जिवानी! ते माझं टोपणनाव आहे, मी आहे तुझी जिव्हा!" तिने स्पष्ट केलं.

"माझी जिव्हा?" असं म्हणत मी माझी जीभ थोडीशी बाहेर काढून तिला ओझरता स्पर्श केला.

"हो, मी तीच ती तुझी जिव्हा. आज जरा गंमत म्हणून तुझ्याशी बोलायला आलेय. बरं, हे पाहा. बाहेर मस्त चांदणं पडलंय. चल, बाल्कनीत गप्पा मारत बसू."

एव्हाना मी जरा भानावर आलो होतो. ती कॉलगर्ल नाही आणि फक्त माझीच जिव्हा आहे हे समजल्यावर जीव्ह - नाही, जीव भांड्यात पडला. मी बाल्कनीचं दार उघडलं. पहाटेची हवा छान होती. निरभ्र आकाशातल्या चांदण्यांच्या मंद प्रकाशाला रेशमी झालर होती. शुक्राच्या चांदणीच्या तेजानं इतर तारकांना तिचा हेवा वाटत होता. नारळीच्या फांद्यांच्या जाळीदार नक्षीआडून चंद्र दिसत होता. समुद्राच्या मंद लाटांचं संगीत मोहवत होतं. तशात सोबत ही सुंदरी! आम्ही बाल्कनीतल्या खुर्च्यांवर बसलो. ती माझ्यापासून जरा दूरच बसली.

"आज कसं काय येणं केलं?" चश्मा पुसून पुन्हा लावत मी तिला विचारलं.

"खरं म्हणजे मी तुझ्यावर खूप रागावलेय. आज मला एका प्रकरणाचा सोक्षमोक्ष लावायचाय. म्हणूनच प्रकटले, नाहीतर नेहमीसारखी दातांच्या भरभक्कम दरवाजांमागे गुपचूप बसलेली असते. नेहमी तू सांगशील तेव्हाच बोलते हे काय तुला सांगायला हवं?"

"बरं. पण माझ्यावर रागावायचं कारण काय?"

"तू आणि शीलानं हल्ली काय उच्छाद मांडलाय?"

"उच्छाद? कसला उच्छाद? आमचं तर उत्तम चाललंय! सगळं काही हसतखेळत. वादविवाद नाही, खटके उडत नाहीत, भांडण तर दूरच राहिलं! तू आमच्यात उगाच काही कुरापत काढून विस्तुष्ट आणू नकोस हं! आत्ताच बजावून ठेवतो. तसं काही करायच्या भानगडीत पडलीस, तर माझ्यासारखा वाईट माणूस नाही!" मी तिला चांगल्या खड्या आवाजात दम भरला. ते ऐकल्यावर ती चूपचाप निघून जाणार अशी माझी खात्री होती; पण ती कसली हलतेय? उलट माझ्याकडे रोखून पाहात म्हणाली,

"तुम्ही दोघांनी हल्ली डाएटिंगचं कसलं फॅड डोक्यात घेतलंय?"

"आम्ही दोघांनी वजन कमी करायचा पण केलाय. त्याला डएटिंगचं फॅड असं म्हणून हिणवू नकोस हं! शीलानंच मला त्याची महती समजावून सांगितली."

"वजन कमी करायला माझी काही हरकत नाही; पण तुम्ही माझे का हाल चालवले आहेत?"

''कसले हाल?''

''मलाच उलट विचारतोस कसले हाल म्हणून? अरे, गेले तीन आठवडे झाले पाहतेय. सकाळी उठल्यावर कोमट लिंबू-पाणी, नाश्त्याला पालेभाजीचं बिनमिठाचं बेचव सूप आणि काळा बिनसाखरेचा चहा. दुपारी उकडलेल्या भाज्या, संध्याकाळी सॅलड आणि अध्येमध्ये भूक लागली तर ओट्सचा कोंडा, तोदेखील फॅट काढलेल्या पांचट स्कीम्ड दुधाबरोबर! तू माझे किती हाल करतोस हे तुला कळत नाही? आणि काल संध्याकाळी फोरोधानी गार्डनला न थांबता पुढे जाऊन आलास. तिथल्या बार्बेक्यूच्या आणि झांझिबारी मसाल्यांच्या खमंग वासानं मला पाणी सुटून मी चिंब भिजले. तिथं लोक कशासाठी जातात माहीत आहे ना?''

''हो, चांगलं माहीत आहे.'' तिथून जाताना त्या गार्डनमध्ये काय चाललंय हे मला दिसलं होतं. तसं पाहिलं तर बार्बेक्यू माझ्या खूप आवडीचे; पण त्या वेळी मी त्यांचा मोह टाळला होता. पूर्वी झांझिबारला आल्यावर जवळजवळ रोज संध्याकाळी मी तिथंच जेवायचो. मी तिला म्हणालो,

''हे पाहा, माझं जरा ऐक. अलीकडे आम्हा दोघांचं वजन हळूहळू वाढत चाललं होतं. मग शीलानं ठरवलं की, परिस्थिती हाताबाहेर जाण्यापूर्वीच काही ठोस पावले उचलायला हवीत. तिचे काही ड्रेस हल्ली तिला बसत नाहीत म्हणे! ती म्हणाली की, डॉ. थिनिंग यांच्या 'झीरो-हीरो' डाएटने हल्ली जगात सगळीकडे खळबळ माजवली आहे. आपणही ते करून पाहू.''

''त्याला 'झीरो-हीरो' डाएट का म्हणायचं बरं?''

''अगं, डॉ. थिनिंग यांचं म्हणणं आहे की, झीरो कॅलरी आहारानं तीन आठवड्यांत हीरोसारखं दिसता येतं!''

''आता तुला काय सिनेमात काम करायला जायचंय थोडंच? शीलानंच तुझ्यावर त्याची सक्ती केली असणार!''

''तसं मुळीच नाही हं,'' मी म्हणालो. कोणता नवरा आपण बायकोच्या तालावर नाचतो हे कबूल करेल?

''तिनं सक्ती केली असू दे नाहीतर युक्ती; तू जे करत आहेस ते काही बरं नव्हे.'' जिवानीनं राग व्यक्त केला.

''अगं, वजन पटकन कमी करायला ते 'झीरो-हीरो' डाएट चांगलं असतं.''

''ते ठीक आहे रे, पण तुझं वजन हाताबाहेर जाण्याइतपत का वाढलं याचा विचार केला आहेस का तू? अलीकडे तुझं जिनिव्हाला जाणं-येणं वाढलंय. तिकडे गेल्यावर तुला नाही ते मोह होतात. दीड महिन्यापूर्वी गेला होतास, तेव्हा दोनदा फॉन्ड्यू खाल्लास. तेदेखील हात राखून नाही!''

आमच्या संघटनेच्या कामानिमित्त अधूनमधून मला जिनिव्हा आणि इतर

ठिकाणी जायला लागायचं. जिनिव्हात मिळणारा स्वीस फॉन्ड्यू हा गृयेर आणि फॉन्टिना किंवा इतर स्वीस चीज मंद आचेवर गरम होत असलेल्या पांढऱ्या वाइनमध्ये टाकून करायचा पदार्थ. टेबलाच्या मध्यभागी ठेवलेल्या आचेवरच्या भांड्यातल्या वाइनमध्ये चीज वितळत असतानाच त्याच्याभोवती चार-पाचजणांनी बसून फॉन्ड्यूसाठी असतात त्या लांब फोर्कला ब्रेड आणि काही ठरावीक भाज्यांचे तुकडे लावून ते विरघळलेल्या चीजमध्ये बुडवायचे आणि जरा गार झाल्यावर खायचे. त्यांची चव अप्रतिम! माझा जिनिव्हामधील सहकारी आणि मित्र अंत्वान बुव्हिये याच्या घरी मला नेहमी फॉन्ड्यूचं आमंत्रण असायचं.

"आता भूक लागली म्हटल्यावर काहीतरी खायला हवं की नको? की उपाशी बसायचं? तेदेखील घरापासून हजारो किलोमीटर दूर असताना! आधीच दिवसभर मरमर काम करायचं. माझ्या मेंदूवर किती ताण पडतो याचं तुला काय देणं-घेणं?" मी सात्त्विक संतापानं तिला ठणकावून म्हणालो.

"ते ठीक आहे रे, पण आधी तुझा आवाज कमी कर. पहाटेचे चार वाजलेत. आजूबाजूच्या खोल्यांमध्ये लोक झोपले आहेत. मला काय म्हणायचं आहे हे नीट ऐकून घे. जेव्हा तू कामानिमित्त परदेशी जातोस, तेव्हा तुला तिथले स्थानिक, वैशिष्ट्यपूर्ण पदार्थ आवडीनं खायचे असतात. खाणं हा तुझा 'जिव्हा'ळ्याचा विषय आहे! शिवाय तुमच्या संघटनेच्या कॅफेटेरियात लंचला सशापासून माशापर्यंत सगळे मांसाहारी पदार्थ चापून खातोस. तसेच पोट भरलेलं असलं तरी वेगवेगळ्या पुडिंग्जचा मोह तुला आवरत नाही. अध्येमध्ये भूक लागली तर तुला स्वीस चीज आणि चॉकलेटस लागतात. हे सगळं मला खूप आवडतं; पण आहारावर थोडं नियंत्रण ठेवलं असतंस आणि नियमित व्यायाम केला असतास तर आजची वेळ आली नसती. शिवाय..." ती बोलता बोलता थांबली. कदाचित बोलावं की न बोलावं अशा संभ्रमात पडली असावी.

"शिवाय काय?" मी खोदून विचारलं.

"तिकडे गेल्यावर जवळजवळ रोज संध्याकाळी मित्रांबरोबर लेक जिनिव्हाच्या काठावरच्या बार्समध्ये वाइन किंवा बिअर कोण पीत असतं, महाशय?"

ते आरोप ऐकून मी जरा वरमलो. फक्त आकाशातल्या चांदण्या पाहात बसलो. इतक्यात ती म्हणाली,

"मला वाइन आणि बिअरचं काही वाटत नाही. ती तू घेतोस, तेव्हा मीसुद्धा जरा सैल होते आणि मला छान वाटायला लागतं हा भाग वेगळा! पण तू अघळपघळ गप्पा मारू लागतोस. तुम्ही मित्र नाही नाही ते विनोद करता, तुमच्या काही खडूस वरिष्ठांची खिल्ली उडवता. हे सगळं मला मान्य आहे; पण परवाच्या खेपेला मात्र तू मेक्सिकोहून आलेल्या फर्नांडो या तुझ्या मित्राबरोबर 'मन्याना'मध्ये

जाऊन कहरच केलास!''

मी ते आठवायचा प्रयत्न केला. फर्नांडोनं जिनिव्हातल्या रु द बर्न आणि रु देसाल्पे यांच्या कोपऱ्यावरच्या 'मन्याना' या मेक्सिकन रेस्टॉरंटमध्ये जेवायला जायचा मला खूप आग्रह केला. मी तयार झालो. तिथं गेल्यावर तो म्हणाला, आज 'तकिला' घ्यायची? मी होकार दिला. ती घेताना तिच्यात पाणी मिसळायचं नाही; छोट्या ग्लासमधला पेग एका घोटात संपवायचा आणि नंतर लगेच मीठ लावलेली लिंबाची फोड चाखायची.

''तू चांगली तीन-चार वेळा 'तकिला' घेतल्यावर माझे किती हाल झाले सांगू? तशात जेवताना 'सेन्सिलो हुराचे'वर वाटीभर तिखट साल्सा ओतून खाल्लेस; त्यामुळे झालेली माझी जळजळ किती वेळ माझी आग आग करत होती, तुला काय माहीत? तुझं हे असं वागणं माझ्या 'जिव्हा'री लागतं. बरं, ते जाऊ दे, उगाच विषयांतर नको. हे डाएटिंगचं फॅड आधी डोक्यातून काढून टाक. मला वाटलं, इकडे झांझिबारला आल्यावर तरी तू तुझ्या आवडीची झांझिबारी फिश-करी, ओमानी बिर्याणी किंवा बार्बेक्यू असं काहीतरी चविष्ट खाशील; पण इथंही तेच. सॅलड, उकडलेल्या भाज्या, पाल्याचा ज्यूस हे सगळं या हॉटेलच्या शेफकडून करून घेऊन सकाळ-संध्याकाळ तेच खाशील अशी माझी तुझ्याकडून अपेक्षा नव्हती.''

''माझा निर्धार ठाम आहे, याची तुला आता खात्री पटली असेल.''

''बरं ते जाऊ दे. तू माझा छळ बंद कर, नाहीतर मी माझा बडगा दाखवेन.''

''काय करणार आहेस करून करून?'' आता मीदेखील हट्टाला पेटलो होतो. त्यावर थोडा विचार करून ती म्हणाली,

''तुझ्या लाडक्या 'शीलू'ला तुझे लग्नापूर्वीचे प्रताप सांगेन!''

हे ऐकताच मी एकदम चकित झालो आणि जरा धास्तावलो.

''हे पाहा, जिवानी,'' मी समजुतीच्या स्वरात तिला म्हणालो, ''तरुणपणी प्रत्येकाकडून काही चुका होतात. मी काही असे खूप 'प्रताप' केले नव्हते हं! त्या वयात काहीजणींच्या प्रेमात पडलो, थोडाफार वाहवत गेलो, यात मी असा काय मोठा अपराध केला? आजकाल तर अशा गोष्टींकडे कुणीही लक्ष देत नाही. हल्ली विवाहबद्ध होणाऱ्या जवळजवळ प्रत्येक व्यक्तीनं असे अनुभव घेतलेले असतात...''

मला मध्येच थांबवत ती म्हणाली, ''मी आजकालची गोष्ट काढत नाही. तुझ्या तरुणपणी त्या गोष्टी समाजाला मान्य नव्हत्या. सगळा चोरीचा मामला होता.''

''अगं, त्या वेळचं वय काय होतं...जेमतेम वीस - एकवीस असेल; लहान वयात पोच नसते...''

''आणि एम.ए. इकॉनॉमिक्ससाठी हार्वर्डला गेला होतास, तेव्हा काय कुक्कुलं बाळ होतास काय? म्हणूनच तिथल्या थोराड गोऱ्या पोरी या गोंडस बाळाचे मुके

घ्यायच्या वाटतं?''

''जिवानी, हे फार होतंय हं! पण मला एक सांग, तुला या साऱ्या गोष्टी अजून कशा आठवतात?''

''अरे, माझी स्मरणशक्ती खूप तल्लख आहे. मी अगदी सात-आठ वर्षांची असल्यापासून तू काय बोललास, काय खाल्लंस आणि केलंस हे सगळं मला स्पष्ट आठवतंय. तर त्या वेळच्या तुझ्या त्या 'तसल्या' उपक्रमात माझा 'सक्रिय' सहभाग असायचा, हे तू विसरलास वाटतं?''

''काय हा चावटपणा! तुझ्या जिभेला काही हाड आहे की नाही?''

''मुळीच नाही!'' ती हसतहसत म्हणाली.

मला काय बोलावं हे सुचेना. तिच्याशी वाद घालण्यात काही अर्थ नव्हता. मी उठून, तिच्या जवळ जाऊन तिच्या खांद्यावर हात ठेवून म्हणालो,

''हे बघ जिवानी, कृपा करून मागचा इतिहास उकरून काढू नकोस. शीलूला काही-बाही सांगून आमच्यात वितुष्ट आणू नकोस. आमचं सगळं सुरळीत सुरू आहे. वरुण आणि श्रुती कॉलेजमध्ये आहेत; त्यांना समजलं तर काय वाटेल याचा तरी विचार कर. दात, सॉरी! हात जोडतो तुझ्यापुढे! तरुणपणी माझ्या हृदयाला पडलेल्या जखमा केव्हाच भरून निघाल्या आहेत.''

''अरे, मला खात्री आहे की, आज तुझ्या हृदयाचा सी.टी. स्कॅन केला, नाहीतर इकोकार्डिओग्राफी आणि अँजिओग्राफी केली तरी त्यावर पूर्वीच्या तुझ्या जखमा दिसणार नाहीत; पण मला माझ्या फायद्यासाठी त्याचा उपयोग करून घ्यायचा आहे, समजलास? माझा छळ थांबविण्यासाठी मला कोणताही मार्ग अवलंबावा लागेल. तुला काय वाटलं, फक्त तूच दम भरू शकतोस काय माझ्यासारख्या अबलेला?''

आता मात्र मी माझा पवित्रा बदलला. हिच्याशी वेगळीच खेळी करायला हवी हे माझ्या लक्षात आलं. मी तिला म्हणालो,

''हे बघ जिवानी, आपण या समस्येवर तडजोडीनं तोडगा काढू या. तुला ठाऊक आहेच की, आजकाल वादाचं प्रकरण कोर्टात गेलं तर काय होतं. दोन्ही बाजूंचे वकील आणि बऱ्याच वेळा न्यायाधीशदेखील भरपूर पैसे काढतात आणि खरा न्याय मिळतच नाही. शिवाय वर्षानुवर्ष प्रकरण निकालात निघत नाही.''

''ते कोर्ट-बिर्ट बाजूला राहू दे. मला माझ्या भल्यासाठी काहीतरी मार्ग काढायला हवा. तू जर माझं ऐकलं नाहीस तर मी शीलाला गाठून, सगळं सांगणार आहे हे लक्षात ठेव.'' तिनं असं ठामपणे म्हटल्यावर मात्र माझं अवसान गळालं. तरीही निकराचा प्रयत्न करावा म्हणून मी म्हणालो,

''हे तर चक्क ब्लॅकमेलिंग झालं! तू जे करणार आहेस ते नीतिमत्तेला धरून

नाही. तू तुझ्या स्वार्थासाठी गैरमार्गाचा वापर करणार याचं तुला वैषम्य वाटत नाही? काय वाट्टेल ते काय बोलतेस? उचलली जीभ अन् लावली टाळ्याला!''

''तुझं नाव हेमंतऐवजी मतिमंद ठेवायला हवं होतं! कुठल्या जमान्यात आहेस तू? अरे, हल्ली गैरमार्गानं स्वार्थ साधणं यात काहीही वावगं समजलं जात नाही. गेल्या काही दशकांपासून बोफोर्स, राष्ट्रकुल स्पर्धा, स्पेक्ट्रम, रेल्वे कंत्राटं, आय.पी.एल. स्पॉट फिक्सिंग, राफेल, पीएमसी बँक, ऑगस्टा हेलिकॉप्टर प्रकरण, आयएनएक्स मीडिया केस अशा मोठमोठ्या घोटाळ्यांपासून लहान-मोठ्या अनेक घोटाळ्यांविषयी आणि विजय मल्ल्या किंवा नीरव मोदी अशा 'युगपुरुषां'विषयी तू वेळोवेळी वाचत नाहीस का? आजकाल भारतातलं कोणतंही वृत्तपत्र उघड आणि पाहा काय वाचायला मिळतं? गल्लीपासून दिल्लीपर्यंत सगळेजण नीतिमत्तेची खिल्ली उडवत आहेत! आणि तू मला नीतिमत्तेचे डोस पाजायला निघालास! हल्लीच्या पिढीला ती कशाशी खातात हे ठाऊकदेखील नसेल.'' असं म्हणून ती जोरजोरात हसू लागली. मी गप्प बसलेलो पाहून ती पुढे म्हणाली,

''मी एक मार्ग सुचवते, नीट ऐकून घे. नैरोबीत तू संध्याकाळी फिरायला बाहेर पडतोस, तेव्हा आपल्या घराजवळ व्हिलेज मार्केट मॉल आहे ना, तिकडे जायचं. तिथल्या फूड-कोर्टमध्ये छान छान पदार्थ मिळतात हे तुला माहीत आहेच. मला रोज एखादी वेगळी गोष्ट खायला घालायची आणि गुपचूप घरी यायचं. शीलाला काही कळणार नाही. मीदेखील गप्प बसेन.''

एव्हाना मी शरणागती पत्करली होती. त्या मार्केटचं नाव 'व्हिलेज' मार्केट असलं, तरी तो एक अत्याधुनिक मॉल होता. माझ्या नैरोबीच्या गिगिरी भागातल्या घरापासून अगदी जवळ होता.

''ठीक आहे. नैरोबीला परतल्यावर जात जाईन व्हिलेज मार्केटला.''

''आता कसा ताळ्यावर आलास? बरं, मला कधी चिकन टिक्का, पोर्कची चिनी डंप्लिंग, पेपरोनी पिझ्झा, फिश बर्गर, केंटाकी फ्राइड चिकन असे, तर कधी आइस्क्रीम, मिल्कशेक, कॅरामेल कस्टर्ड, ब्लॅक फॉरेस्ट केक किंवा स्ट्रॉबेरी पेस्ट्री असे गोड पदार्थ अदलून-बदलून खायला घालायचे. आणि ऐक, आज नाश्त्याला ऑम्लेट, चिकन सॉसेजेस, चीज-टोस्ट आणि साखर तसेच दूध घातलेली कॉफी हवी आहे मला.''

तिच्या सगळ्या मागण्या मी विनाशर्त मान्य केल्याची खात्री झाल्यानंतर ती उठून मला 'गुड-बाय' करून निघून गेली. मी झोपायचा प्रयत्न केला; पण काही केल्या झोप लागेना. नाहीतरी पाच वाजत आले होते.

या प्रसंगानंतर जवळजवळ सव्वा महिना उलटला. एके दिवशी घरी डिनरसाठी शीलू आणि मी उकडलेली ब्रोकोली नि कोबी खात होतो. ते खाता खाता शीलू

अचानक म्हणाली,

"हेमंत, गेल्या जवळजवळ दोन महिन्यांत माझं वजन पाच किलो कमी झालंय. आजच सकाळी पाहिलं; पण मला आश्चर्य वाटतं की, 'झीरो-हीरो' डाएट सुरू केल्यावर सुरुवातीला तुमचं वजन थोडं कमी झालं; पण हल्ली पुन्हा सातत्यानं वाढू लागलंय, हे कसं काय?"

तिची नजर चुकवत मी म्हणालो,

"मलाही आश्चर्य वाटतंय या गोष्टीचं. मला वाटतं, माझ्या प्रकृतीला या भाज्या मानवत असाव्यात. 'झीरो-हीरो' डाएटचा हा चमत्कार असावा. डॉ. थिनिंगना माझी 'केस-स्टडी' करून एक संशोधनपर लेख लिहा असं सुचवायला हवं." मी विषयांतर करायच्या उद्देशानं म्हणालो. शीलू मात्र अजूनही संभ्रमावस्थेतच होती. आता मात्र मी या प्रकरणावर कायमचा पडदा टाकायचं ठरवलं. एका संध्याकाळी मी फिरून आल्यावर (अर्थात व्हाया व्हिलेज मार्केट!) आम्ही दोघे घराच्या बागेत गप्पा मारत बसलो होतो. मी शीलूला म्हणालो,

"शीलू, आज कॉलेजमधला माझा वर्गमित्र रमेशची खूप दिवसांनी ई-मेल आली. त्यानिमित्तानं जुन्या आठवणींना उजाळा मिळाला."

"असं? अरे वा! छान."

"शीलू, आपण दोघे इतके समजूतदार आहोत, तेव्हा तुला आता सांगायला हरकत नाही..." तो विषय कसा काढावा हे मला सुचेना.

"काय सांगायला हरकत नाही, हेमंत?"

"अगं, त्याचं काय आहे तरुणपणी प्रत्येकाच्या हातून काही चुका होतात. एके काळी माझ्याकडूनही काही बाबतींत तसं घडलंय; पण तुला खरं सांगतो, आपल्या लग्नानंतर मात्र माझा पाय कधीही घसरलेला नाही!"

त्यावर मनसोक्त हसून ती म्हणाली,

"हेमंत, आज कसा काय तुम्ही हा विषय काढलात?"

"अगं, उगाच कोणीतरी तुझे कान भरवायचा प्रयत्न केला तर गैरसमज नसावा म्हणून!"

"हेमंत, आपल्या लग्नापूर्वीच तुमच्या काही मैत्रिणींबाबत मला ठाऊक होतं. आमच्या नाशिकच्या घराजवळची माझ्या ओळखीची संगीता देसाई हिचा चुलतभाऊ सांगलीच्या तुमच्या विश्रामबाग भागातील घराजवळ राहत होता. आपल्या लग्नाची चर्चा सुरू झाल्यावर मी संगीताला सहज तुमच्याविषयी माहिती काढायला सांगितलं होतं. तिच्या चुलतभावानं मला तुमच्याबद्दल आणि तुमच्या एक्स-मैत्रिणींबाबत बरीच माहिती कळवली होती."

"खरंच की काय? आणि ती कळूनदेखील तू मला होकार दिलास?"

"अर्थात, कारण अशा चुका हातून झाल्या म्हणून काही माणूस पूर्णतः वाईट ठरत नाही. तुमचं उत्तम करिअर, जिद्द, मनमोकळा स्वभाव आणि प्रसन्न व्यक्तिमत्त्व याकडे पाहून मी त्या गोष्टींकडे काणाडोळा करायचं ठरवलं आणि आज इतक्या वर्षांनी विचारताय म्हणून सांगते, मला तेव्हाचा माझा निर्णय योग्य होता याची खात्री केव्हाच पटली. जाऊ दे, आता कशाला तो विषय उगाळताय? माझे कान भरायला कोणी आली तर तिचेच कान उपटून तिच्या हाती देईन!"

"कान नको, जीभ उपट तिची..." मी पुटपुटलो. शीलूचा तो खुलासा ऐकल्यावर मला हर्षवायूच व्हायचा बाकी होता. आता पाहून घेतो ती जिवानी की भवानी माझा कसा पिच्छा पुरवते!

मी फिरायला जाताना व्हिलेज मार्केटकडे जायचं बंद केलं. त्याला आठ दिवस झाले असावेत. जिवानीचा आवाज तिची जीभ उपटून टाकल्यासारखा बंद झाला होता. दुसऱ्या दिवशी मला दक्षिण आफ्रिकेची राजधानी प्रिटोरियाला 'विकसनशील आफ्रिकी राष्ट्रांचे निर्यात धोरण' या विषयावरच्या एका उच्चस्तरीय सेमिनारला जायचं होतं. त्यामध्ये चाळीस आफ्रिकी देशांचे व्यापार आणि वाणिज्य सचिव भाग घेणार होते. त्या सेमिनारमध्ये माझी तीन सत्रे होती. ती आर्केडिया भागातल्या वेस्सेल्स स्ट्रीटवरच्या शेरेटन हॉटेलमध्ये होणार होती. माझी राहायची व्यवस्थाही त्याच हॉटेलमध्ये केली होती. खोलीतून मोठ्या ग्राउंडपलीकडे एका छोट्या टेकडीवरची भव्य आणि सुरेख 'युनियन बिल्डिंग' हे राष्ट्रपतींचं ऑफिस आणि मंत्रालयाची इमारत दिसत होती. ती काहीशी दिल्लीच्या राष्ट्रपती भवनासमोरच्या साउथ आणि नॉर्थ ब्लॉक या केंद्रीय सचिवालयासारखी दिसत होती, कारण त्या दोन्हींची वास्तुरचना सर हर्बर्ट बेकर या प्रसिद्ध वास्तुशिल्पकाराने केली होती. सेमिनारचं आयोजन करणारे दक्षिण आफ्रिकेच्या व्यापार आणि वाणिज्य मंत्रालयाचे सचिव गार्थ अब्राहम यांचा आणि माझा चांगला परिचय होता. सेमिनारच्या पहिल्याच दिवशी दुपारचं सत्र माझं होतं. मि. अब्राहम यांनी उपस्थितांना माझी ओळख करून दिली आणि मला बोलण्यासाठी आमंत्रित केलं.

मी संगणकावरचं माझं पॉवर-पॉइंट प्रेझेंटेशन सुरू केलं; बोलायला सुरुवात करणार इतक्यात जाणवलं की, माझा आवाजच अचानक बंद झाला आहे! मी पुन्हा उपस्थितांना उद्देशून काही बोलायला गेलो तर फक्त तोंड हलायचं पण आवाजच यायचा नाही. मि. अब्राहमनी ओळखलं की, काहीतरी गडबड आहे. मी जरा खोकल्यासारखं केलं आणि गळ्याकडे हात करून मला काहीतरी त्रास होतोय अशी खूण केली. त्यावर ते उठले आणि श्रोत्यांना म्हणाले,

"मि. हेमंत देशमुख हे थोड्या वेळानं आपलं प्रेझेंटेशन सादर करतील. तोपर्यंत आपण जागतिक व्यापार संघटनेनं अलीकडेच निर्मिलेला एक छोटा

माहितीपट पाहू.''

त्यांनी संगणकावरचा माहितीपट सुरू केला. तो त्यांना नंतर दाखवायचा होता; पण सध्याची वेळ मारून नेण्यासाठी त्यांनी ती युक्ती योजली. मी त्यांना खुणेनं सांगितलं की, थोडा वेळ खोलीवर जाऊन येतो. मी पटकन खोलीवर आलो, कुलूप काढून दार उघडलं आणि पाहतो तर बेडवर जिवानी जाडसर उशीला रेलून आरामात बसलेली! आज तिनं लालसर रंगाची जवळजवळ पारदर्शी साडी परिधान केली होती. माझ्याकडे पाहून छद्मीपणे हसत म्हणाली,

''ये, तुझीच वाट पाहात होते!''

''तू काय करते आहेस इथं?'' मी तिला विचारलं. आश्चर्य म्हणजे माझा आवाज मला परत मिळाला होता.

''तुझ्याशी चार गोष्टी बोलायला आलेय. शीलाला विश्वासात घेऊन माझा आवाज बंद करायचं ठरवलंस ना, म्हणून मीच तुझा आवाज बंद केला; अगदी मोक्याच्या वेळी. कशी फजिती झाली आज!'' ती म्हणाली नि खो-खो हसू लागली.

''तुला हसू येतंय; पण माझ्या तोंडचं पाणी पळालंय.'' मी म्हणालो. माझ्या बोलण्याकडे दुर्लक्ष करून ती म्हणाली,

''ही 'नेट'ची साडी अन् हा हिऱ्यांचा सेट यामध्ये मी कशी दिसते? काही बोलला नाहीस!''

''ते नेट-सेटचं बाजूला राहू दे, माझ्या प्रेझेंटेशनला लेट होतोय; त्याचं काय?''

''माझ्याकडे असं दुर्लक्ष करायचं असेल तर आपली भेट झालीच नाही असं समज आणि थेट नैरोबीला परत जा!'' जरा रागारागानंच ती म्हणाली. बायकांना त्यांचे नवे कपडे, नवे दागिने किंवा नवी केशभूषा यांचं कौतुक करून घ्यायची सवय असते आणि तसं नाही केलं तर त्यांचा रोष ओढवतो आणि त्यामुळे आवडो अथवा न आवडो, त्यांच्या नवेपणाचं किंवा (त्या विचित्र दिसत असल्या तरी) त्यांच्या दिसण्याचं खोटंखोटं का होईना कौतुक करणं भाग असतं, हे मी आजवर शिकलेलो नाही. नवा कपडा किंवा दागिना त्यांना शोभून दिसत नाही, असं स्पष्टपणे सांगितलं तर खूप घोटाळे होतात; त्यामुळे त्यांची खोटी स्तुती करावी लागते असं म्हणतात.

''हे पाहा, जिवानी, तू आज खूप सुंदर दिसतेस; अगदी माधुरी दीक्षितच जणू!''

''अरे, ती आता जुनी झाली. दीपिका, कंगना, श्रद्धा किंवा आलिया असं काही म्हणशील की माधुरी?''

''हो, हो. तू जरा जरा त्या सगळ्याजणींसारखी दिसतेस!'' मी तिला म्हणालो. ''शिवाय तुझं हे दोऱ्या लावलेलं ब्लाउजसुद्धा छान शोभून दिसतंय तुला.'' तिच्या

जवळजवळ उघड्या खांद्यांकडे पाहात मी पुढे म्हणालो.

"अरे बावळटा, त्याला 'स्पॅग्घेटी स्ट्रॅप' म्हणतात; दोऱ्या नाही. तू कधी सुधारणार कोण जाणे!" असं म्हणत तिनं खेदानं मान हलविली. मी तिला म्हणालो,

"अगं, पण स्पॅग्घेटी हा इटालियन पदार्थ आहे आणि तुझी ती स्पॅग्घेटी किती नाजूक आहे! केव्हाही तुटायची आणि घोटाळा व्हायचा!"

"तसं होत नाही, ही मजबूत असते; खायच्या स्पॅग्घेटीसारखी नाजूक नसते."

"तुझ्या या स्पॅग्घेटी स्ट्रॅप ब्लाउजच्या आत 'पिझ्झा ब्रा' आहे की काय?" हे तिला विचारावं असं मनात आलं; पण विचारलं नाही. उगाच 'नाजूक' विषयाला 'हात' घालून आधीच माझ्यावर चिडलेल्या जिवानीची कळ काढायला नको म्हणून मी विषयांतर करत म्हणालो,

"बरं, साऱ्या आफ्रिकेतून चाळीस देशांचे प्रतिनिधी या सेमिनारसाठी आलेत. माझी भाषणं खूप महत्त्वाची आहेत. ऐनवेळी तू हा काय खेळ करते आहेस?"

"तू कसली खेळी केलीस, हे आठव. बऱ्या बोलानं पुन्हा व्हिलेज मार्केटला जायचं सुरू कर, नाहीतर मी काय करामत करू शकते याची झलक आत्ता दाखवली आहेच. तुझी ती माधुरी जसं म्हणते, त्याप्रमाणं अगदी 'परफेक्ट' आहे की नाही माझी करामत?"

आता ही बया मला अडचणीत आणणार हे हेरून मी म्हणालो,

"ठीक आहे, जात जाईन; पण आता माझा आवाज हिरावून घेऊ नकोस."

"तूदेखील माझा आहार हिरावून घेणार नाहीस, या अटीवर मी कबूल आहे."

"सांगितलं ना, तुझी अट मान्य आहे म्हणून."

"बरं, आज संध्याकाळी मला दक्षिण आफ्रिकेची खासियत 'बोअरवोर्स' आणि 'बोबोटी' खायचे आहेत. तुझे परिचित ते गार्थ अब्राहम आहेत ना, त्यांना आज संध्याकाळी सिल्व्हरलेक भागातील तुगेला रेस्टॉरंटला घेऊन जायला सांग. तिथं मिळणाऱ्या या पदार्थांची चव खूप छान असते असं मी 'लोन्ली प्लॅनेट'च्या दक्षिण आफ्रिका गाइड-बुकमध्ये वाचलंय. शिवाय तिथलं चॉकलेट सुफले पुडिंगदेखील छान असतं म्हणे! तेही मला खायचंय. तसेच उद्या सकाळच्या नाश्त्याला..."

"हे पाहा जिवानी, मी सगळं चवीचं खाऊ घालीन तुला, आता कृपा करून मला सेमिनारकडे परत जाऊ दे."

"ठीक आहे, जा; पण आपलं काय ठरलंय हे लक्षात ठेव. 'तुझको बार बार आवाज मैं न दूंगी...!" असं म्हणत तिनं माझ्याकडे पाहून पुन्हा एकदा आपलं छद्‌मी हास्य केलं आणि ती नाहीशी झाली.

मी तिच्या हसण्याकडे दुर्लक्ष करून पुन्हा सेमिनार कक्षाकडे गेलो. आवाज

पूर्ववत झाला होता. माझं सत्र चांगलं झालं. उपस्थितांचा चांगला प्रतिसाद मिळाला.

नैरोबीला परतल्यानंतर माझं संध्याकाळचं फिरणं सुरू झालं. अर्थातच प्रत्येक वेळी व्हाया व्हिलेज मार्केट! असेच दोन महिने गेले असावेत. एका संध्याकाळी फिरून मी घरी परत आलो. बूट काढले, शॉवर घेतला. शीलू टी.व्ही. पाहात होती. मीदेखील तिकडे गेलो. तिनं टी.व्ही.चा आवाज कमी केला आणि विचारलं,

"कसं काय झालं फिरणं?"

"छान झालं," मी तिच्याकडे न पाहताच बसताना टी-पॉयवरचा 'टाइम' मॅगेझिनचा अंक हातात घेत म्हणालो.

"पिझ्झा कसा काय होता?" शीलूनं असं विचारताच मी चपापलो; पण तरीही ते चेहऱ्यावर न दाखवता मीच तिला विचारलं,

"पिझ्झा? कसला पिझ्झा?"

"हेमंत, कशाला वेड पांघरता? मला तुमच्याबाबत जरा शंका येत होती, म्हणून आज मुद्दाम खात्री करून घ्यायचं ठरवलं. तुम्ही बाहेर पडल्यावर लपतछपत मीही तुमच्या मागंमागं येत होते. तुम्ही व्हिलेज मार्केटमध्ये गेल्यावर दुरून एका जाहिरातीच्या पोस्टरमागून तुमच्या साऱ्या हालचाली न्याहाळत होते. 'पोमोदोरो'मधून जेव्हा तुम्ही मीडियम पिझ्झा घेतला आणि मनसोक्तपणे खाल्ला, तेव्हा मला सारा उलगडा झाला. आपल्याकडून डाएटिंग होत नाही तर सरळ मला तसं सांगायचं ना! मी तुमच्यावर सक्ती केली होती का? चोरून खायची काय गरज होती?"

माझ्या तोंडून शब्दच फुटेना. आवाज असून बोलता येईना. जिवानीदेखील अचंबित झाली असावी. इतक्यात शीलूच पुढे म्हणाली,

"हे वाचा, डॉ. थिनिंग ब्रिटिश मेडिकल जर्नलमधल्या आपल्या अलीकडच्या लेखात काय म्हणतात ते पाहा," असं म्हणत तिनं त्या जर्नलचा एक खुणेचा कागद असलेला अंक माझ्याकडे दिला. मी त्या ठिकाणी उघडून तो लेख पाहू लागलो. त्यात अधोरेखित केलेला एक परिच्छेद असा होता,

'आहारनियंत्रण करून वजन कमी करणे सोपे नाही. अति उत्साहाने काहीजण ते करायला जातात. सुरुवातीला ते त्या संबंधीचे सारे नियम पाळतात; पण नंतर त्यांचा निर्धार ढळायला लागतो. त्यासाठी आपल्या मनावर आणि त्यातल्या त्यात आपल्या जिव्हेवर ताबा ठेवणं आवश्यक आहे. त्याशिवाय त्यांना 'झीरो-हीरो' डाएटचा चमत्कार दिसणार नाही. जे असं करू शकत नाहीत, त्यांनी या डाएटच्या फंदात पडू नये. आहारनियंत्रणाची एखाद्यावर सक्ती केली तर तो आपल्या जिभेचे चोचले पुरविण्यासाठी कसलीही युक्ती लढवू शकतो. वजन कमी करण्याची गुरुकिल्ली आपल्या जिव्हेला काबूत ठेवणे ही आहे!'

***

“हेमंत, हेमंत, काय होतंय तुम्हाला? काही त्रास होतोय का?” शीलूनं माझ्या पाठीवर हात फिरवत विचारलं. मी झोपेतून जागा झालो. घशाला कोरड पडली होती.

“जरा पाणी दे. किती वाजलेत?”

“साडेपाच होत आलेत. आपली उठायची वेळ होत आली होती, म्हणून तुम्हाला उठवलं.”

पाण्याचे दोन घोट घेऊन मी म्हणालो,

“एक भयानक स्वप्न पडलं.”

“मला वाटलंच, तुम्ही केव्हापासून अस्वस्थ होता. चला, आवरून घ्या. मी किचनमध्ये जाऊन कोमट लिंबू-पाण्याची तयारी करते. आज आपला वजन चेक करायचा दिवस आहे. ब्रश केल्यावर मला हाक मारा.” प्रत्येक रविवारी आम्ही दोघंही आपापलं वजन चेक करायचो आणि एका डायरीत लिहून ठेवायचो. माझं आवरून झाल्यावर शीलूला हाक मारली. बाथरूममधल्या वजनाच्या स्केलवर ती आधी उभी राहिली. काटा स्थिर झाल्यावर डायरीकडे पाहून खुशीत येऊन म्हणाली,

“वॉव! गेल्या आठवड्यापेक्षा दीड किलो कमी झालंय! तुम्ही चेक करा बरं.”

मी वजनाच्या काट्यावर उभा राहिलो. काटा स्थिर झाल्यावर तो कुठं थांबला आहे हे पाहून शीलू म्हणाली,

“हेमंत, गेल्या आठवड्यापेक्षा नऊशे ग्रॅम्स जास्त! म्हणजे जवळजवळ एक किलोनं तुमचं वजन वाढलंय! आता मात्र कमाल झाली. तुमचं वजन गेले कित्येक आठवडे वाढतंच चाललंय!”

मी काट्यावरून खाली उतरत शीलूला म्हणालो,

“मलादेखील हे गूढ उकलत नाही. तुला माहीत आहे माझं वजन का वाढतंय?”

“मला कसं ठाऊक असणार? मी काय डाएटिशियन आहे थोडीच?” शीलू म्हणाली.

“म्हणजे माझं वजन कमी का होत नाही आणि ते का वाढतंय याचा तू शोध घेतला नाहीस?”

“अहो, मी कसा शोध घेणार? आणि पुन:पुन्हा काय विचारताय वजन का वाढतंय म्हणून? मला काय स्वप्न पडलंय का?” शीलू त्रासिक चेहऱ्यानं म्हणाली.

मनातल्या मनात ‘तुला नाही, मलाच पडलंय,’ असं म्हणत मी सुटकेचा नि:श्वास टाकला!

◆

पॅरिसची पोरगी पाटलानं पटवली!

"अरे संग्राम, मघाशी जयवंत मामांचा फोन आला होता. उद्या सकाळी अकराच्या सुमारास ते इकडे येणार आहेत. तुझ्याकडे काही काम आहे, असं म्हणाले. मी त्यांना सांगितलं की, उद्या रविवार आहे; त्यामुळे तू मोकळाच असशील. तुझा मोबाइल नंबर त्यांचाकडे नव्हता म्हणून त्यांनी मला फोन केला. मी त्यांना तुझा नंबर दिला. तुला फोन करून तू नेमका कधी मोकळा आहेस, विचारीन म्हणाले."

संग्राम जाधव पुण्याच्या सरकारी अभियांत्रिकी महाविद्यालयात एम.ई.चा विद्यार्थी होता. त्याचे वडील प्रतापराव जाधव भारत फोर्जमध्ये मोठ्या पदावर काम करत होते. जयवंत पाटील हे संग्रामचे धाकटे मामा, विलास चव्हाण यांचे घनिष्ठ मित्र. विलास आणि जयवंत दोघेही मूळचे कोल्हापूरचे. त्या दोघांचं एकमेकांच्या घरी जाणं-येणं रोजचंच. विलासला एक थोरला भाऊ आणि दोन मोठ्या बहिणी. त्यातल्या सर्वांत थोरल्या नंदाताई. त्यांचा विवाह प्रतापरावांशी झालेला. संग्राम हा मुलगा आणि त्याच्या पाठीवरची शमा अशी दोन अपत्यं. जयवंतला बहीण-भाऊ कोणीच नव्हतं. त्याची आई तो लहान असताना कसल्या तरी आजारानं वारली. जयवंतच्या वडिलांनी - अप्पासाहेबांनी - दुसरा विवाह केला नाही; पण नंतर त्यांनी एक बाई ठेवली होती, असं जयवंतला तो मोठा झाल्यावर समजलं. विलासच्या दोन्ही बहिणींनी जयवंतला आपला भाऊच मानलं होतं. भाऊबीज अन् रक्षाबंधनासाठी जयवंत न चुकता विलासच्या घरी हजर असायचा. विलास पुढे एम.एस्सी. (ॲग्री.) होऊन एका सहकारी शेती विकास बँकेत अधिकारी झाला. जयवंत विवेकानंद कॉलेजमधून बी.कॉम. झाला आणि घरची राशिवडे बुद्रुक इथली शेती पाहू लागला. अप्पासाहेब भोगावती सहकारी साखर कारखान्याच्या संचालक मंडळाचे सदस्य होते. जिल्हा परिषद, सहकारी बँका यांच्या

राजकारणात त्यांना रस होता. जयवंत वयाच्या पंचवीस वर्षांपासून शेती पाहू लागला. त्याला आता पंधरा वर्षं झाली. चार वर्षांपूर्वी अप्पासाहेब वारले. जयवंतचा वयाच्या सत्ताविसाव्या वर्षी विवाह झाला होता. त्याला दोन मुलगे आणि एक मुलगी होती. अप्पासाहेबांनी कोल्हापूरच्या नागाळा पार्कात १९७० मध्ये प्रशस्त बंगला बांधला होता. त्यांचं राशिवड्याच्या शेतात दोनमजली प्रशस्त घर होतं; पण जयवंत आपली बायको आणि मुलांसमवेत कोल्हापुरातच राहायचा. मात्र, जवळजवळ रोज त्याची कोल्हापूरपासून पंचवीस किलोमीटरवरच्या राशिवड्याला 'बुलेट'वरून किंवा टाटा सुमोमधून एक चक्कर व्हायची. जयवंत दिसायला रुबाबदार आणि देखणा होता. तो पंधरा वर्षांचा झाल्याबरोबर तालमीत जाऊ लागला होता. पूर्वी कुस्तीदेखील करायचा. हल्ली शेतात हिंडून-फिरून आणि रोज सकाळी हजार जोर-बैठका मारून त्याची शरीरयष्टी सुडौल राहिली होती. किंचित बाकदार नाक, गव्हाळ वर्ण, मोठे डोळे, निमुळती हनुवटी, भव्य कपाळ आणि दाट काळे केस त्याला शोभून दिसायचे. त्यात उंची जवळजवळ सहा फूट. त्याची नाजूक तलवारकट मिशी त्याला साजेशीच होती. त्याचं मराठमोळं रांगडं व्यक्तिमत्त्व पाहणाऱ्याच्या चटकन नजरेत भरायचं.

संग्रामनं सुचवल्याप्रमाणं रविवारी सकाळी अकरा वाजता जयवंत जाधवांच्या भोसलेनगर भागातील बंगल्यावर पोहोचला.

"ये जयवंत. कसं काय येणं केलंस?" नंदाताईनी त्याला हॉलमध्ये घेऊन जाताना विचारलं. त्यांच्याकडे कोल्हापूरहून आणलेला कंदी पेढ्यांचा बॉक्स आणि बाकरवड्यांची छोटी पिशवी देत जयवंत म्हणाला,

"ताई, जरा कामं होती चार-पाच; म्हटलं जाऊन यावं दोन दिवस. दाजी काय म्हणतात?"

"ठीक आहेत की. कामासाठी मद्रासला गेलेत. परवा येतील. बरं, शालू आणि मुलं ठीक आहेत ना?"

"आहेत की. ती असती पोरं आणि घर यांच्या रगाड्यात. माझ्या नेहमीसारख्या कोल्हापूर आणि राशिवड्याच्या वाऱ्या चालूच आहेत. विलास आला होता परवा. वडूजवरून पाटणला बदली होणार म्हणत होता."

"हो, गेल्या महिन्यात इकडे आला होता. मला सांगितलं त्यानं. बरं जयवंत, आता जेवूनच जायचं बरं का. रविवार आहे, मटण आणलंय तू येणार म्हणून."

"कशाला त्रास करून घेता? मी आपला चहा घेऊन गेलो असतो की!"

"चहा तर करतेच; पण जेवायचं इथंच."

"आता बहिणीचं मन कसं मोडणार आम्ही? बरं, दादा कुठं दिसत नाही?"

"आहे ना, वरच्या खोलीमध्ये कम्प्यूटरवर काहीतरी चालू असतं त्याचं. थांब,

त्याला बोलावते,'' असं म्हणत नंदाताईनी संग्रामला हाक मारली आणि त्या स्वयंपाकघरात गेल्या. आतून मटण शिजल्याचा घमघमीत वास येत होता. जेव्हापासून शमा संग्रामला 'दादा' म्हणू लागली, तेव्हापासून इतर सगळेच त्याला दादा म्हणायला लागले होते. संग्राम लगेच खाली आला. उंचेला, गोरा संग्राम देखणा होता.

''काय म्हणताय मामा? कोल्हापूर आणि राशिवड्याला सगळं ठीक आहे ना?'' संग्रामनं विचारलं.

''सगळं उत्तम म्हणायचं. तुझं सांग?''

''माझं ठीक चाललंय.''

जरा हलक्या आवाजात जयवंत संग्रामला म्हणाला,

''दादा, तुझ्याकडे एक काम हाय रे; पण घरात बोलता येणार नाही. ताईला सांग, आपण दोघं जरा बाहेर जाऊन तासाभरात येतो म्हणून. आता चहा करू नका म्हणावं. आपण बाहेरच कायतरी घेऊ.''

संग्रामनं आत जाऊन आईला कल्पना दिली. त्या बाहेर येत जयवंतला म्हणाल्या, ''जास्त वेळ लावू नका. एक वाजेपर्यंत या आणि बाहेर काही खाऊ नका. पांढरा रस्सा आणि सुक्कं करायला घेतलंय.''

''नाही, नाही; काही खात नाही बाहेर. येतोच जरा दादाबरोबर गप्पा मारून.'' ते दोघे बाहेर पडले. जयवंतची टाटा सुमो दारात होतीच.

''विष्णूला सांग गाडी कुणीकडे घ्यायची ते,'' जयवंत गाडीत बसता बसता संग्रामला म्हणाला. संग्रामनं विष्णू ड्रायव्हरला गाडी पूना सेंट्रल मॉलकडे घ्यायला सांगितली. भोसलेनगरपासून तो मॉल फार दूर नव्हता. तिथं पोहोचल्यावर पाचव्या मजल्यावरील फूड-कोर्टमध्ये एका कोपऱ्यामध्ये ते दोघे बसले. सकाळची वेळ असल्यानं तिथं फारशी गर्दी नव्हती. जयवंत दोघांसाठी एका स्टॉलवरून कोका-कोला घेऊन आला.

''दादा, काम असं होतं की, मला काहीही करून पॅरिसला जायचंय. परवा 'ऑल टुगेदर' म्हणून एका इंग्लिश पिक्चरची डीव्हीडी बगितली. सगळं शूटिंग पॅरिसचं होतं बग. फार भारी गाव रे! आणि ते फिगाल का काय भागात कसली कसली दुकानं आणि...'' संग्रामला तिथल्या मुलींबद्दल कसं सांगायचं याचा जयवंतला संकोच वाटू लागला. तो एवढंच म्हणाला, ''तिथली माणसंही बघण्यासारखी आहेत रे. तू जाऊन आला आहेसच. तुला सगळं ठाऊक असणारच की!'' जयवंतला इंग्रजी सिनेमांचं खूप वेड. त्याच्या घरी इंग्रजी सिनेमांच्या खूप सीडी होत्या. तसेच तो पुण्याला गेला की, येताना हमखास नवीन सिनेमांच्या सीडी घेऊन यायचा. त्या पाहून त्याचं कॉलेजमध्ये शिकलेलं इंग्रजी थोडंफार सुधारलं आणि तो

मोडकं-तोडकं इंग्रजी बोलू लागला.

संग्राम गेल्या तीन वर्षांमध्ये सेनापती बापट मार्गावरच्या 'आलियान्स फ्रान्सेस' या फ्रेंच सरकारमार्फत चालवल्या जाणाऱ्या फ्रेंच भाषा आणि संस्कृतीचा प्रसार करणाऱ्या संस्थेत फ्रेंच शिकला होता. त्याला प्रतापरावांनी सांगितलं होतं की, आता उत्तम नोकऱ्या मिळवायच्या असतील तर इंग्रजीव्यतिरिक्त अजून एखादी मुख्य परदेशी भाषा बोलता येणं आवश्यक आहे. संग्रामला ते पटलं आणि त्यानं फ्रेंच शिकायचं मनावर घेतलं. 'आलियान्स फ्रान्सेस'मध्ये त्याला प्रत्येक शनिवारी-रविवारी क्लास असत. एका बाजूला त्याचा इंजिनिअरिंगचा अभ्यास चालूच होता. त्यानं 'बेसिक'पासून 'सी-३' या सर्वोच्च पातळीपर्यंतच्या संस्थेच्या सगळ्या अभ्यासक्रमांमध्ये प्रावीण्य तर मिळवलंच; पण 'डेल्फ' आणि 'डाल्फ' या दोन ऐच्छिक पदविका परीक्षांमध्ये त्यानं विशेष प्रावीण्य मिळवलं आणि संपूर्ण महाराष्ट्रात तो पहिल्या क्रमांकानं उत्तीर्ण झाला. अर्थातच, तो फ्रेंच भाषा अस्खलितपणे बोलायला लागला. त्याच्या प्रावीण्याबद्दल त्याला संस्थेतून दोन महिन्यांसाठी फ्रान्सला जाऊन एक छोटा संशोधन प्रकल्प हाती घेण्यासाठी शिष्यवृत्ती मिळाली. त्यानं 'अभियांत्रिकी व्यावसायिकांसाठी फ्रेंच' ही पुस्तिका लिहिण्याचा प्रकल्प हाती घेतला आणि तो उत्तम रीतीनं पुरा केला. संस्थेनं त्याची पुस्तिका अलीकडेच प्रकाशित केली होती.

"कल्पना चांगली आहे. जाऊन या मामा एक-दोन आठवड्यांसाठी. तसा तुम्हाला थोडाफार परदेश प्रवासाचा अनुभव आहेच की."

"कसला अनुभव घेऊन बसलास दादा. अरे, दोन वर्षांपूर्वी ते शिंगापूर, मलेशिया आणि थायलंडला गेलो ते 'केसरी'तनं. त्यांची माणसं कायम बरोबर. ज्या त्या वेळी विमान आणि बसमध्ये बसवणार. उतरा म्हटलं की, उतरायचं, काय दाखवतील ते बघायचं, खायला घालतील ते खायचं आणि घेऊन जातील त्या हॉटेलमध्ये राहायचं. कसला अनुभव घेऊन बसलास? पॅरिसला जायचं म्हणजे सोपं नाही. आपल्याला तिथली भाषा कळत नाही."

"एसओटीसी, थॉमस कुक, केसरी अशा प्रवास कंपन्या पॅरिस आणि इतर युरोपियन देशांच्या टूर्स आयोजित करतात. त्यातून का जात नाही?"

"अरे, ते काय खरं नाही. दीड दिवसात धावत-पळत पॅरिस दाखवणार आणि मेंढरासारखं दुसऱ्या गावाला घेऊन जाणार. आता मला सांग, आपल्याला एखादं ठिकाण आवडलं, तर आपण थांबू शकतो का? ते उगीच 'युरोप बघून आलो' म्हणून ज्याला सांगत बसायचं आहे त्याला ठीक. तर माझा एक प्रस्ताव आहे."

"कसला प्रस्ताव, मामा?"

"तू आणि मी, दोघं मिळून दोन-तीन आठवड्यांसाठी पॅरिसला जायचं. तुझा

सगळा खर्च मी करणार. तुझी उन्हाळ्याची सुट्टी असती तेव्हाच जायचं.''

त्यावर थोडा वेळ विचार करून संग्राम म्हणाला,

''माझी काही हरकत नाही. आई आणि पप्पा काय म्हणतात बघायला हवं.''

''ते तू माझ्यावर सोड. मी दाजी आणि ताईला पटवून देतो. आता तुझी सुट्टी कधी सुरू होईल?''

''अजून दोन महिन्यांनी, २ मेपासून.''

''तर मग तू जरा माहिती काढून खर्चाचा अंदाज घे. नंतर विमानाची तिकिटं, हॉटेलचं बुकिंग, ते सगळं कसं करायचं मला सांग आणि हे बघ दादा, पैशाचा प्रश्न नाही. तुला सांगायचं म्हणजे अप्पांनी लई मागं फुलेवाडीजवळ एक पडीक माळ घेतला होता. पुढं-मागं कायतरी करता येईल म्हणून. एक बिल्डर लई दिवस 'ती जमीन मला विका' म्हणून माझ्या मागं लागला होता. ती परवा विकली. तिचे सत्तावन्न लाख आलेत. अरे, ते पैसे आले म्हणून तर हे पॅरिसचं खूळ डोक्यात घेतलं.'' जयवंतनं खुलासा केला.

***

संग्रामला त्याच्या आई-वडिलांनी परवानगी नाकारण्याचं काहीच कारण नव्हतं. उलट त्याला फ्रान्समध्ये जाऊन फ्रेंच भाषा बोलण्याचा सराव होईल म्हणून प्रतापराव खूश होते; पण दोन आठवडे त्याला घरचं खायला-प्यायला मिळणार नाही म्हणून नंदाताई जरा नाखूश होत्या. तरीही त्यांनी काही आडकाठी केली नाही. संग्राम आणि जयवंत सतत एकमेकांच्या संपर्कात होते. रोज संध्याकाळी जयवंत त्याला फोन करायचा. संग्रामची परीक्षा झाल्या झाल्या मुंबईला जाऊन 'शेंगेन' व्हिसासाठी फ्रेंच वकिलातीत अर्ज करायचा आणि त्यानंतर तीन आठवड्यांनी, म्हणजे २६ मे २०१४ या दिवशी मुंबई - पॅरिस प्रवास करायचं ठरलं.

तत्पूर्वी संग्रामनं इंटरनेटवरून पॅरिसमधल्या हॉटेल्सची माहिती काढली. पूर्वी तो पॅरिसमध्ये दोन महिने राहिल्यामुळे त्याला पॅरिसची भुयारी रेल्वे साऱ्या शहरात फिरायला किती सोयीची आहे याचा अनुभव आला होता. म्हणून त्यानं एखाद्या मुख्य भुयारी रेल्वे स्टेशनजवळचं हॉटेल पाहायचं ठरवलं. त्याला पॅरिसच्या 'गार द् लिआँ' या मोठ्या रेल्वे स्टेशनजवळ बरीच हॉटेल्स असल्याचं आढळून आलं; पण त्यांचं बुकिंग करण्यात एक अडचण अशी आली की, त्यासाठी क्रेडिट कार्ड लागायचं. त्या दिवशी त्याचा जयवंतबरोबर फोन झाला, तेव्हा तो म्हणाला,

''मामा, तुम्हाला क्रेडिट कार्ड काढावं लागेल. मग मी घरी बसून आपल्या हॉटेलच्या खोल्या बुक करू शकतो.''

''मागं आयसीआयसीआय बँकेतल्या सरदेसाईबाई घ्या म्हणत होत्या रे, मीच

नको म्हणालो. विचारू जाऊन त्यांना?''

''हो, हो, मामा. तुमच्या खात्यामध्ये बऱ्यापैकी पैसे असतील तर पटकन मिळून जाईल.''

''फुलेवाडीच्या जागेचे पैसे अजून खात्यातच आहेत रे. पॅरिसला जाऊन आल्यावरच ते कशात तरी गुंतवावे म्हणत होतो. बरं, ते जाऊ दे, उद्या सकाळी बँकेत जाऊन सरदेसाईबाईंला सांगतो ते तसलं कार्ड पायजे म्हणून.''

दुसऱ्या दिवशी जयवंत कोल्हापूरच्या राजाराम रोडवरच्या आयसीआयसीआय बँकेच्या शाखेत गेला. तिथं त्याचं अकाउंट होतं. तिथले बरेच लोक त्याला ओळखायचे. तिथल्या ग्राहक संपर्काधिकारी अंजली सरदेसाई त्याला चांगल्या ओळखत होत्या. त्याच्या खात्यावर सतत पैसे येणं-जाणं, गुंतवणुकी करणं अशा उलाढाली व्हायच्या; त्यामुळे बँकेनं त्याच्या खात्याला 'वेल्थ मॅनेजमेंट' हा महत्त्वाच्या खातेदारांना दिला जाणारा दर्जा दिला होता.

''या, पाटीलसाहेब, काय म्हणताय? ठीक आहे ना सगळं? चला, साहेबांच्या केबिनमध्ये जाऊ.'' सरदेसाईबाई त्याला पाहिल्यावर म्हणाल्या.

''ठीक आहे बाई,'' असं म्हणत तो त्यांच्याबरोबर केबिनमध्ये गेला. बसता बसता त्यांना म्हणाला,

''बाई, एक काम होतं. मला क्रेडिट कार्ड घ्यायचंय.''

''त्यात काय अवघड आहे? आत्ताच अर्ज करू या; एक आठवड्यात कार्ड कुरिअरनं तुमच्या घरी येईल. थांबा, तुमचा बॅलन्स पाहते,'' असं म्हणत त्यांनी संगणकावर जयवंतच्या खात्यात किती पैसे आहेत पाहिलं आणि त्या म्हणाल्या,

''अहो पाटील, सत्तावन्न लाख पंचावन्न हजार एकशे तीस रुपये एवढा बॅलन्स आहे. एवढे पैसे सेव्हिंग्ज खात्यावर कशाला ठेवता? अलीकडेच आमच्या म्युचुअल फंडाची नवीन स्कीम आली आहे...'' त्यांना मध्येच थांबवत जयवंत म्हणाला,

''अजून थोडे दिवस जाऊ देत. मी पुन्हा येतो त्याबद्दल. आत्ता कार्डाचं तेवढं बघू.''

''ठीक आहे,'' असं म्हणत बाईंनी एक फॉर्म काढला आणि त्यावर जयवंतची सही घेतली.

''बाकीचा फॉर्म मी भरते. तुमची सगळी माहिती आमच्याकडे आहेच. क्रेडिट कार्डाबद्दल ही माहितीपुस्तिका घ्या. वाचून बघा. हे कार्ड खूप सावधपणे वापरावं लागतं. त्याचा दुरुपयोग होऊ नये म्हणून काही खबरदारी घ्यावी लागते. बरं, कार्ड वापरल्यावर महिनाभरात त्याचं स्टेटमेंट येतं. त्यामध्ये कार्डावर किती थकबाकी आहे हे तुम्हाला दिसेल. ते पैसे वेळेवर भरत जा, नाहीतर थकबाकीवर बरंच व्याज लागतं; पण ते पैसे जर परस्पर तुमच्या खात्यामधून भरायची सोय करायची

असली, तर एकदाच एक फॉर्म भरून द्यायचा; म्हणजे प्रत्येक वेळेस सेव्हिंग्ज खात्यावरून क्रेडिट कार्डाच्या खात्यावर पैसे ट्रान्सफर करायची कटकट राहात नाही. शिवाय कामाच्या गडबडीमध्ये तुम्ही पैसे भरायचं विसरलात तर व्याजाचा भुर्दंड बसणार नाही.''

''ते बाकी चांगलं आहे, कारण मी आज इथं, उद्या राशिवडं असा कामात असणारा माणूस. ते बिल भरायला वेळ लागायला नको. तोसुद्धा फॉर्म द्या.'' बाईंनी दुसऱ्या एका फॉर्मवर जयवंतची सही घेतली. ते झाल्यावर तो म्हणाला,

''चला, येतो बाई.''

''थांबा ना, मी चहा-कॉफी, काहीतरी मागवते.''

''आता चहा-कॉफी नको. ट्रॅक्टरचे पार्ट घ्यायला उद्यमनगरात जायचंय. निघतो,'' असं म्हणत जयवंत उठला.

''ठीक आहे, या पाटील. आणि ते म्युचुअल फंडाचं विसरू नका हं.'' बाईंनी पुन्हा एकदा आठवण केली.

''नाही नाही, नक्की येतो,'' असं म्हणत जयवंत बाहेर पडला. खात्यावर बऱ्यापैकी पैसे असले की, बँकेचे लोक गुंतवणुकीसाठी मागं लागतात याचा त्याला अनुभव होता; पण सरदेसाईबाई त्याची कामं पटपट करायच्या म्हणून त्याला त्याचं काही वाईट वाटलं नाही.

पुढे आठ दिवसांनी जयवंतकडे कुरिअरनं क्रेडिट कार्ड आलं. नंतर दोन दिवसांनी कुरिअरनंच त्याचा 'पिन' आला. त्यानं ते दोन्ही जपून ठेवलं. आपल्या पॅरिसभेटीची तयारी करण्यासाठी जयवंत अधूनमधून पुण्याला जायचा. एका भेटीदरम्यान त्यानं क्रेडिट कार्ड आणि पिनचं पाकीट संग्रामला दिलं. संग्रामनं 'गार द् लिऑं'जवळच्या त्राव्हर्सियेर या रस्त्यावरच्या 'हॉटेल ऑरोर'मध्ये दोन सिंगल रूम्स आरक्षित केल्या. जयवंतनं त्याला पैशांसाठी मागं-पुढे पाहायचं नाही असं सांगून ठेवलं होतं; पण तरीही संग्रामनं फारसं महाग हॉटेल निवडलं नाही. अगदी साध्या हॉटेलमध्ये एका सिंगल रूमला एका रात्रीसाठी ८० युरो म्हणजे जवळजवळ ६५०० रुपये लागायचे. पॅरिस तसं महागडं शहर. अर्थात, त्याची त्यानं जयवंतला कल्पना दिली होती; पण जयवंतचा एकच ठेका - पॅरिसभेटीसाठी पैसे खर्च करायला हात आखडायचा नाही!

२ मे रोजी संग्रामची परीक्षा संपली. तीन तारखेस तो आणि जयवंत मुंबईला फ्रेंच वकिलातीत व्हिसासाठी गेले. तत्पूर्वी संग्रामनं सांगितल्याप्रमाणं जयवंतनं आपल्या स्थावर मिळकतीचे दाखले, बँकेच्या खात्याचे तपशील अशी सगळी कागदपत्रं जमा केली होती. संग्राम पूर्वी फ्रान्सला जाऊन आल्यामुळे त्याला व्हिसा चटकन मिळणार होता; पण जयवंतलाही त्यात अडचण आली नाही. त्यांना व्हिसा

मिळाल्यावर एक आठवड्यातच कुरिअरनं पासपोर्ट त्यांच्या पत्त्यावर पाठवले जातील असं वकिलातीकडून सांगण्यात आलं.

* * *

ठरल्याप्रमाणं २६ मे या दिवशी मुंबईच्या छत्रपती शिवाजी आंतरराष्ट्रीय विमानतळावरून पहाटे सव्वादोन वाजता सुटलेल्या एअर फ्रान्सच्या फ्लाइट एएफ २१७नं जयवंत व संग्राम निघाले आणि स्थानिक वेळेनुसार सकाळी सव्वाआठ वाजता ते दोघे पॅरिसच्या चार्ल्स द गॉल विमानतळावर पोहोचले. जवळजवळ नऊ तासांचा प्रवास होता; पण आपण पॅरिसला जात आहोत या विचारानं जयवंत इतका उत्तेजित झाला होता की, त्याला थोडीही झोप लागली नाही. संग्रामनं मात्र चांगली चार-पाच तास झोप काढली. संग्रामला फ्रेंच भाषा बोलता येत असल्यानं विमानतळावर पोहोचल्यानंतर इमिग्रेशन, कस्टमचे सोपस्कार पटापट पार पडले. संग्रामनं पूर्वीच इंटरनेटवरून विमानतळाकडून गार द् लिआँकडे कसं जायचं याची माहिती काढली होती. तो जयवंतला सरळ विमानतळाच्या रेल्वे स्टेशनकडे घेऊन गेला.

"आयला, काय भारी गाव आहे रे, दादा! माणसं गोरीपान! आणि इथल्या बायकासुद्धा एकापेक्षा एक की रे!" जयवंत स्टेशनकडे जाताजाता भांबावून इकडेतिकडे पाहात म्हणाला.

"मामा, हे तर स्टेशन आहे; पुढे गावात गेल्यावर बघा." संग्रामनं स्टेशनवर पोहोचल्यानंतर अगदी सराईतपणे तिकिटं काढली. त्यांनी विमानतळावर ५०० डॉलर्सचे युरोमध्ये रूपांतर करून घेतलं होतं. ते दोघे तिथून आरईआर रेल्वेनं प्रथम 'गार दु नॉर'कडे आणि तिथं रेल्वे बदलून 'गार द् लिआँ'ला जवळजवळ एक तासानं पोहोचले. स्टेशनची इमारत जुनी; पण भक्कम होती. तिथली स्वच्छता आणि टापटीप पाहून जयवंत अवाक् झाला. संग्राम जयवंतला म्हणाला,

"मामा, आपलं हॉटेल इथून पाच-सहा मिनिटे चालत जायच्या अंतरावर आहे. चला, मी सांगतो कसं जायचं." संग्रामनं पूर्वीच 'गुगल'वरून त्या भागाचा नकाशा प्रिंट करून घेतला होता. त्याला नकाशात हॉटेल नेमकं कुठं आहे, हे ठाऊक होतं. त्याप्रमाणं ते दोघे स्टेशनसमोरचा भव्य बुल्व्हार दिदेरो ओलांडून सरळ जाणाऱ्या रु द लिआँकडे गेले आणि तिथून डाव्या बाजूला रु त्राव्हर्सियेरवर वळले. वळल्यावर समोर रस्त्याच्या उजव्या बाजूला संग्रामला हॉटेल ऑरोरचा बोर्ड दिसला.

"हे काय, आलंच की आपलं हॉटेल."

"तू तर हितं खूप वर्षं राहिल्यासारखा वावरतो आहेस. तुज्यामुळे इकडे यायचं जमलं. तू नसतास तर काय शक्य होतं?"

संग्रामनं रिसेप्शनिस्टला आपलं बुकिंग दाखवलं. तिनं त्यांचे पासपोर्ट घेऊन

त्याचे तपशील एका फॉर्ममध्ये नोंदवले, दोघांच्या त्याच्यावर सह्या घेतल्या आणि संग्रामला दोन्ही खोल्यांच्या किल्ल्या दिल्या.

"सकाळी सहा ते साडेनऊपर्यंत कॅफेटेरियामध्ये नाश्ता दिला जातो; पण तुम्हाला तो खोलीवर हवा असेल तर तिकडे पाठवता येईल. नाश्त्याचा खोलीच्या भाड्यात समावेश केलेला आहे. समोर उजव्या बाजूला लिफ्ट आहे. तुमच्या खोल्या चौथ्या मजल्यावर एकमेकांच्या शेजारी आहेत." रिसेप्शनिस्टनं संग्रामला फ्रेंचमध्ये सांगितलं. संग्रामनं जयवंतला त्याचं मराठी भाषांतर करून सांगितलं.

"आज तर आपण विमानात नाश्ता केलाय; पण उद्यापासून सकाळी तुझ्या खोलीवर आठ वाजता नाश्ता मागवून घे. आपल्याला चारचौघांत ते काट्या-चमच्यानं खायाला काय जमणार नाही. खोलीत आपण पाव चहात बुडवून खाल्ला तरी कोण बघणार नाही." जयवंत भोळेपणानं म्हणाला.

संग्रामनं रिसेप्शनिस्टला त्याप्रमाणं सांगून ठेवलं. त्या वेळी सकाळचे साडेअकरा वाजत आले होते.

"आता अंघोळ करून साडेबारा-एकला जेवून येऊ आणि मग मी जरा झोप काढतो," लिफ्टकडे जाताजाता जयवंत म्हणाला. संग्राम जयवंतला आधी त्याच्या खोलीत घेऊन गेला. शॉवरमध्ये गरम पाणी कुठून सोडायचं, टॉयलेट कसं वापरायचं वगैरे सूचना त्यानं जयवंतला दिल्या आणि मगच तो आपल्या खोलीकडे गेला. तो गेल्यावर जयवंत खोलीच्या खिडकीत उभं राहून खाली जाणाऱ्या-येणाऱ्यांकडे बराच वेळ पाहात राहिला. सारं वातावरण त्याला इतकं वेगळं वाटत होतं की, आपण पाहतो ते सत्य आहे की एखाद्या इंग्रजी सिनेमातलं दृश्य हे त्याला कळत नव्हतं.

दुपारी ते दोघे जवळच्या लहान रेस्टॉरंटमध्ये जाऊन 'बागेत' ब्रेडचं टर्की-चीज सँडविच खाऊन आले. जयवंतकडून ते काही केल्या खाल्लं जात नव्हतं; पण त्यानं त्याबद्दल काही तक्रार केली नाही. पॅरिस पाहायचं तर काहीतरी गैरसोय होणार हे त्याला ठाऊक होतं. नंतर तो चार तास झोपी गेला. संध्याकाळी तो आणि संग्राम बोलत बसले, त्या वेळी संग्रामनं त्याला पॅरिसमध्ये असलेल्या मुख्य आकर्षणांची माहिती दिली.

"मामा, आता आपण एकेक दिवस कुठंकुठं जायचं हे ठरवू या. दहा दिवसांत आपल्याला सगळं पॅरिस आरामात पाहता येईल. इथून रेल्वेनं अर्ध्या तासाच्या अंतरावरचा व्हर्सायचा राजवाडा फार पाहण्यासारखा आहे. नंतर आयफेल टॉवर, आर्च द त्रायोम्फ, कॉन्कॉर्ड, लुव्हर म्यूझिअम, नॉटरडॅम कॅथेड्रल अशी प्रेक्षणीय ठिकाणं आपण पाहू."

"हे बग दादा, ते सगळं आपण बघूच; पण तुला एक गोष्ट सांगतो. मला ते

फिगाल का पिगाल म्हनत्यात त्या भागात घेऊन चल. तिकडे संध्याकाळी खूप गमतीजमती असत्यात म्हणं,'' जयवंत संग्रामला डोळा मारत म्हणाला. त्यावर संग्राम हसतहसत म्हणाला,

''त्यात काय अवघड आहे? मामा. उद्या संध्याकाळीच तुम्हाला तिकडे घेऊन जातो. तिकडे संध्याकाळीच जावं लागतं.''

''पण दादा, ह्यातलं ताई, दाजी आणि विलासला कायपण सांगायचं नाही बरं का. शप्पत खा बघू, सांगणार नाही म्हणून!'' जयवंत सावधपणे म्हणाला.

''अहो मामा, तुम्ही मुळीच काळजी करू नका. मी त्यातलं काहीही कोणालाही सांगणार नाही.''

***

दुसऱ्या दिवशी सकाळी आठच्या आधीच जयवंत संग्रामच्या खोलीकडे गेला. बरोबर आठ वाजता रूमच्या दारावर 'टकटक' झाली. संग्रामनं चटकन दार उघडलं. एक २७-२८ वर्षांची चुणचुणीत, नाजूक, भुऱ्या केसांची, लालचुटूक ओठांची नि हसऱ्या गोड चेहऱ्याची मुलगी ब्रेकफास्टचा भला मोठा ट्रे घेऊन दारात उभी होती. त्या दोघांकडे पाहून स्मितहास्य करत 'बोंज्यू मॅस्यू' असं म्हणत ती खोलीत आली आणि तिथल्या टेबलावर तिनं ट्रे ठेवला. संग्रामनं फ्रेंचमध्ये तिचे आभार मानले. तिनं त्याला काहीतरी विचारलं. जयवंत अवाक् होऊन तिच्याकडे पाहात होता. संग्राम बोलत असताना मधूनच तिचे डोळे विस्फारत होते आणि ती आश्चर्यचकित होऊन जयवंतकडे कटाक्ष टाकत होती. दोन-तीन मिनिटे संग्रामबरोबर बोलल्यावर 'बॉनापेती' असं म्हणत एक मंजूळ हास्याची लकेर सोडून ती निघून गेली. ते सुमधुर हास्य ऐकून जयवंतच्या अंगावर रोमांच उभे राहिले.

''दादा, काय म्हणत होती रे ती पोरगी?''

''मी फ्रेंच बोलल्यामुळे आपण कुठून आलो आहोत वगैरे विचारत होती. तुम्ही कोण, हेदेखील तिनं विचारलं. मी तिला सांगितलं की, आम्ही भारतातून आलोय. मी इंजिनिअरिंगचा विद्यार्थी असून तुम्ही माझे मामा आहात. तुम्ही काय करता विचारल्यावर तिला सांगितलं की, तुमची २०० एकर शेती असून, तुमच्याकडे कायम तीस-चाळीस नोकर काम करतात. त्यावर तिचा विश्वास बसेना. तुम्ही खूप मोठी व्यक्ती आहात, असं म्हणाली ती.''

''आयला, पण पोरगी काय हाय रे! असली पोरगी एवढ्या जवळनं कधी बघितली नव्हती!''

''चला मामा, चहा गार होतोय. पटपट खाऊन घेऊ.'' ज्यूस, चहा, ब्रेड, जॅम, लोणी अशा त्या 'कॉन्टिनेन्टल' ब्रेकफास्टनं जयवंतचं काही समाधान झालं

नाही; पण करणार काय? पॅरिसमध्ये थोडंच कोल्हापुरी चटकदार मिसळ-पाव मिळणार होता?

त्या दिवसापासून त्यांनी पॅरिसमधल्या एकेक प्रेक्षणीय स्थळांना भेट द्यायचं ठरवलं. त्या दिवशी ते दोघे फक्त आयफेल टॉवर पाहून परत हॉटेलवर आले. संध्याकाळ झाल्यावर जयवंत संग्रामला म्हणाला,

"चल की, जाऊ या तिकडे आता." संग्रामनं जयवंतला कुठं जायचंय हे ओळखलं.

ते दोघे मेट्रोनं पिगाल स्टेशनला उतरले. प्लास पिगालपासून सुरू होणाऱ्या 'बुलव्हा द क्लिशी'वरून फिरताना जयवंतला झगमगीत दुकानांची अगदी रेलचेल दिसली. त्यांचे निऑनचे रंगीबेरंगी दिवे उघडझाप करत होते. तो चकित होऊन पीप-शो, लाइव्ह-शो, लॅप-डान्स, टेबल-डान्स यांच्या दुकानांबाहेर झळकत असलेल्या सचित्र जाहिराती पाहात होता. संग्राम त्याला जेवढी ठाऊक आहे तेवढी माहिती देत होता; पण त्यालादेखील त्या बाबतीत फारशी माहिती नव्हती. त्या मार्गावरची कामोत्तेजक सुपरमार्केट आणि म्यूझिअम यांचे बोर्ड पाहून ते दोघंही चकित झाले. रस्त्यावर त्यांना तोकडे कपडे घातलेल्या, झकपक मेकप केलेल्या नि येणाऱ्या-जाणाऱ्यांना खुणावणाऱ्या तरुणीही दिसल्या. त्यांचा हेतू काय असावा हे जयवंतच्या पटकन लक्षात आलं.

"मामा, इथं सांभाळून राहावं लागतं बरं का. या भागात खूप फसवाफसवी चालते असं मी ऐकलंय."

"तू काळजी करू नकोस; पण मला तिथं आत काय काय चालतं ते बघायचं आहे रे."

"त्यासाठी आपण पुन्हा कधीतरी येऊ. मामा, इथं अरेबियन शवार्मा, कबाब अशा पदार्थांची छोटी छोटी खूप रेस्टॉरंटस आहेत. त्यांचे पदार्थ आपल्यासारखे बऱ्यापैकी तिखटदेखील असतात. आता साडेसात वाजत आलेत. आपण खाऊन घेऊ या आज इथंच?"

जयवंत तयार झाला. चिकन शवार्माची चव घेतल्यावर तो म्हणाला,

"अरे, हे तर आपल्या चपातीत कोंबडीचं सुक्कं गुंडाळल्यासारखंच आहे की. छान लागतंय की!" फलाफेल खाताखाता तो म्हणाला, "आणि ह्यो डाळीचा वडापण बरा लागतोय रे!"

जेवण झाल्यावर थोडा वेळ फिरून ते हॉटेलवर परतले.

* * *

दुसऱ्या दिवशी सकाळी साडेसात वाजताच जयवंत संग्रामच्या खोलीत हजर;

ती मुलगी केव्हा ब्रेकफास्ट घेऊन येते याची वाट पाहायला! वेळ झाला तर चुकामूक व्हायला नको, असा त्यानं विचार केला होता. आठ वाजत आले तशी त्याची हुरहूर वाढू लागली. अगदी आठच्या ठोक्याला दारावर नाजूक 'टकटक' झाली. संग्रामनं चटकन दार उघडलं तशी सुहास्य वदनानं 'बोंज्यू मॅस्यू'असं म्हणत मोठा ट्रे घेऊन ती आत शिरलीच. पुन्हा संग्रामचं आणि तिचं फ्रेंचमधून बोलणं सुरू झालं. कालच्यापेक्षा आज जरा जास्तच वेळ ती थांबली. तिला मोडकं-तोडकं इंग्रजी येत असावं. मधूनच ती जयवंतला म्हणाली, "आय ॲम हॅप्पी... टू मीट... यू." हे ऐकल्यावर जयवंत भांबावून गेला. जरा भानावर आल्यावर तो म्हणाला, "आय आल्सो हॅप्पी टू मीट यू." नंतर ती निघून जाताना जयवंतकडे पाहून, गोड हसून म्हणाली,

"आय लाइक युवर मुश्वा." जयवंतला ती काय म्हणाली ते समजलं नाही. ती गेल्या गेल्या त्यानं उतावीळ होऊन संग्रामला विचारलं, "जाताना काय म्हणाली रे ती?" त्यावर संग्राम हसतहसत म्हणाला, "तिला तुमच्या मिशा आवडल्या म्हणे!"

"अजून काय म्हणत होती रे?"

"तुझे मामा हँडसम आहेत असं म्हणाली. तुम्ही लोक इकडे किती दिवस राहणार वगैरे विचारत होती. तिचं नाव सिल्व्ही जेकिये. ती सकाळी साडेसहाला कामावर येते. दुपारी चारला तिचं काम संपतं. सकाळी आल्यावर किचनची साफसफाई करणं, ब्रेकफास्टची तयारी करणं, या मजल्यावरच्या ज्या लोकांनी ब्रेकफास्ट रूमवर मागवलाय त्यांना तो नेऊन देणं आणि नंतर खोल्या साफ करणं अशी तिची कामं आहेत. तिच्यासारख्या अजून तीन मुली आणि एक मुलगा अशा कामांना आहेत. घरी खूप प्रॉब्लेम्स आहेत म्हणत होती."

"अरे रे! काय बिचारी राबती रे. एवढी नाजूक आणि सुंदर; पण असली कामं करायची तिच्यावर वेळ यावी? बरं, दादा, एक काम कर. उद्या तिला विचार, काम संपल्यावर जवळपास चहाला येशील का? जरा बोलत बसता येईल." जयवंतनं खडा टाकला.

"विचारतो; पण इकडे 'चहा घ्यायला जाऊ या' म्हणायची पद्धत नाही. वाइन घ्यायला जाऊ या असं म्हणायचं."

"मग फारच चांगलं की. जरा निवांत गप्पा मारता येतील." जयवंत उत्तेजित होत म्हणाला.

तो संपूर्ण दिवस जयवंत उद्याची सकाळ केव्हा उजाडते याची वाट पाहू लागला!

* * *

दुसऱ्या दिवशी संग्रामनं त्या सिल्व्हीला जयवंतनं काय सुचवलं होतं ते सांगितलं. ती त्याला तयार झाली. हे समजल्यावर जयवंत खूश झाला. त्या दिवशी ते व्हर्सायचा राजवाडा पाहायला गेले होते; पण जयवंतचं तिकडे लक्षच नव्हतं. वारंवार त्याच्या डोळ्यांसमोर सिल्व्हीचा गोड चेहरा येत होता. दुपारी एक वाजल्यापासून तो संग्रामला हॉटेलवर परत जाऊ म्हणत होता. जाताना रेल्वे मिळाली नाही तर वेळ जायला नको अशी त्याला धास्ती लागलेली.

त्यानंतरच्या घटना अतिशय अनपेक्षितपणे घडल्या. सिल्व्ही जयवंतबरोबर संध्याकाळी बाहेर जाऊ लागली. ते दोघेही मोडक्या-तोडक्या इंग्रजीत गप्पा मारू लागले. संग्राम त्यांना मोकळीक द्यायचा. असेच चार-पाच दिवस गेले. आता जयवंत संध्याकाळी 'पिगाल' भागाकडे जायचं नाव काढत नव्हता. दिवसा संग्राम जयवंतला पॅरिसमधील प्रेक्षणीय स्थळं दाखवायला घेऊन जायचा; पण संध्याकाळ होत जाईल तशी जयवंतला हॉटेलवर जायची घाई व्हायची. जयवंत सिल्व्हीला घेऊन जवळच्या बुल्व्हार दिदेरो किंवा हॉटेलपासून दहा मिनिटांच्या अंतरावरच्या 'बास्तिल' चौकातल्या, पॅरिसची खासियत असलेल्या फुटपाथवरच्या एखाद्या रेस्टॉरंटमध्ये वाइनचे एक-दोन ग्लास पिण्यासाठी घेऊन जायचा. तासाभरानं ती आपल्या घरी निघून जायची. जयवंतला तिच्याशी बोलताना आता धिटाई आली होती आणि सुरुवातीचा संकोच नि भीड राहिली नव्हती. सिल्व्ही त्याला 'जय' असं संबोधत असे.

एकदा ते दोघे रु द लिआँकडे वाइन घेण्यासाठी निघाले, इतक्यात जोराचा वारा सुटला अन् पावसाची लक्षणं दिसू लागली. जयवंत सिल्व्हीला म्हणाला,

"आज बाहेर काही खरं दिसत नाही, आपण एखादी वाइनची बाटली घेऊ आणि रूमवर बसून पिऊ. हवासुद्धा खूप गार झालीय."

"हो, चालेल जय. ते पाहा समोर एक वाइन शॉप आहे. चला, आपण तिकडे जाऊ."

ते दोघं तिकडे गेले. जयवंतनं सिल्व्हीनं सांगितलेली वाइनची बाटली घेतली. अर्थात, जयवंतला वाइनची चव म्हणावी तशी आवडत नव्हती. त्याचं आवडीचं पेय म्हणजे ओल्ड मंक रम. त्यानं संग्रामच्या मदतीनं खोलीवर 'डार्क बकार्डी'ची एक बाटली आणून ठेवली होती; पण सिल्व्हीसाठी तो वाइन घ्यायचा. ती गेल्यावर जेवणापूर्वी तो दोन-अडीच पेग रम घ्यायचा. ते दोघे वाइनची बाटली घेऊन खोलीवर पोहोचले. जयवंतनं खोलीतले वाइनचे ग्लास आणि कॉर्क-स्क्रू ओपनर काढले. सिल्व्हीनं सराईतपणे बाटली उघडली. त्यांच्या गप्पा सुरू झाल्या. जयवंतनं बोलताबोलता तिला विचारलं,

"तुझ्या घरी कोण कोण असतं?"

त्यावर सिल्व्ही बरीच गंभीर झाली. जयवंतला वाटलं, आपण उगीच तिला घराविषयी विचारलं; पण तेवढ्यात ती म्हणाली, "जय, तुम्हाला मी सांगणार होतेच. बरं झालं, तुम्ही आज हा विषय काढला. माझ्या घरची परिस्थिती फार बिकट आहे. वडील सहा वर्षांपूर्वी वारले. मला दोन मोठे भाऊ आहेत. आईला हार्टचा त्रास आहे. दोघेही भाऊ बिनकामाचे निघाले. आईकडे ते मुळीच लक्ष देत नाहीत. स्वतंत्र राहतात. कुठं राहतात हेदेखील मला आणि आईला माहीत नाही. मग भेटायला यायचं नि तिचं औषध-पाणी करायचं तर दूरच राहिलं. मी आईची देखभाल करते. आता तिला वृद्धाश्रमात ठेवायचं ठरवलंय. त्यासाठी पैसे साठवतेय. एकदम दहा हजार युरो भरावे लागतात. मग मात्र मी मोकळी होईन."

"अरे रे, तुला खूप कष्ट करावे लागतात. मग पुढे तुझा काय विचार आहे? तुझा कोणी बॉय-फ्रेंड आहे की नाही?"

"कसा असेल? मी दिवसभर इथं राबते आणि घरी गेले की आईची देखभाल. मला बाहेर हिंडण्या-फिरण्यासाठी वेळच मिळत नाही म्हणून माझे मित्र-मैत्रिणी हळूहळू माझ्यापासून दूर गेले. जय, तुम्हाला खरं सांगते, मला या पाश्चात्त्य संस्कृतीचा वीट आलाय. सारं काही आपमतलबी. प्रेम, जिव्हाळा, मैत्री यांचा लवलेश नाही. मी अलीकडे भारतीय संस्कृतीबद्दल वाचत होते. किती उच्च विचारसरणी, हिंदू धर्माची शिकवण आणि नीतिमत्तेचे नियम आहेत तुमच्या संस्कृतीत! मला योगा आणि ध्यान यांच्याबद्दल खूप उत्सुकता आहे अन् ते शिकायचंदेखील आहे. मी कधीकधी इथल्या इस्कॉन केंद्राच्या कार्यक्रमांना जात असते म्हणूनच मला हे सगळं कळलं. मला जर भारतात राहायची संधी मिळाली तर ते मी माझं मोठं भाग्य समजेन; पण ते कसं शक्य आहे? मी इथंच कष्ट करत करत झिजून जाणार," सिल्व्ही म्हणाली आणि तिनं आपले डोळे टिपले.

जयवंतला काय बोलावं नि करावं सुचेना. तो उठून तिच्याजवळ गेला आणि तिच्या पाठीवर हात फिरवत म्हणाला,

"सिल्व्ही, सगळं ठीक होईल; तू वाईट वाटून घेऊ नकोस." त्यावर ती अधिकच अस्वस्थ झाली नि हुंदके देऊन रडू लागली. आता मात्र जयवंत गांगरून गेला. आपण तिच्या घराचा विषय काढला आणि झालं भलतंच! पण थोड्याच वेळात ती सावरली. बाथरूममध्ये जाऊन तोंड धुऊन आली आणि जयवंतला म्हणाली,

"से त्रे देसोले... आय ॲम व्हेरी सॉरी! तुमची संध्याकाळ मी खराब केली. खरं सांगू, मला तुमचा स्वभाव खूप आवडला. तुम्ही अगदी साधे आहात, इकडच्या संधिसाधू तरुणांसारखे नाही. मला तुमच्या सहवासात छान वाटतं; पण अजून चार-पाच दिवसांनी तुम्ही जाणार. मग माझ्याशी बोलायलादेखील कोणी

असणार नाही. असू दे, नशीब म्हणायचं माझं. चला, आई वाट पाहत असेल, मी निघते.'' जयवंत तिला अजून थोडा वेळ बैस म्हणणार होता; पण तिचा मूड पाहता त्यानं विषय काढला नाही. 'उद्या भेटू' असं म्हणत तो दाराकडे गेला. इतक्यात अनपेक्षितपणे सिल्व्हीनं त्याच्या गालाचं चुंबन घेतलं आणि ती पटकन निघून गेली. जयवंत अवाक् होऊन दारातच उभा राहिला. त्या संध्याकाळी जयवंत संग्रामला म्हणाला, ''दादा, अरे तिची परिस्थिती फारच वाईट आहे रे. बाप मरून सहा वर्षं झाली...'' जयवंतनं खुलासा केला. तो ऐकून झाल्यावर संग्राम म्हणाला, ''जोपर्यंत आपण इथं आहोत, तोपर्यंत तुम्ही तिच्याशी गप्पा मारायला जात जा. आपण अजून चार दिवस इथं राहणार आहोत.'' हे ऐकताच जयवंत नाराजीनं म्हणाला, ''आपण जरा जास्त दिवस इथं राहायला पायजे होतं.''

त्यावर संग्राम काही बोलला नाही. जयवंत सिल्व्हीच्या मोहात पडला आहे हे त्याला स्पष्ट दिसत होतं. ते दोघे नियमितपणे रोज संध्याकाळी बाहेर जायचेच. जयवंत जायला दोन दिवस बाकी असताना ते दोघे बुल्व्हार दिदेरोवरून फिरून हॉटेलकडे परतत होते. हल्ली दोघं हातात हात घालून फिरायचे. हॉटेल जवळ आल्यावर जयवंत सिल्व्हीला म्हणाला,

''सिल्व्ही, आमचा जायचा दिवस जवळ आलाय. मला तू खूप आवडतेस. तुला सोडून जावंसं वाटत नाही.''

''जय, माझंदेखील तुमच्यासारखंच झालंय. तुम्ही गेल्यावर मला करमणार नाही. चला, आज तुम्हाला खोलीपर्यंत सोडते,'' असं म्हणत सिल्व्ही जयवंतबरोबर खोलीकडे गेली. तो तिला म्हणाला,

''आत ये थोडा वेळ. आज आपण खूप लवकर परत आलोय.'' सिल्व्ही त्याच्याबरोबर खोलीत गेली. ते पुन्हा गप्पा मारू लागले. सिल्व्हीनं मध्येच जयवंतला विचारलं,

''जय, तुम्ही परत इकडे येऊ शकाल?''

''मला ते जवळजवळ अशक्यच वाटतंय. संग्राम होता म्हणून मी इकडे यायचं धाडस केलं. भाषेचा प्रश्न असल्यानं मला फ्रेंच बोलणाऱ्याची सोबत हवी. संग्रामला पुन्हा यायला जमणार नाही. त्याचं कॉलेज, पुढे नोकरी यामुळे त्याला शक्य होणार नाही.''

''आता मी आहे ना इकडे,'' सिल्व्ही हसतहसत म्हणाली. त्यावर जयवंतला काय बोलावं समजेना. ते थोडा वेळ बोलत बसले. सहाच्या सुमारास सिल्व्हीनं घड्याळाकडे पाहिलं आणि उठत ती म्हणाली,

''चला, जायची वेळ झाली, निघते मी.''

''उद्याची संध्याकाळ आमची इथली शेवटची संध्याकाळ. तुला आमच्याबरोबर

जेवायला यायला जमेल?'' जयवंतनं विचारलं.

''पाहते प्रयत्न करून,'' असं म्हणत सिल्व्हीनं आपली पर्स उचलली. जयवंत तिला खोलीच्या दारापर्यंत सोडायला गेला; पण दार उघडणार इतक्यात सिल्व्हीनं आपली पर्स दाराशेजारच्या टेबलावर ठेवली आणि तिनं जयवंतला मिठी मारली. जयवंत एकदम गडबडून गेला. त्यानं तिच्या सोनेरी सुळसुळीत केसांवरून हात फिरवला. जेव्हा तिनं त्याच्या नजरेला नजर दिली, तेव्हा त्यानं तिचं चुंबन घेतलं. तिनं प्रतिकार तर केला नाहीच; पण उत्स्फूर्तपणे त्याला प्रतिसाद दिला. दोन-तीन मिनिटे तशीच गेल्यावर सिल्व्ही म्हणाली,

''मॉ चेर जय, आय लव्ह यू! पण... पण... मला आज थांबता येणार नाही. आई वाट पाहत असेल...'' तिनं जयवंतच्या मिठीतून आपली सुटका करून घेतली नि त्याच्याकडे अतृप्त नजरेनं पाहत ती 'गुड बाय' करून, पर्स उचलून निघून गेली. ती गेल्यानंतर जयवंत मंत्रमुग्ध अवस्थेत कॉटवर बसून राहिला आणि तिच्या वागण्याचा अर्थ लावू लागला. ती जाताना त्याला तिच्या नजरेत कारुण्य, हतबलता, अपेक्षा, प्रेम आणि विरहवेदना स्पष्टपणे दिसत होत्या. अर्ध्या तासानं संग्राम आल्यावर जयवंत त्याला म्हणाला,

''दादा, आपला मुक्काम सहा-सात दिवसांनी वाढव गड्या. आता ह्या प्रकरणाचा सोक्षमोक्ष लावायलाच पायजे.''

''कसल्या प्रकरणाचा, मामा?'' संग्राम गोंधळून म्हणाला. जयवंतनं त्या दिवशीचा प्रकार संग्रामला सांगितला. नंतर तो म्हणाला,

''दादा, मी तिला ठेवायला तयार आहे.''

''ठेवायला? कुठं ठेवायला?'' संग्रामच्या काही केल्या हे लक्षात येत नव्हतं.

''अरे, आता तुला कसं सांगू? बाई ठेवायची म्हणजे काय तुला ठाऊक नाही?''

''असं होय, त्या अर्थानं म्हणताय तुम्ही? पण ती कोल्हापूरला येईल असं वाटतंय तुम्हाला?''

''तीच तर चर्चा करायला पाहिजे. मी म्हणतो, उद्या आपण बोलणी करू; पण सकाळी तू तिकिटं बदल. अजून एक आठवडाभर राहू.''

''पण मामा, त्यासाठी अजून जवळजवळ एक ते सव्वा लाख खर्च येईल.''

''येऊ दे, त्याची काळजी करू नकोस. आपलं क्रेडिट कार्ड झिंदाबाद म्हणायचं!''

शेवटी 'हो-नाही' 'हो-नाही' करताकरता संग्राम तयार झाला.

दुसऱ्या दिवशी सकाळी ब्रेकफास्ट करताकरता तो जयवंतला म्हणाला,

''मामा, इकडच्या मुलींना 'मी तुला ठेवतो' असं म्हणायचं नसतं. 'माझं

तुझ्यावर प्रेम आहे, तू माझी गर्ल-फ्रेंड हो; आपण नवरा-बायकोसारखं बरोबर राहू' असं म्हणायचं. शिवाय 'माझं आणि माझ्या बायकोचं पटत नाही, सारखे खटके उडतात, ती खूप कजाग आहे; सध्या आमचे दोघांचे शरीरसंबंध नाहीत,' असं काहीतरी खोटंनाटं सांगायचं. त्याशिवाय तिला तुमच्याबद्दल सहानुभूती वाटणार नाही आणि ती तुमच्याबरोबर राहायला तयार होणार नाही.''

''दादा, तू तर या बाबतील खूप पटाईत असल्यासारखा बोलतोस की! तुझासुद्धा अनुभव बऱ्यापैकी दिसतो रे.'' जयवंत आश्चर्यानं म्हणाला.

''मामा, इंग्रजी कादंबऱ्या वाचून हे ज्ञान मिळालं. बरं ते जाऊ दे; उद्या तिला कसला प्रस्ताव द्यायचा त्याबद्दल मला सांगा...''

मग त्या दोघांची त्या बाबतीत बरीच चर्चा झाली. ब्रेकफास्ट घेऊन सिल्व्ही आली होती, तेव्हा तिला त्यांनी आपल्या प्रवासाची तारीख बदलायची आहे, याची कल्पना दिली नाही. फक्त 'संध्याकाळी भेटू,' एवढंच सांगितलं. नंतर संग्राम एअर फ्रान्सच्या कार्यालयात गेला आणि त्यानं त्यांच्या प्रवासाच्या तारखा एक आठवड्यानं पुढे वाढवून घेतल्या. त्यासाठी अर्थात त्याला प्रत्येक तिकिटामागं १०० युरो इतका दंड भरावा लागला. तसेच त्यानं हॉटेल मॅनेजरला भेटून त्यांच्या खोलीची मुदत वाढवून घेतली. नंतर त्यानं आपल्या वडिलांना ई-मेल करून आपल्या बदललेल्या प्रवासाच्या तारखा कळवल्या.

* * *

त्या संध्याकाळी सिल्व्ही भेटल्यावर जयवंतनं तिला आपण प्रवासाच्या तारखा बदलल्याचं सांगितलं. त्यावर ती खूप खूश झाली. जयवंत तिला म्हणाला,

''सिल्व्ही, मला तुझ्याबरोबर एका महत्त्वाच्या गोष्टीबाबत बोलायचंय. त्यासाठी मी मुद्दाम संग्रामला थांबायला सांगितलं, कारण मला जे काही सांगायचंय, ते तो पटकन फ्रेंचमध्ये तुला समजावून सांगेल.'' हे ऐकल्यावर सिल्व्हीचा चेहरा गंभीर झाला आणि तिनं विचारलं,

''कसल्या विषयावर बोलायचंय, जय? आपण दोघं तसं बऱ्यापैकी बोलत असतोच. अर्थात दोघांचंही इंग्रजी तसं मोडकं-तोडकं असलं तरी आपलं आजपर्यंत काही अडलं नाही. मग आजच संग्राम कशाला?''

''ते तुला लवकरच कळेल,'' जयवंत तिला म्हणाला. संग्रामला त्यानं खुणावलं आणि त्यानं त्या विषयावर आता बोलावं, असं सूचित केलं. संग्रामला कुठून सुरुवात करावी समजेना; पण थोडा विचार करून तो सिल्व्हीला फ्रेंचमध्ये म्हणाला,

''सिल्व्ही, माझे मामा तुझ्या प्रेमात पडले आहेत. तू त्यांच्याबरोबर भारतात

यावंस अशी त्यांची इच्छा आहे. त्यांचा एक प्रस्ताव असा आहे की, ते तुझ्यासाठी त्यांच्या गावी म्हणजे कोल्हापूरला घर करू इच्छितात. तुझ्या सगळ्या इच्छा ते पूर्ण करतील. शिवाय तुला आर्थिक विवंचना राहणार नाहीत. मामांचं लग्न झालेलं असलं तरी त्यांचं वैवाहिक आयुष्य सुखी नाही...'' अशी सुरुवात करून संग्रामनं मामांच्या बाजूनं 'बोलणी' सुरू केली. शेवटी तो म्हणाला, ''गेल्या काही वर्षांत कोल्हापूरच्या आसपास बरीच आंतरराष्ट्रीय विद्यालयं उघडली गेलीत. तिथं मुलांना फ्रेंच भाषा हा ऐच्छिक विषय घेता येतो. बरीच मुलं तो विषय निवडतात. त्या शाळांना फ्रेंच शिक्षकांची आवश्यकता भासते. तुझी इच्छा असेल तर तू तिथं शिकवू शकतेस. यावर तुझी काय प्रतिक्रिया आहे हे समजलं तर मी तुला अजून काही सांगेन; पण जर तुला फ्रान्स सोडायचा नसेल तर या बाबतीत फारशी चर्चा करण्याची गरज नाही. मग आपण हा विषय इथंच संपवू.''

''संग्राम, तुला खरं सांगते, मला तुझे मामा खूप आवडतात; पण आज तुम्ही लोक असा काही प्रस्ताव माझ्यासमोर मांडाल अशी मला अपेक्षा नव्हती. मला विचार करायला तुम्ही वेळदेखील दिला नाही. मी माझी प्रतिक्रिया उद्या सांगितली तर चालेल का?''

''नक्कीच! मी मामांना तसं सांगतो.''

संग्रामनं खुलासा केल्यावर जयवंत जरा गडबडून गेला. अर्थात तिनं पटकन 'नाही' म्हटलं नाही, हीदेखील जमेची बाजू होती. त्या दिवशी तो सिल्व्हीबरोबर फिरून आला; पण दोघंही कमीच बोलत होते. सिल्व्ही 'त्या' प्रस्तावावर विचार करत होती, तर जयवंत तिचं काय उत्तर असेल यावर!

दुसऱ्या दिवशी सकाळी सिल्व्ही ब्रेकफास्ट घेऊन आली, त्या वेळी 'आज खाली खूप काम आहे, संध्याकाळी बोलू,' असं सांगून ती पटकन निघून गेली. 'तिचा निर्णय काय असावा' याच्या उत्सुकतेपोटी जयवंतच्या मनाची हुरहूर वाढली. दिवसभर तो बेचैन होता. संध्याकाळी सिल्व्ही जयवंतच्या खोलीवर आली, तेव्हा संग्राम तिथं होताच. सिल्व्हीनं संग्रामला फ्रेंचमध्ये सांगितलं,

''मला तुझ्या मामांचा प्रस्ताव आवडला; पण मला काही समस्या आहेत. सर्वांत मोठी आईची. तिला मी आता वृद्धाश्रमात ठेवणार आहे; पण त्यासाठी मला अजून काही पैसे साठवावे लागतील. त्यासाठी दोन ते तीन महिने लागतील. त्यानंतर मी मोकळी होईन, तेव्हाच मी भारतास येऊ शकेन.''

संग्रामनं ते जयवंतला सांगितल्यावर तो संग्रामला म्हणाला,

''तिला किती पैशांची गरज आहे, विचार पाहू. आपण काही मदत करता आली तर तिला दोन-तीन महिने थांबावं लागणार नाही. संग्रामनं ते विचारल्यावर सिल्व्ही जयवंतला इंग्रजीत म्हणाली,

"जय, मला तुमच्या मनाच्या मोठेपणाची कल्पना आहे; पण मी एका बाबतीत ठाम आहे. मी माझ्या कष्टाच्या पैशानं माझ्या आईची सोय करणार आहे. हा माझ्या तत्त्वाचा प्रश्न आहे. मी एकदा माझ्या जबाबदारीतून मोकळी झाले की, मग सर्वस्वी तुमचीच आहे असं समजा!"

तिच्या बाणेदारपणाचं जयवंतला कौतुक वाटलं. आपण देऊ केलेली आर्थिक मदत तिनं नाकारावी, यातच तिच्या सरळमार्गी स्वभावाची त्याला खात्री पटली. संग्राम त्या दोघांचा निरोप घेऊन गेल्यावर तो तिला म्हणाला,

"ठीक आहे. तू तिकडे यायच्या आधी मी घराची सोय करतो. आपण फोनवर बोलत राहू आणि हे बघ, तू कोल्हापूरला आल्यावर आपण लग्न करून टाकू." जयवंतनं विचार केला होता की, आपल्याकडे पूर्वी दोन बायका करायची पद्धत होतीच ना!

"खरंच जय? तसं झालं तर मी स्वतःला खूप भाग्यवान समजेन!"

"बरं, चल, जरा फिरून येऊ. नाहीतर लगेच तुझी घरी जायची घाई सुरू होईल." जयवंत उतावीळपणाने म्हणाला.

त्या दिवशी जयवंत आणि सिल्व्ही बुल्व्हार बुरदाँवरून 'प्लास द ला बास्तिल'कडे फिरायला गेले. अर्ध्या-पाऊण तासानं हॉटेलकडे जाताजाता सिल्व्ही जयवंतला म्हणाली, "जय, आज माझी मावशी माझ्या आईला भेटायला घरी आलीय. ती आज तिच्यासोबत राहणार आहे. आजची रात्र मी तुमच्या सहवासात घालवू इच्छिते!"

हे ऐकल्यावर जयवंतचे धाबे दणाणले. त्याला हे मुळीच अपेक्षित नव्हतं. त्याला काय बोलावं समजेना. तो चाचरत म्हणाला,

"हो... राहा ना... मलासुद्धा... खूप छान वाटेल. पण..."

"आता पण वगैरे काही नाही. आपण खोलीवर जाण्यापूर्वी एक शॅम्पेनची बाटली घेऊन जाऊ आणि खोलीतच काहीतरी खायला मागवू. आपला आजचा ऐतिहासिक निर्णय आपण आज 'सेलिब्रेट' करू या. आज मला तुमच्याशी खूपखूप बोलायचंय, जय! आणि बोलताबोलता मला तुमच्या कुशीमध्ये हरवूनदेखील जायचंय! मी आज सकाळी येतानाच हे ठरवलं होतं; पण तुम्हाला ऐनवेळी सांगून सरप्राइज करायचं होतं."

ते दोघे शॅम्पेनची बाटली घेऊन खोलीवर परतले. खोलीत गेल्यावर सिल्व्ही म्हणाली,

"मी खाली माझी छोटी बॅग ठेवलीय, ती घेऊन येते," असं म्हणून ती बॅग आणायला गेली. ती गेल्यानंतर जयवंतनं घाईघाईनं संग्रामला गाठून त्यांचं काय ठरलंय हे सांगितलं. त्यावर संग्राम म्हणाला,

"मामा, मी लगेच कंडोम घेऊन येतो. मला काहीतरी निरोप द्यायचा बहाणा करून पंधरा-वीस मिनिटांनी माझ्या खोलीत येऊन घेऊन जा."

सिल्व्ही बॅग घेऊन आल्यावर तिनं जयवंतला शॅम्पेन उघडायला सांगितलं. त्यानं सिल्व्हीनं सांगितल्याप्रमाणं हळूहळू बारीक तारेची किल्लीसारखी कळ फिरवली. शेवटी जेव्हा बाटलीचं बूच 'ठप्प' असा आवाज करून छतावर आपटून खाली पडलं, तेव्हा जयवंत जरा दचकला. त्याला हे असं होतं हे ठाऊक नव्हतं. सिल्व्हीनं बाटलीतून फसफसून वाहणाऱ्या शॅम्पेननं त्यांचे ग्लास भरले. 'सॅल्यू' असं म्हणत तिनं जयवंतला शॅम्पेन घ्यायला सांगितली. त्याला शॅम्पेनची आंबूस चव आवडली नाही; पण 'छान आहे' असं म्हणत तो ती पिऊ लागला. त्यांच्या गप्पा सुरू झाल्या. जवळजवळ अर्ध्या तासानं जयवंत सिल्व्हीला म्हणाला,

"मी संग्रामला आपल्यासाठी काहीतरी खायला आणायला सांगतो आणि त्याला थोडे पैसे देऊन येतो."

* * *

दुसरा सारा दिवस जयवंत जणू हवेत तरंगत होता. रात्रीच्या आठवणी वारंवार त्याच्या डोळ्यांसमोर येत होत्या. रात्रीच्या जागरणामुळे त्याला सकाळी उठायला उशीर झाला होता. सिल्व्ही मात्र लवकर उठून कामावर गेली होती. नंतरचे सहा-सात दिवस भरभर निघून गेले. जयवंत आणि सिल्व्ही रोज फिरायला जात होते. बाहेर जाताना ते तिघे मिळून जात असत. संग्राम पंधरा-वीस मिनिटे सिल्व्हीशी फ्रेंचमध्ये बोलत बसे आणि नंतर तो जवळपास फिरून खोलीवर जाऊन जयवंत यायची वाट पाहत बसे. त्यानं सिल्व्हीला कोल्हापूर, आसपासचा परिसर, जयवंतची शेती अशा काही गोष्टींबद्दल बरीच माहिती दिली. एकदा फिरता फिरता सिल्व्ही जयवंतला म्हणाली,

"जय, मी तुमच्या प्रेमात का बरं पडले असावे असा तुम्हाला कधी प्रश्न पडत नाही?" त्या अनपेक्षित प्रश्नानं जयवंत जरा गडबडला; पण लगेच सावरून म्हणाला,

"तू इकडच्या कटकटींना कंटाळली असावीस, म्हणून."

"चूक. सांगते तुम्हाला. जय, तुम्ही खूप साधे नि सरळमार्गी आहात. अहो, इकडचे फ्रेंच पुरुष अगदी बेभरवशाचे. आज गोडगोड बोलतील, मौजमजा करतील आणि काही दिवसांनी 'आव्हा, आबियांतो,' म्हणजे 'बाय बाय, परत भेटू' असं म्हणतील आणि कायमचे गायब होतील! पण तुम्ही फार वेगळे आहात. संग्रामनं मला तुम्ही शेतीसाठी रात्रंदिवस कसे कष्ट करता हे सांगितल्यावर माझी खात्री झाली की, तुम्ही खूप सचोटीचं आयुष्य जगता. तुम्ही खूप पैसे मिळवले असतील; पण

त्यासाठी तुम्ही कष्टदेखील खूप केले आहेत. तुम्ही मला कधीही अंतर देणार नाही ही खात्री झाल्यावरच मी तुमच्या प्रेमात पडले शिवाय...'' ती बोलता बोलता थांबली. जयवंतनं तिला विचारलं,

''शिवाय काय?''

त्यावर ''मला सांगायला लाज वाटते,'' असं म्हणत तिनं शरमेनं मान खाली घातली.

''आता आपल्या दोघांमध्ये काय लाजायचं? सांग बरं मला, प्रेमात पडायचं अजून काय कारण?'' जयवंत उत्सुकतेनं म्हणाला. ती मान खाली घालूनच म्हणाली,

''तुम्ही खूप रुबाबदार दिसता! तुमच्या रांगडेपणात अनोखा गोडवा आहे.''

स्वतःच्या स्वभावाचं आणि दिसण्याचं कौतुक ऐकून जयवंत सुखावला.

जयवंत आणि संग्राम यांचा जायचा दिवस उजाडला. 'ती' रात्र सोडली तर सिल्व्ही जयवंतच्या खोलीवर रात्रीसाठी पुन्हा राहू शकली नव्हती. सकाळी साडेअकरा वाजता त्यांना हॉटेलमधून निघावं लागणार होतं. सिल्व्ही दहा वाजता तिच्या कामातून थोडा वेळ काढून, त्यांचा निरोप घ्यायला आली. संग्रामनं त्यांना मोकळीक दिली. ती जयवंतच्या गळ्यात पडून हुंदके देतदेत अर्धा तास रडली. जयवंत तिची समजूत घालायचा प्रयत्न करत होता. शेवटी मन घट्ट करून अश्रुपूर्ण नजरेनं ती त्याचा निरोप घेऊन गेली. तिला जाताना जयवंत म्हणाला की, प्रश्न फक्त दोन-तीन महिन्यांचा आहे, मग आपण एकत्रच असणार आहोत.

विमान प्रवासात जयवंतच्या डोळ्यांसमोर सिल्व्हीचा गोड हसरा चेहरा वारंवार येत होता. तिचे आणि आपले संबंध असून, आपण तिच्याशी दुसरं लग्न केलं आहे हे कोल्हापूर, राशिवडे आणि आसपासच्या परिसरात समजल्यावर लोक त्याच्याकडे कौतुकानं पाहणार यात शंकाच नव्हती. राशिवड्याचे लोक म्हणणार, 'आयला, पाटील प्यारिसला गेला आनी तिकडच्या गोऱ्यापान देखन्या पोरीला पटवून हिकडं घ्यून आला! लई भारी काम केलं तेनं, गड्या.' त्याच्या बायकोच्या - शालूच्या कानावर ती गोष्ट जाणं अपरिहार्य होतं; पण ती तोंडातून आवाज काढणार नाही, याची जयवंतला खात्री होती.

कोल्हापूरला परतल्यावर जयवंत सुरुवातीचे चार-पाच दिवस शेतीच्या अडून राहिलेल्या कामाच्या गडबडीत होता. तरीही कोल्हापूरला पोहोचल्यावर तो सिल्व्हीला फोन करायचं विसरला नव्हता. विसरेल कसा? आता त्याचं सारं आयुष्यच जणू 'सिल्व्ही'मय झालं होतं. पदोपदी त्याला तिची आठवण यायची. अधूनमधून तो संग्रामनं काढलेले त्या दोघांचे फोटो न्याहाळत बसायचा. त्यात ते दोघं बागेत फिरताना, वाइन घेत बसलेले असताना, सिल्व्ही त्याला घट्ट बिलगलेली असताना

घेतलेले फोटो होते.

शेतीच्या कामाची आवराआवर झाल्यानंतर जयवंतनं सिल्व्हीसाठी फ्लॅट पाहायला सुरुवात केली. त्यानं तिच्यासाठी दोन बेडरूमचा फ्लॅट घ्यायचं ठरवलं होतं. त्यानं रत्नाप्पा कुंभारनगर, साने गुरुजी वसाहत, टाकाळा या भागांत बरेच फ्लॅट पाहिले; पण त्याला कसबा बावड्याहून कदमवाडीला जायच्या रस्त्यावर जवळजवळ तयार होत आलेल्या 'पुण्य-पर्व' या प्रकल्पातला पाचव्या मजल्यावरचा एक फ्लॅट खूप आवडला. त्या प्रकल्पाच्या चारी बाजूंना उसाची शेती होती. फ्लॅट हवेशीर अन् प्रशस्त होता. शिवाय नागाळा पार्कातल्या त्याच्या घरापासून फार दूर नव्हता. त्यानं प्रकल्पाच्या बिल्डरशी बोलणी सुरू केली. सारी किंमत पन्नास लाखाच्या घरात जात होती. आता त्याच्या आयसीआयसीआय बँकेच्या खात्यात जवळजवळ बावन्न लाख असावेत असा त्याचा अंदाज होता. त्याच्या जवळजवळ दीड कोटीच्या इतर गुंतवणुकीदेखील होत्या. त्याचा आणि संग्रामचा अंदाज होता की, साऱ्या पॅरिसभेटीचा खर्च जेमतेम चार-साडेचार लाख आला असावा. जयवंतनं 'पुण्य-पर्व'चा व्यवहार पक्का करायचं ठरवलं. ती बातमी सिल्व्हीला सांगण्यासाठी तिला फोन करायचा होता; पण गेले चार-पाच दिवस तिला फोन केल्यावर फ्रेंचमध्ये काहीतरी संदेश यायचा आणि फोन लागायचा नाही. 'कदाचित आईला दवाखान्यात ठेवलं असावं' असा जयवंतनं विचार केला. त्या दिवशी त्यानं पुन्हा एकदा फोन लावायचा प्रयत्न केला; पण पूर्वीसारखाच संदेश येत राहिला. दुसऱ्या दिवशी त्याला बिल्डरला ॲडव्हान्सचा एक चेक द्यायचा होता; पण तत्पूर्वी आपल्या खात्यावर नेमका किती बॅलन्स आहे हे पाहण्यासाठी तो आयसीआयसीआय बँकेत गेला. त्यानं अंजली सरदेसाईंची भेट घेतली.

"या, पाटील. बरेच दिवस इकडे फिरकला नाहीत. मग काय, म्युचुअल फंडाचं फायनल करून टाकू या आता?"

"बाई, एवढ्यात नको. मला जरा पैशांची गरज आहे. मी कोल्हापुरात एक फ्लॅट घ्यायचा म्हणतोय."

"अजून एक घर कोल्हापुरात? अहो पाटील, ती 'डेड इन्व्हेस्टमेंट' होईल. त्यातून काहीच उत्पन्न मिळणार नाही. त्याऐवजी आज काही म्युचुअल फंडांमध्ये दहा ते बारा टक्के ग्रोथ आहे."

"ते सगळं कबूल! आपण तेसुद्धा करू; पण अजून जरा वेळ जाऊ दे. उसाची पुढची 'पट्टी' आली की, लगेच करू. बरं, माझ्या खात्यावर किती शिल्लक आहे सांगा जरा. मला बिल्डरला एक चेक द्यायचाय." जयवंत म्हणाला.

"सांगते हं, एक मिनिट." असं म्हणत बाईंनी संगणकावर जयवंतच्या खात्याचा तपशील पाहायला सुरुवात केली. तो पाहून त्यांना खूप आश्चर्य वाटलं.

“अहो पाटील, खात्यावर फक्त सत्तावन रुपये पस्तीस पैसे आहेत! गेल्या पाच-सहा आठवड्यांत तुम्ही क्रेडिट कार्डनं बराच खर्च केलेला दिसतोय. आणि पाटील, तुम्ही पॅरिसला गेला होता की काय? जवळजवळ सगळ्या एन्ट्रीज तिकडे खर्च केल्याच्याच आहेत.”

“गेलो होतो खरं; पण तेवढे पैसे खर्च केले नाहीत. माझ्या अंदाजानुसार जवळजवळ पन्नास ते बावन्न लाख असायला पायजेत. काहीतरी घोटाळा असेल, बघा तुमच्या त्या कम्प्यूटरमध्ये.” जयवंत म्हणाला. त्यावर सरदेसाईबाई म्हणाल्या,

“अहो, घोटाळा मुळीच नाही. थांबा, तुमच्या बँकेच्या आणि क्रेडिट कार्डच्या खात्यांचे स्टेटमेंट छापते,” असं म्हणत त्यांनी प्रिंटरमधून बाहेर आलेले दोन कागद जयवंतकडे दिले. ते घेत तो म्हणाला,

“बाई, नक्कीच काहीतरी घोटाळा असणार, मी खरं सांगतो तुम्हाला. कदाचित फसवाफसवीचा प्रकारसुद्धा असू शकतो.”

“असं असेल तर मी अधिक चौकशी करायची सोय करते. आपण सगळा तपशील मागवून घेऊ. मी उद्या सकाळपर्यंत तुम्हाला तुमच्या क्रेडिट कार्डचं डिटेल स्टेटमेंट तुमच्या घरी पाठवते. त्यात तुम्हाला सगळे तपशील मिळतील. कोणी, किती तारखेस किती पैसे काढले किंवा कुठं खर्च केले हे सारं आपल्याला समजेल. मगच पुढे काय करायचं ते ठरवू; पण तुम्ही तिकडे कार्ड वापरलंत?”

“मी फारसं नाही; पण माझ्या पुण्याच्या भाच्याला ते वापरायला दिलं होतं. तोसुद्धा माझ्याबरोबर पॅरिसला आला होता.”

“त्यानं तर काही गैरव्यवहार केला नसावा?”

“छे! छे! ते मनातसुद्धा आणू नका. पोरगं खूप प्रामाणिक आहे.”

“मग त्याला बोलावून घ्या. आता आपल्याला चौकशी करायलाच हवी. दरम्यान, मी कार्ड बंद करते. नाहीतर अजून ते वापरलं जायची शक्यता आहे.”

“होय, होय; लगेच बंद करा.” असं म्हणत घाबरलेला जयवंत गंभीर चेहऱ्यानं बँकेच्या बाहेर पडला. त्यानं लगेच संग्रामला फोन लावला आणि झाला प्रकार सांगितला. संग्राम तातडीनं दुसऱ्या दिवशी सकाळी कोल्हापूरला पोहोचला. जयवंतच्या घरी गेल्यावर ते दोघे पहिल्या मजल्यावरच्या जयवंतच्या खोलीत बोलत बसले.

“दादा, मला तर कळंना नेमका काय घोटाळा झाला आहे?”

“बँकेने दिलेले कागद द्या पाहू मामा.” जयवंतनं त्याच्या खात्याचं आणि सरदेसाईबाईंनी पाठवलेलं कार्डचं स्टेटमेंट संग्रामला दिलं. त्यानं ते काळजीपूर्वक वाचलं. वाचून झाल्यावर तो म्हणाला, “मामा, मी बरोबर नसताना तुम्ही कधी क्रेडिट कार्ड वापरलं होतं? किंवा कुणाला वापरायला दिलं होतं?”

त्यावर थोडा विचार करून जयवंत त्याला म्हणाला,

"कार्ड कुणालाच दिलं नव्हतं. आता तुझ्यापासून काय लपवायचं? एकदाच मी ते वापरलं. सांगतो, काय झालं ते..."

* * *

ज्या दिवशी जयवंत आणि सिल्व्ही प्लास द ला बास्तिलला जाऊन बुल्व्हार बुरदाँवरून परत येत होते, त्या वेळी जाताजाता सिल्व्हीला एक 'बिजूतेरी' म्हणजे दाग-दागिन्यांचं दुकान दिसलं. त्याच्या शो-केसमधून दिसणारे काही दाग-दागिने पाहायला ती दोन-तीन क्षण तिथं रेंगाळली आणि लगेच पुढे चालू लागली. तिला काहीतरी आवडलं असावं, असा विचार जयवंतच्या मनात आला आणि तो तिला सहज म्हणाला,

"तुला एखादी लहानशी वस्तू घ्यायची आहे का?"

"इथून? नको नको! खूप महाग असतात या गोष्टी. चला, आपण जेवायला जाऊ."

जयवंतनं विचार केला, आता तिनं आपला देश सोडून कोल्हापूरला यायचं पक्कं केलं आहे. तोपर्यंत आपली आठवण म्हणून एखादी अंगठी तिला घेऊन द्यावी. नाहीतरी लग्न ठरल्यावर मुलीला अंगठी घालायची प्रथा असतेच की! तो तिला म्हणाला,

"सिल्व्ही, तुला एक अंगठी घेऊन द्यायची माझी इच्छा आहे."

"जय डार्लिंग, माझं ऐका; कशाला पैसे खर्च करताय? आपल्या नव्या घरासाठी बचत करू. घराला आवश्यक असणाऱ्या वस्तू घेऊ. अगदी साधी अंगठी घ्यायची म्हटलं तरी इथं कमीतकमी ४०० युरो लागतील."

युरोला ऐंशीनं गुणलं की, सर्वसाधारणपणे त्याचे रुपये होतात, हे संग्रामनं जयवंतला सांगून ठेवलं होतं. चारशे युरो म्हणजे साधारण बत्तीस हजार रुपये असा जयवंतनं विचार केला. आता आपलं दुसरं लग्न ठरलंय, तेव्हा खर्चाला मागे-पुढे पाहायचं नाही, असं त्यानं ठरवलं. तो म्हणाला,

"असू दे, आता आपण एकत्र राहू लागल्यावर तुझ्या अंगावर चार दागिने हवेतच. लोक काय म्हणतील? चल, एखादी अंगठी घेऊ."

"आता तुम्ही म्हणता म्हणून तुमचं मन मोडत नाही. खरं म्हणजे माझी इच्छा नाही..." पण जयवंत तिला घेऊन दुकानात गेलाच. बराच वेळ वेगवेगळ्या अंगठ्या पाहिल्यावर सिल्व्हीनं एक पसंत केली. तिचे ३५० युरो देण्यासाठी जयवंतनं आपलं क्रेडिट कार्ड कॅशियरला दिलं. त्यानं ते मशीनमध्ये घातलं आणि जयवंतला कार्डाचा पिन नंबर त्या मशीनवर टाइप करायला सांगितला. अंगठी

घेऊन रस्त्यावर आल्यावर सिल्व्हीनं खुशीत येऊन त्याचं एक दीर्घ चुंबन घेतलं. अर्थात, पॅरिसमध्ये त्यात वावगं काहीच नव्हतं; पण जयवंतला सार्वजनिक ठिकाणी तसं करायची सवय नसल्यानं तो जरा गांगरून गेला. ते बोलतबोलत खोलीकडे जाऊ लागले. सिल्व्ही म्हणाली,

"जय, तुम्ही मला आज सरप्राइज दिलं. मीसुद्धा आज तुम्हाला एक सरप्राइज देणार आहे."

"कसलं गं?"

"मी नाही सांगणार, तुम्हीच ओळखा!" सिल्व्ही लाडात येऊन त्याला बिलगत म्हणाली. जयवंत जरा विचार करून म्हणाला,

"मला काही सुचत नाही बघ. सांग बरं कसलं सरप्राइज." त्यावर ती लाजत लाजत म्हणाली,

"जय, आज माझी मावशी माझ्या आईला भेटायला घरी आलीय. ती आज तिच्यासोबत राहणार आहे. आजची रात्र मी तुमच्या सहवासात घालवू इच्छिते!"

* * *

"मामा, ज्या दिवशी तुम्ही सिल्व्हीला अंगठी घेतली, त्याच रात्री ती तुमच्याबरोबर राहिली. ती तारीख होती ७ जून. आपली फ्लाइट १५ तारखेला दुपारी होती. त्याच्या एक दिवस आधी, १४ तारखेला आणि आपण प्रवासात होतो त्या १५ आणि १६ तारखांना प्रत्येक दिवशी १७ लाख रुपये पॅरिसमधल्या 'एक्स्टसी पर्सनल सर्व्हिसेस' या कंपनीच्या नावे जमा करण्यात आलेले आहेत. ही अशी नावे उच्चभ्रू समाजातील लोकांना बायका पुरवणाऱ्या कंपन्यांची असतात. सात तारखेच्या रात्री तिनं तुम्ही झोपल्यावर तुमच्या क्रेडिट कार्डाचा नंबर, त्याच्यावरचं संपूर्ण नाव, त्याची मुदत आणि कार्डाच्या मागचा सीव्हीव्ही नंबर लिहून घेतला असणार; पण तिला तुमचा पिन कसा कळला मला समजत नाही. ज्या वेळी तुम्ही तिला अंगठी विकत घेऊन क्रेडिट कार्डानं पैसे दिले, त्या वेळी ती कुठं होती हे आठवतंय?"

जयवंत पटकन म्हणाला,

"माझ्या जवळच की. आणि झालं काय, त्या क्रेडिट कार्डचा पिन माझ्या लक्षात राहणार नाही म्हणून मी एक आयडिया केली होती. एका मित्राच्या मोबाइलवरून कार्डाचा पिन असलेला एक एसएमएस मलाच पाठवला होता. तो मोबाइलमध्ये सांभाळून ठेवलाय. त्या दिवशी मी तो एसएमएस उघडला आणि तिलाच कार्डाचा पिन त्या मशीनमध्ये घालायला सांगितलं, कारण मी तसं आधी कधी केलं नव्हतं. त्या मशीनची बटणं दाबताना चुकीचं कायतरी दाबून गडबड व्हायला नको म्हणून तिलाच ते काम सांगितलं." जयवंतनं कबुली दिली.

''झालं! तिथंच तर मोठा घोटाळा झाला, मामा. तिनं तो नंबर पाठ करून ठेवला असणार. कार्डाची सगळी माहिती आणि पिन यांच्या आधारे तिनं इंटरनेटवरून तुमच्या कार्डावर पैसे काढून आपल्या खात्यात जमा केले असणार. क्रेडिट कार्डाला तुम्ही त्यावर किती पैसे खर्च करू शकता याची मर्यादा असते; पण तुम्ही तुमचं कार्ड तुमच्या सेव्हिंग्ज खात्याशी 'लिंक' केलंय, म्हणून तुमच्या कार्डावर पैसे जसजसे खर्च होत गेले तसतसे तुमच्या सेव्हिंग्ज खात्यातून कार्डाच्या खात्यावर जमा होत गेले.'' संग्रामने उलगडून सांगितलं.

''दादा, ती तसं करणार नाही रे. सारखंसारखं माझ्यावर खूप प्रेम आहे म्हणत होती. दुसराच कायतरी घोटाळा असेल बघ.'' जयवंत अविश्वासानं म्हणाला.

''नाही, मामा. सगळी स्टेटमेंटस मी बारकाईनं बघितली आहेत.''

''बरं, तिला फोन तरी लाव,'' असं म्हणत जयवंतनं आपला मोबाइल संग्रामकडे दिला. त्यानं मामाच्या फोनमध्ये तिचा नंबर शोधला; पण तो त्याला मिळाला नाही. त्यानं जयवंतला विचारलं,

''मामा, कुठल्या नावानं तिचा फोन सेव्ह केलात?''

त्यावर जरा ओशाळलेला जयवंत म्हणाला,

''बायको नंबर २.''

संग्रामनं तो नंबर शोधला आणि लावला. थोडा वेळ फोन कानाला लावून झाल्यावर त्यानं तो बंद केला आणि म्हणाला,

''मामा, हा फोन अस्तित्वात नाही असा संदेश येतोय.''

''असं? फोन बिघडला असेल तिचा.''

''मामा, मी एक काम करतो. आपण उतरलेल्या हॉटेलच्या मॅनेजरला फोन करून विचारतो की, सिल्व्ही अजून तिथंच काम करते का? आणि असल्यास तिचा नवा फोन मागून घेतो किंवा तिला फोनवर बोलावून घेतो.''

''कर, कर; लवकर कर.'' संग्रामनं घड्याळात पाहिलं, साडेअकरा वाजले होते; म्हणजे पॅरिसमध्ये सकाळचे सात. कदाचित सिल्व्ही कामावर आली असेल असा विचार करून संग्रामनं हॉटेल ऑरोरचा फोन लावला. तो अजून त्याच्या स्वतःच्या मोबाइलमध्ये होताच. फोन लागल्यावर संग्राम मॅनेजरशी सहा-सात मिनिटे फ्रेंचमध्ये बोलला. फोन ठेवल्यावर हताश नजरेनं तो जयवंतला म्हणाला,

''मामा, तुमची फार मोठी फसवणूक झालीय. मॅनेजर म्हणत होता की, आपण हॉटेल सोडलेल्या दिवशीच सिल्व्हीनं काम सोडलं. तो म्हणाला की, हल्ली 'पिगाल' भागात 'धंदेवाल्या' मुली खूप झाल्या आहेत आणि त्यांच्यात गिऱ्हाइकं मिळवण्यासाठी मोठी चुरस असते. त्याला कंटाळून काही मुली हॉटेलमध्ये तात्पुरती कामं घेतात आणि एखादा श्रीमंत 'बकरा' गाठून त्याला लुबाडतात. त्या

वेळी त्या आपली नावं बदलतात. ज्याला फसवायचं आहे, तो कुठल्या देशातून आलाय याची माहिती काढतात आणि आपल्याला तो देश फार आवडतो, मला घरी इकडे खूप अडचणी आहेत, असं सांगून त्याच्या प्रेमात पडल्याचं नाटक करतात आणि त्याच्याबरोबर एखादी रात्र राहतात. त्यांच्याजवळ गुंगीचं औषध असतं. त्या माणसाला झोपवून त्याच्या क्रेडिट कार्डाची माहिती लिहून घेतात. शिवाय या मुली अभिनयात निष्णात असतात म्हणे! तो म्हणाला की, त्यांच्यापैकी काही जर हॉलिवूडला गेल्या असत्या, तर बऱ्याचजणींनी अभिनयात 'ऑस्कर' मिळवलं असतं! आम्ही ज्या वेळी त्यांना नोकरी देतो, त्या वेळी आम्हाला त्या असं करणाऱ्यांपैकी आहेत हे कळत नाही. महिनाभरात नोकरी सोडून गेल्यावर किंवा ज्याची फसवणूक झालीय त्यानं आमच्याशी संपर्क साधल्यावर आम्हाला हे समजतं.'' संग्रामनं सगळी कथा सांगितली.

''दादा, फार मोठा गाढवपणा झाला बघ. मला वाटलं, मी पॅरिसला जाऊन तिथल्या एका पोरगीला पटवलं; पण त्या पोरीनंच मला गंडवलं की रे! आता तुला माझं एक शेवटचं काम सांगतो, तेवढं कर. माझी ही जी फजिती झाली आहे, ती फक्त आपल्या दोघांतच राहू दे. नाहीतर आख्खं कोल्हापूर आणि राशिवडं माझी चेष्टा करून माझ्यावर हसायला लागंल!'' असं म्हणत जयवंतनं या प्रकरणाला पूर्णविराम दिला.

(लोकमत, दिवाळी अंक, २०१४)

◆

नायजेरियन (अ)सत्याचे प्रयोग

'तुम्ही खूप नशीबवान आहात, कारण शंभर कोटी लोकांमधून तुमची निवड झाली असून, तुम्हाला पन्नास लाख अमेरिकन डॉलर्सची लॉटरी लागलेली आहे. लॉटरीचे पैसे तुमच्या खात्यावर जमा करायचे असल्याने तुमच्या बँकेचं नाव आणि खाते क्रमांक तातडीनं पाठवावा. तसेच या लॉटरीचे पैसे तुम्हाला पाठवण्यासाठी जे काही सरकारी सोपस्कार पार पाडावे लागतात त्यासाठी फक्त पाचशे अमेरिकन डॉलर्स खाली दिलेल्या खात्यावर जमा करावेत.'

'प्रिय उमेश,

मी काही कामानिमित्त स्वीडनला आलो असताना मला अचानक पोटाचा त्रास सुरू झाला. मी सध्या इथल्या हॉस्पिटलमध्ये ॲडमिट असून माझ्यावर लवकरच एक तातडीची शस्त्रक्रिया करण्यात येणार आहे; पण दुर्दैवाने माझ्याकडे त्यासाठी लागणारे पैसे नाहीत. तरी कृपया पंचवीस हजार अमेरिकन डॉलर्स तू खाली दिलेल्या बँक खात्यावर जमा कर. मी परत आल्यावर तुझे सारे पैसे परत करेन. माझा जीव वाचवणे केवळ तुझ्यासारख्या मित्रांच्या हातात आहे.

तुझा जिवलग मित्र अजित देशपांडे.'

'डिअर सर,

माझं नाव मोनिका. अलीकडेच माझ्या पतींचं अपघाती निधन झालं. त्यांच्या एक अब्ज अमेरिकन डॉलर्सच्या इस्टेटीची मी एकमेव वारस आहे; पण मी फक्त २४ वर्षांची असून, ती इस्टेट माझ्या नावे कशी करून घ्यायची हे मला माहीत नाही. तुम्ही जर मला यासाठी मदत केलीत तर मी तुम्हाला माझ्या इस्टेटीतला २५

टक्के वाटा देईन. कृपया माझ्याशी खाली दिलेल्या फोन नंबरवर तातडीनं संपर्क साधावा.

आपल्या मदतीची याचना करणारी,
मोनिका.'

त्या दिवशी माझ्या ई-मेल्स पाहताना दिसलेल्या या मेल्स तत्परतेनं 'डिलीट' केल्या. या आणि अशा धर्तीच्या ई-मेल्सला बळी पडून, कित्येक लोकांना लाखो रुपयांचा गंडा घातला गेल्याचं वेळोवेळी प्रसिद्ध होत असतं, तरीही काही मूर्ख त्यांना कसे बळी पडतात याचंच मला वारंवार आश्चर्य वाटतं. अशा बहुतेक साऱ्या मेल्सचं उगमस्थान नायजेरिया असतं असं मला एका इंटरनेट फसवणुकीच्या अभ्यासकानं सांगितलं. त्या बाबतीत मी माझा नायजेरियन सहकारी आणि मित्र आदेबायो ओलोवे-उके याला विचारावं असं एकदा माझ्या मनात आलं; पण मी तसं केलं नाही. त्याला वाईट वाटेल म्हणून मी तो विषय त्याच्याजवळ काढायचा नाही असं ठरवलं.

आदेबायोला मी गेली चार वर्षं ओळखत होतो. तो माझ्यापेक्षा सात-आठ वर्षांनी लहान, म्हणजे जवळजवळ अठ्ठेचाळीस वर्षांचा होता. माझं नैरोबीहून कामानिमित्त जवळपासच्या इतर बऱ्याच देशांत जाणं व्हायचं. आदेबायो हा कंपाला इथं आम्ही काम करत असलेल्या आंतरराष्ट्रीय रेडक्रॉसच्या युगांडा कार्यालयाचा प्रवक्ता, प्रसार आणि जनसंपर्क अधिकारी होता, तर मी नैरोबी इथं राहून विभागीय कायदा सल्लागार म्हणून काम पाहत होतो. माझ्या युगांडातल्या बैठकांचं आणि इतर कामांचं नियोजन त्यालाच करावं लागायचं; त्यामुळे आम्ही नेहमी एकमेकांच्या संपर्कात असायचो. पूर्वी त्याची आणि माझी दक्षिण सुदानची राजधानी जुबा इथं बऱ्याच वेळा भेट झाली होती. त्या वेळी तो तिथं काम करायचा आणि फक्त एकटाच तिथं राहायचा; कारण जुबाला 'फॅमिली पोस्टिंग' नव्हतं; पण कंपालाला बदली झाल्यावर तो आणि त्याची पत्नी ज्युडिथ तिथं राहायला लागले.

काही महिन्यांपूर्वी युगांडा भेटीदरम्यान आदेबायो आणि मी कंपालापासून ८० किलोमीटरवरच्या जिंजा या गावी कामानिमित्त गेलो होतो. त्या वेळी एका संध्याकाळी 'लेक व्हिक्टोरिया' या प्रचंड तलावाच्या काठावर असलेल्या 'जिंजा सेलिंग क्लब'ला जेवायला गेलो. तिथं गेल्यावर आम्ही त्या क्लबच्या हिरवळीवर बिअर घेत गप्पा मारत बसलो. त्या वेळी मी त्याला म्हणालो,

"आदेबायो, मला वेगवेगळ्या देशांचे खास पदार्थ खायची खूप हौस आहे, हे तुला ठाऊक आहेच. एकदा तुझ्या घरीदेखील अस्सल नायजेरियन जेवणाचा आस्वाद घ्यायला यायचंय हं मला. मागं एकदा ज्युडिथनं मला घरी यायचं आमंत्रण

दिलेलं आहेच.''

"तुला घरी घेऊन जायला मला खूप आवडलं असतं; पण...'' आदेबायो मध्येच बोलायचा थांबला. आम्ही बिअर घेतल्यापासून जरा जास्तच मोकळेपणाने बोलत होतो. संकोच गळून पडला होता आणि आमच्यात कसला आडपडदा राहिला नव्हता.

"पण काय रे, ज्युडिथला नायजेरियन स्वयंपाक करता येत नाही की काय?'' मी त्याची मस्करी करायच्या उद्देशानं म्हणालो. माझी आणि आदेबायोची बायको - ज्युडिथ हिची चार-पाच वेळा या ना त्या कारणानं भेट झाली होती. आदेबायो आणि मी नेहमी खूप मोकळेपणानं बोलायचो. पहिल्या एक-दोन भेटींतच आम्हा दोघांची मैत्री जमली होती. माझ्या प्रश्नाचं उत्तर देण्यापूर्वी थोडा शांत बसलेला आदेबायो बिअरचा एक मोठा घोट घेऊन म्हणाला,

"उमेश, माझी एक व्यथा आहे. आपण दोघे मित्र आहोत ना? तू ही गोष्ट फक्त आपल्या दोघांत ठेवशील?'' आदेबायोला बिअर जरा जास्तच झाली होती असं मला वाटलं.

"तू असं का विचारतोस? मी कधी तुला अडचणीत टाकलंय का?''

"नाही. हा विषय जरा 'नाजूक' आहे म्हणून म्हणालो. उमेश, माझे आणि ज्युडिथचे अलीकडे खूप खटके उडतात. तसा तिचा स्वभाव खूप तक्रारखोर आहे. ज्या-त्या गोष्टीत तिला काहीतरी दोष दिसून येतो. मग ती नवीन ओळख झालेली एखादी व्यक्ती असो किंवा तिची भावंडं, माझ्या घरचे नातेवाईक, शेजारी-पाजारी असं कोणीही असो. दोष प्रत्येकात असतात; पण चांगले गुणदेखील खूप असतात. आपण चांगल्या गोष्टींकडे पाहून लहान-सहान दोष किंवा स्वभावातल्या उणिवा यांच्याकडे दुर्लक्ष करतो; पण तिचं उलटं आहे. ती सतत 'या' ना 'त्या' कारणानं कुरबूर करत असते. तिचा स्वभाव समाधानी नाही. ती अतिशय दुराग्रही आहे. एखादी व्यक्ती तिच्या मनातून उतरली की, ती तिचा पराकोटीचा द्वेष करू लागते. मग तिच्या तोंडाचा पट्टा काही केल्या थांबत नाही.''

यावर काय बोलावं मला समजेना. ही तर आदेबायोची घरगुती नि वैयक्तिक बाब झाली. मी कुठून त्याला 'घरी जेवायला यायचंय' म्हणालो याचा मला पश्चात्ताप झाला. मी काहीतरी सारवासारव करायच्या उद्देशानं आदेबायोला म्हणालो,

"आदेबायो, कदाचित कंपालामध्ये तिला करमत नसावं म्हणून तिची चिडचिड होत असावी. मी जेव्हा जेव्हा तिला भेटलो, तेव्हा तेव्हा ती एखाद्या समजूतदार व्यक्तीसारखी माझ्याशी बोलली आहे.'' त्यावर तो म्हणाला,

"तसं काही नाही. मी तुला तिच्या स्वभावाबद्दल जे काही सांगतोय, ते अगदी आमच्या लग्नाच्या पहिल्या आठवड्यापासून मी पाहत आलोय आणि तिच्या गोड

बोलण्यावर तू विश्वास ठेवू नकोस. ती इतरांवर आपल्या सौजन्यपूर्ण बोलण्यानं खूप प्रभाव पाडते. ही तर तिची खासियत आहे. घराबाहेर पडताना ती आपल्या चेहऱ्यावर एक मुखवटा धारण करते. लग्नापूर्वी आमचा परिचय झाला, मैत्री झाली; पण तिनं त्या वेळीदेखील मुखवटा धारण केला होता; त्यामुळेच मी फसलो.'' आदेबायोने पुन्हा एकदा स्वतःची बाजू मांडली.

''पण मला सांग, मुलं झाल्यानंतर तिच्या स्वभावामध्ये काही फरक पडला नाही का?''

''फारसा नाही; पण तिच्या अट्टहासामुळे मुलांना माझ्या वृद्ध आई-वडिलांकडे लेगोसला शिकायला ठेवलं. माझं राजधानी अबुजात छान घर आहे. तिथल्या शाळा संपूर्ण नायजेरियात उत्तम समजल्या जातात. मी तिला म्हणत असतो की, तू मुलांना घेऊन अबुजामध्ये का राहात नाहीस? पण ती चक्क नाही म्हणते, कारण तसं केलं तर तिचं काम वाढेल! पण तिच्या या आडमुठेपणामुळे माझा आणि माझ्या आई-वडिलांचा मनस्ताप वाढला, त्याचं काय?'' कपाळाला हात लावत आदेबायो म्हणाला आणि जवळून जाणाऱ्या वेटरला त्यानं आणखी बिअर आणायची ऑर्डर दिली.

त्यानंतर तीन दिवसांनी आम्ही कंपालाला परतलो. पुढचे चार दिवस माझं तिथं बरंच काम होतं. त्या दरम्यान, एका संध्याकाळी मी उतरलेल्या आफ्रिकाना हॉटेलजवळच्या 'द ओॲसिस' मॉलमधल्या शॉपिंग सेंटरकडे काहीतरी आणायला गेलो होतो. ते घेऊन हॉटेलकडे परत जाताना मॉलमधल्या 'स्टार बक्स' या कॅफेसमोर मला ज्युडिथ दिसली. ती एकटीच होती. मला पाहताच ती म्हणाली,

''मि. कदम, कसे आहात तुम्ही? आदेबायो म्हणत होता, तुमची जिंजाची ट्रिप चांगली झाली.''

''हो, छान झाली. त्यात कंपनीला आदेबायो. मग काय विचारूच नका. दिवसभर काम नि संध्याकाळी मनसोक्त गप्पा!''

''बरं, मी कॉफी घ्यायला चाललेय. तुम्ही घेणार काही? मी एकटीच आहे, तुमची कंपनीदेखील मिळेल.'' तिला नकार द्यायचं काही कारण नव्हतं. मी होकार दिल्यावर आम्ही दोघे 'स्टार बक्स'मध्ये गेलो. तिनं कॉफी आणि मी हॉट-चॉकलेट मागवलं. वेटर ते घेऊन येईपर्यंत आम्ही इकडच्या-तिकडच्या गप्पा मारत बसलो. वेटर कॉफी आणि हॉट-चॉकलेट ठेवून गेल्यावर ज्युडिथ जरा गंभीर होत म्हणाली,

''मि. कदम, तुम्ही आदेबायोचे चांगले मित्र आहात. मी तुमच्याशी एका 'नाजूक' विषयावर बोलले तर चालेल?''

हे मला अनपेक्षित होतं. अर्थातच मी नाही कसं म्हणणार? मी ''हो, नक्की चालेल,'' असं म्हटल्यावर ती म्हणाली,

“आदेबायो खूप चांगला आहे. त्याचं माझ्यावर खूप प्रेम आहे. आमचा संसार अगदी दृष्ट लागण्यासारखा आहे. आम्ही दोघं नेहमी एकमेकांना विश्वासात घेऊन महत्त्वाचे निर्णय घेतो. आमच्यातली एकवाक्यता हेवा करण्यासारखी आहे; पण अलीकडे मला जरा भीती वाटू लागली आहे.”

“भीती? कशाची भीती?” मी विचारलं.

“त्याची ती सेक्रेटरी आहे ना, लोरना वाम्पेवो, हल्ली कायम त्याच्या मागं मागं असते. ऑफिसमध्ये ती त्याच्या आसपास असणार हे मी समजू शकते; पण अलीकडे तिला बरोबर घेतल्याशिवाय तो कामासाठी बाहेरगावी जात नाही. ती त्याला आपल्या जाळ्यात पकडू पाहतेय आणि हा फसत चाललाय,” असं म्हणून ज्युडिथनं आपल्या पर्समधून छोटा हातरुमाल काढला आणि डोळे टिपले. त्यावर काय बोलावं मला कळेना. मी तिला म्हणालो,

“ज्युडिथ, मला तरी तसं काही वाटत नाही. तुमचा गैरसमज झाला असावा. आता कामानिमित्त तिला त्याच्या बरोबर प्रवास करावा लागणार हे खरं; पण सोबत त्याचा सहायक जॉन अबिमानयी असतो, ड्रायव्हर असतो; कधीकधी माझ्यासारखं कोणीतरी असतं. आता परवाचीच गोष्ट पाहा ना. लोरना आमच्याबरोबर जिंजाला आली होती; पण ती आपल्या कामात नि आदेबायो त्याच्या कामात. त्यांना कधी एकत्र बोलत बसलेलंही मी पाहिलं नाही. ती विवाहित असावी. पस्तिशीची वाटते. लग्न नाही तरी निदान एखादा बॉयफ्रेंड तरी तिला नक्कीच असेल. ज्युडिथ, मी सांगतो, तुम्ही हा विचार मनातून काढून टाका.”

“काढला असता; पण हल्ली तो मला वारंवार मी अबुजाला जाऊन तिथंच राहावं असा आग्रह करतोय. शिवाय माझ्या कानावर आणखी एक चिंताजनक गोष्ट आलीय. हल्ली तो आपल्या निकटवर्तीयांना सांगत असतो की, ‘माझं वैवाहिक आयुष्य सुखी नाही, माझं आणि माझ्या बायकोचं पटत नाही, ती खूप कटकट करत असते, मी खूप असमाधानी आहे,’ वगैरे वगैरे. कदाचित आपल्या विवाहबाह्य संबंधांचं समर्थन करण्यासाठी आणि इतरांची सहानुभूती मिळवण्यासाठी तो वातावरणनिर्मिती करत असावा अशी मला शंका आहे. बरं, तुमच्याजवळ त्यानं कधी हा विषय काढला होता?”

आता मात्र मी अडचणीत सापडलो; पण माझी सुटका करून घेण्याच्या उद्देशानं म्हणालो,

“छे, छे, मुळीच नाही!”

“मला आश्चर्य वाटतं. तुम्हाला तो खूप मानतो. ‘उमेश, माझ्या मोठ्या भावासारखे आहेत’ असं म्हणत असतो.”

“ज्युडिथ, तुम्ही चिंता करू नका. मी त्याच्याशी या विषयावर बोलू का?”

त्यावर जरा विचार करत ती म्हणाली,

“जर त्यानं विषय काढला तर त्याला समजुतीचे चार शब्द ऐकवा. तुम्ही खूप अनुभवी आणि प्रगल्भ व्यक्तिमत्त्वाचे आहात. तुमच्या शब्दांनी कदाचित त्याच्या डोक्यात प्रकाश पडेल.” तिनं मध्यम मार्ग काढला.

“ठीक आहे, ज्युडिथ, मी सर्वतोपरी प्रयत्न करेन,” असं म्हणत तिचा निरोप घेतला.

त्यानंतर मी बऱ्याच वेळा कंपालाला गेलो. प्रत्येक वेळी आदेबायोची तर भेट व्हायचीच; पण लोरना आणि ज्युडिथ यांचीदेखील व्हायची. आदेबायो माझ्याशी ई-मेलवर संपर्कात असायचा. या साऱ्या प्रकरणात नंतर झालेल्या घडामोडी अतिशय गोंधळात टाकणाऱ्या होत्या. त्या संपूर्ण प्रकरणाची सांगता झाली; पण त्यानं मला चक्रावून टाकलं होतं. त्यापूर्वी एकदा कंपालाला गेलो होतो, तेव्हा आदेबायो तिथं नव्हता. त्या वेळी मी लोरनाला म्हणालो,

“लोरना, आज लंचला जायचं का? मोकळी आहेस तू?” माझी आणि तिची खूप चांगली ओळख होती. ती माझ्या कामात मला बरीच मदत करायची. शिवाय ज्युडिथनं सांगितलेल्या गूढ प्रकरणाची काही उकल होते का हे पाहावं हादेखील उद्देश होताच.

“हो, आहे ना, कदमसाहेब. आपल्या ऑफिसजवळच्या दोन्ही भारतीय उपाहारगृहांमध्ये तुम्ही गेला असालच. आपण त्यांपैकी कोणत्याही ठिकाणी जाऊ शकतो.” मी भारतीय म्हटल्यावर मला फक्त भारतीय जेवणच आवडत असावं असा बऱ्याचजणांचा गैरसमज होतो. कोलोलो भागातील जॉन बबिहा मार्गावरच्या आमच्या ऑफिसच्या उजव्या बाजूला जवळच ‘ताज महाल’, तर डाव्या बाजूला ‘खाना-खजाना’ ही दोन रेस्टॉरंटस होती; पण मी त्यांपैकी एकातही गेलो नव्हतो. मी तिला म्हणालो,

“लोरना, मी माझ्या घरी उत्तम भारतीय जेवण घेत असतो. मला बाहेर गेल्यानंतर तिथल्या स्थानिक खासियतींची चव घ्यायला आवडतं. मला युगांडातील जेवणदेखील आवडतं.”

“हो का? छान! मग आपण ‘केपासा’ला जाऊ या. तिथं युगांडामधील छान जेवण मिळतं.”

आम्ही आमच्या ऑफिसच्या गाडीनं ‘केपासा’ला गेलो. ऑफिसपासून ते फार दूर नव्हतं. दोघांनीही मटोके आणि चिकन मागवलं. मटोके म्हणजे शिजवलेली कच्ची केळी. संपूर्ण युगांडात प्रत्येक जेवणात मटोके असतातच. त्याच्यावर भाजलेल्या शेंगदाण्यांचा एक प्रकारचा सॉस आणि चिकन वगैरे काहीतरी पदार्थ खाण्याची प्रथा आहे. आमचं जेवण आल्यावर आम्ही गप्पा मारत जेवू लागलो. मी

लोरनाला सहज विचारलं,

"तुझं घर ऑफिसपासून जवळ आहे की दूर?"

"बरंच दूर. मी बोडा-बोडावरून येते." बोडा-बोडा म्हणजे युगांडातली मोटरसायकल टॅक्सी.

"घरी कोण कोण असतं?"

"मी आणि माझा धाकटा भाऊ. माकेरेरे विद्यापीठात तो बी.एस्सी. करतोय. आई-वडील गावाकडे - गुलूला असतात."

"म्हणजे तू अजून अविवाहित आहेस की काय?" मी विचारलं. त्यावर हसून ती म्हणाली,

"हो ना. भावाचं शिक्षण झालं की, मगच विचार करणार आहे. त्याची जबाबदारी माझ्यावर आहे. घरची परिस्थिती तशी बेताचीच आहे."

"म्हणजे लग्न ठरवलं आहेस की काय? तुला कोणी बॉयफ्रेंड आहे की नाही?"

त्यावर जरा लाजत ती म्हणाली,

"तुम्हाला सांगायला हरकत नाही. अलीकडेच एका व्यक्तीबरोबर माझी खूप घनिष्ठ मैत्री जमलीय. कदाचित त्यातून काहीतरी निष्पन्न होईल असं वाटतंय; पण आम्हाला लग्न करण्यात एक अडथळादेखील आहे."

"अरे वा! कोण आहे बरं ती व्यक्ती? आणि अडथळा कसला बरं?"

लोरना काही उत्तर देणार इतक्यात माझा फोन वाजला. आमच्या ऑफिसमधूनच तो आला होता. आमच्या रिसेप्शनिस्टनं सांगितलं की, मला भेटायला सैन्यातले माझे एक परिचित - ब्रिगेडियर गोदार्द आले आहेत. ते तीन वाजता येणार होते; पण त्यांना या भागात काही काम निघालं म्हणून जरा लवकरच आले. हे समजल्यावर आम्ही पटपट जेवण उरकलं आणि लगेच ऑफिसकडे गेलो; त्यामुळे तो विषय अर्धवटच राहिला. पुढे नंतर फक्त तिला आणि मला ऑफिसबाहेर जाण्याचा योग आला नाही; त्यामुळे लोरनाचा मित्र कोण आहे हे काही कळलं नाही. तो आदेबायोच आहे की काय अशी शंका माझ्या मनात डोकावली.

त्यानंतर दोन दिवसांनी आदेबायो कंपालाला परत आला. आम्ही बोलत बसलो असता त्यानंच पुन्हा ज्युडिथचा विषय काढला.

"उमेश, ज्युडिथच्या अबुजाला जाण्यानं माझ्या कितीतरी समस्या सुटतील; पण तिला काही केल्या हे पटत नाही. आई-वडीलदेखील खूप थकत चालले आहेत."

"तू तिची समजूत काढ. आई-वडिलांची समस्या तिला समजावून सांग. काहीतरी मार्ग निघेल," मी त्याला म्हणालो. आता या घरगुती समस्येवर मी कसा

काय मार्ग काढणार?

त्यानंतर बरेच दिवस मला कंपालाला जायचा योग आला नाही. जवळजवळ दीड महिन्याने तिकडे गेलो असताना आदेबायो भेटला. जरा खुशीत दिसत होता. तो मला बाजूला घेऊन म्हणाला,

"उमेश, एक आनंदाची बातमी म्हणजे उद्या ज्युडिथ नायजेरियाला निघाली आहे. शेवटी तिनं जायचं कबूल केलं."

"अरे वा! तुझ्या साऱ्या समस्यांवर तोडगा निघाला म्हणायचं."

"हो ना; पण बरेच प्रयास करावे लागले. आपण बोलू नंतर. ती गेल्यावर सेलिब्रेट करू!" तो खुशीत म्हणाला.

मी फक्त "ठीक आहे" म्हणालो. ज्युडिथ अबुजाला जायला कशी काय तयार झाली याचं मला आश्चर्य वाटलं. त्या दिवशी संध्याकाळी हॉटेलवर जाऊन शॉवर घेतला. जवळच्या 'मेट्रोपोल' हॉटेलमधल्या रेस्टॉरंटमध्ये उत्तम थाई जेवण मिळतं असं मला आमच्या ऑफिसच्या प्रमुखांनी मागे एकदा सांगितलं होतं. डिनरसाठी तिकडे जायचं ठरवलं होतं. सातच्या सुमारास मी बाहेर पडणार इतक्यात खोलीतला फोन वाजला. मी तो घेतला.

"हॅलो, कोण बोलतंय?"

"मि. कदम, मी ज्युडिथ बोलतेय. तुम्ही कंपालाला आला आहात असं आदेबायोकडून समजलं. मी उद्या अबुजाला निघाले आहे. जाण्यापूर्वी तुम्हाला फोन करून तुमचा निरोप घ्यावा असं वाटलं."

"हो, आदेबायो मला म्हणाला की, तुम्ही तिकडे जायचा निर्णय घेतलात. मुलांचे तिकडे हाल होताहेत असं म्हणत होता."

"ते सगळं नाटक आहे. मुलं तिकडे मजेत आहेत. आदेबायोला इकडे मोकळीक हवी आहे. मी मागं तुमच्याजवळ बोलून दाखवलेली शंका शेवटी खरी ठरली म्हणायची."

"कसली शंका, ज्युडिथ?"

"हेच ना की, त्याचे आणि लोरनाचे छुपे संबंध आहेत."

"तुमची त्या बाबतीत खात्री पटलीय?"

"खात्री कसली, चक्क पुरावाच माझ्या हाती आला आहे!" ती ठाम स्वरात म्हणाली.

"काय म्हणता, खरंच की काय? आदेबायोनं या बाबतीत मला काहीच सांगितलं नाही." मी आश्चर्य व्यक्त केलं.

"कसा सांगेल? सगळा चोरीचा मामला; पण मी तुम्हाला सांगते, त्या दोघांचा एक फोटो माझ्या हाती आला. त्यात त्यानं तिच्या खांद्याभोवती हात टाकलाय

आणि तिनं लाडात येऊन आपली मान त्याच्या खांद्यावर टेकवली आहे नि दोन्ही हातांनी त्याच्या कंबरेभोवती विळखा घातला आहे!'' तिने गौप्यस्फोट केला.

''पण तो फोटो तुमच्या हाती कसा काय लागला?''

''त्याचं काय झालं, गेल्या आठवड्यात तुमच्या ऑफिसची कामं करणारा फोटोग्राफर घरी आला आणि म्हणाला की, 'मी इकडच्या भागात आलो होतो, परवा साहेबांनी फोर्ट पोर्टल इथं झालेल्या सेमिनारच्या वेळी घेतलेल्या फोटोंच्या प्रिंटस काढण्यासाठी डिस्क दिली होती. फोटो तयार होते. या भागात माझं काम निघालं, तेव्हा विचार केला की, फोटो घरी नेऊन द्यावेत.' मी ते ठेवून घेतले. मला ठाऊक होतं की, ती बया नक्कीच त्याच्याबरोबर फोर्ट पोर्टलला गेली असणार. बऱ्याच फोटोंत ती दिसत होती; पण मध्येच तो फोटो माझ्या हाती पडला आणि मग मात्र माझी खात्री झाली की, आता इथं राहण्यात काही अर्थ नाही.'' मला फोनवर एक हुंदका ऐकू आला.

''ओह! आय ॲम सो सॉरी, ज्युडिथ. ही फार वाईट गोष्ट घडली. तुमचं सारं काही सुरळीत चालू असताना असं व्हावं ही एक मोठी दुर्घटना म्हणावी लागेल.'' मी तिला बरं वाटावं म्हणून म्हणालो.

''नशीब माझं. असू दे. मी आता मुलांना डोळ्यांसमोर ठेवून उर्वरित आयुष्य कंठायचं ठरवलंय.'' हुंदके देत ज्युडिथ म्हणाली.

त्यानंतर मी थोडा वेळ तिच्याशी सांत्वनपर बोललो. या नाजूक बाबतीत मी तरी काय करणार? पण आदेबायो आणि लोरना यांचं सूत जमलंय याचं मला आश्चर्य वाटलं. आदेबायो तसं माझ्याशी खूप मोकळेपणानं बोलायचा. सहजासहजी ही गोष्ट त्यानं माझ्यापासून लपवून ठेवली नसती; पण ज्युडिथला तर चक्क पुरावाच मिळाला आहे, म्हणजे त्यात नक्कीच तथ्य असणार आणि ती म्हणते त्याप्रमाणं आदेबायोचाच पाय घसरला आहे की काय आणि तो आपल्या चुकीवर पांघरूण घालण्यासाठी 'बायको कजाग आहे, सारखी कटकट करते,' असा कांगावा तर करत नसावा ना, अशी शंका माझ्या मनात डोकावली. तसं असेल तर आदेबायोचं नक्कीच चुकत असणार; पण कोण खरं आणि कोण खोटं बोलतंय या विचारानं मी पुरता गोंधळून गेलो.

दोन दिवसांनंतर आदेबायो मला म्हणाला,

''उमेश, आज घरी ये. आता मी एकटाच आहे. उद्या तू नैरोबीला जाणार. आज संध्याकाळी जरा गप्पा मारत बसू.''

मी त्याच्या घरी जायचं कबूल केलं. संध्याकाळी मी मोकळाच होतो; पण मला पडलेल्या कोड्याची काही उकल होते का, हेदेखील अजमावायचं होतं. संध्याकाळी सात वाजता मी आदेबायोच्या घरी पोहोचलो. त्यानं सगळी जय्यत तयारी करून

ठेवली होती. ग्लेनफिडीच स्कॉच, सोडा, बर्फ आणि खायला बरेच स्नॅक्स असा सगळा सरंजाम तयार होता. आमच्या गप्पा सुरू झाल्या. एक पेग रिचवल्यावर मी सरळसरळ विषयाला हात घालायचं ठरवलं.

"आदेबायो, माझं आणि ज्युडिथचं ती इथून जाण्यापूर्वी फोनवर बोलणं झालं."

"तिनं माझ्या आणि लोरनाच्या बाबतीत नक्कीच तुला काहीतरी सांगितलं असणार!" आदेबायो हसतहसत म्हणाला.

"आदेबायो, अर्थात तुला या बाबतीत विचारायचा मला काही हक्क नाही; पण तू आणि ज्युडिथ तुमच्या वैयक्तिक बाबतीत माझ्याशी इतक्या मोकळेपणानं बोलला आहात की, नेमका काय प्रकार आहे ते मला कळत नाही. तुझे आणि लोरनाचे खरंच 'तसले' संबंध आहेत का, एवढं तरी मी तुला विचारू शकतो? आणि हे पाहा, मला उत्तर द्यायचं नसलं तर स्पष्टपणे 'आपण या विषयावर बोलायला नको' असं मला सांग, मी पुन्हा कधीही हा विषय काढणार नाही."

"अरे उमेश, नेमकं याच विषयावर बोलण्यासाठी आज तुला घरी यायला सांगितलं! बरं, ज्युडिथशी बोलल्यावर तुझा माझे आणि लोरनाचे संबंध असल्याचा गैरसमज झाला असणार यात शंकाच नाही."

"गैरसमज कसला? ज्युडिथला चक्क पुरावा सापडला आहे!"

"तू कसला कायदेतज्ज्ञ रे? पुराव्याच्या विश्वसनीयतेची खात्री करण्यापूर्वीच तो ग्राह्य मानलास?"

"तुला काय म्हणायचंय ते स्पष्टपणे मला सांग. असा आडवळणानं बोलू नकोस."

"माझा आणि लोरनाचा एकमेकांना बिलगलेला फोटो आपल्या हाती आला आहे असं ज्युडिथनं तुला सांगितलं, बरोबर?"

"तुला कसं कळलं? ती नेमकं हेच मला म्हणाली. तिला तसा काही फोटो मिळाला नाही असं तुला म्हणायचं आहे की काय?" मी अविश्वासानं विचारलं.

"तिला आमचा दोघांचा तसला फोटो मिळाला आहे." तो म्हणाला.

"मग आता त्याच्या विश्वसनीयतेची खात्री करायची काय गरज आहे? कोर्टात आरोपीनं त्याला अडचणीत टाकणारा एखादा पुरावा खरा आहे असं मान्य केलं, तर त्याची सत्यासत्यता अजमावण्याची गरज उरत नाही." मी वकिली थाटात म्हणालो.

"त्या फोटोच्या बाबतीत त्याची गरज आहे. त्याचं कारण तुला सांगतो. लोरना माझ्याबरोबर सेमिनारसाठी फोर्ट पोर्टलला आली होती हे खरं; पण तो फोटो खोटा आहे. तुला 'फोटो-शॉप सॉफ्टवेअर' माहीत आहे? अरे, त्याच्या आधारे एखाद्या

फोटोतल्या माणसांचे चेहरे बदलता येतात! तर मी तो फोटो मुद्दाम तयार केला आणि फोटोग्राफरला इतर फोटोंबरोबर सकाळी दहा ते अकरादरम्यान घरी जाऊन ज्युडिथकडे द्यायला सांगितलं.''

''खरं की काय? आणि नेमकं त्याच वेळी का बरं?'' मी जरा आश्चर्यानं विचारलं.

''त्याचं कारण असं आहे की, त्या वेळी मी घरी नसतो. ती सकाळी नऊ-साडेनऊला उठते. अकराला नाश्ता झाला की, बाहेर पडते. मग तिच्या मैत्रिणी, त्यांचं बाहेर लंचला जाणं, क्लब, शॉपिंग यामध्ये तीन-साडेतीन वाजतात. मग ती घरी येऊन झोप काढते. संध्याकाळी फ्रोजन पिझ्झा नाहीतर बाहेरून मागवलेलं 'जंक-फूड' डिनरला असतं. त्याला कंटाळून मी स्वतःच कधीकधी सूप, सॅलड, पास्ता, स्ट्यू असं काहीतरी घरी बनवतो. बरं, ते बाजूला राहू दे; तर फोटोंचं पाकीट तिच्या हाती पडल्यावर ती ते उघडून पाहणार आणि माझा हेतू साध्य होणार याची मला खात्री होती.''

''त्यात तुझा नेमका काय हेतू होता?''

''हाच की, तिनं नायजेरियाला जायचा निर्णय घ्यावा. माझे विवाहबाह्य संबंध आहेत म्हटल्यावर ती इथं राहणं अशक्य होतं. शिवाय तो फोटो तिच्या हाती पडण्यापूर्वी कित्येक दिवस मी तिच्याशी बोलताबोलता लोरनाचा विषय काढत असे, ती कामात कशी हुशार आहे याचा उल्लेख करत असे; त्यामुळे तिच्या मनात शंका निर्माण झाली असणार. बरं, ते जाऊ दे. माझा तिनं अबुजाला जाऊन मुलांची काळजी घ्यावी हा हेतू तरी साध्य झाला!'' असं म्हणत आदेबायोनं खुशीत येऊन दुसरा पेग भरला.

''आदेबायो, तू इतक्या स्वच्छ चारित्र्याचा आहेस; पण माझादेखील तुझ्याबाबत गैरसमज झाला होता. तुला असं वाटत नाही का, ती तिकडे जाऊन तू कसा बाहेरख्याली आहेस याचा नारा पिटेल! तुझे तुझ्या सेक्रेटरीबरोबर विवाहबाह्य संबंध आहेत हे सर्वांना सांगत सुटेल. अर्थात साऱ्या परिचितांमध्ये आणि नातेवाइकांमध्ये तुझी बदनामी नाही का होणार?'' मी पार गोंधळून गेलो होतो.

''त्यावर मी उपाय शोधला आहे,'' आदेबायो हसतहसत म्हणाला, ज्याच्यावरून तो फोटो मी तयार केला तो प्रसिद्ध नायजेरियन नट-नटीचा फोटो आहे. तो आणि लोरनाची लग्नपत्रिका तिच्याकडे काही दिवसांनी पाठवणार आहे.''

''लोरनाचं लग्न ठरलंय? पण तिला काहीतरी समस्या आहे असं मागे ती म्हणत होती.''

''होय, तिला तिच्या भावाची समस्या होती; पण तो होस्टेलवर राहायला कबूल झालाय; त्यामुळे ती आता लग्न करायला मोकळी झाली.''

"आदेबायो, हे सारं प्रकरण खूप गुंतागुंतीचं आहे. मी तुझ्या चारित्र्याच्या बाबतीत जो गैरसमज करून घेतला, त्याबद्दल तुझी माफी मागतो; पण मला एक सांग, तुझे आणि लोरनाचे 'तसले' संबंध नाहीत हे समजल्यावर ज्युडिथ इकडे परत येणार नाही?"

"एकदा मुलांची नावं लेगोसच्या शाळेतून काढून अबुजाच्या शाळेत घातली आणि त्यांचं सगळं सुरळीत सुरू झालं की, मगच मी हा गौप्यस्फोट करणार. मग तिला तिकडून पुन्हा इकडे येणं शक्य होणार नाही. बरं, माझ्या चारित्र्याबाबत शंका घेतल्याबद्दल तुला माफी मागण्याची गरज नाही." आदेबायोनं माझी समजूत काढली.

"का बरं?"

"हे पाहा, जेव्हा एखाद्याला घरी सुख, स्वास्थ्य आणि समाधान मिळत नाही, तेव्हा तो ते बाहेर कुठं मिळतं का, याचा विचार करू लागतो. मी किती कष्ट करतो, हे तू पाहतोसच. मलादेखील थोडा फार विरंगुळा हवा की नको? उमेश, तुला एक गोष्ट सांगतो; पण ती फक्त आपल्या दोघांत ठेव हं. माझी कंपालात एक मैत्रीण आहे. आपण सहा महिन्यांपूर्वी माकेरेरे विद्यापीठाच्या राज्यशास्त्र विभागात सेमिनार आयोजित केलं होतं ते तुझ्या लक्षात असेलच."

"हो, तिथली प्राध्यापिका सारा आचियेंगनं त्याचं सूत्रसंचालन केलं होतं. खूप हुशार आणि स्मार्ट वाटली होती." मी म्हणालो.

"बरोबर! तिची आणि माझी अलीकडेच खूप मैत्री जमली. ती अविवाहित आहे. आम्ही दोघांनी अधूनमधून एकमेकांच्या सहवासात राहायचं ठरवलंय. अधूनमधून एवढ्यासाठीच की, दोघांनाही उघडपणे एकत्र राहणं शक्य होणार नाही. माझी बदनामी तर होईलच; पण तिलादेखील आपल्या चारित्र्याला जपायचं आहे."

हे ऐकल्यावर माझ्या मनात विचार आला, ज्युडिथ म्हणते त्याप्रमाणं खरंच आदेबायो तिला नायजेरियाला घालवून द्यायच्या मागं लागला होता की काय? त्या दोघांमध्ये कोण खरं बोलतंय आणि कोण खोटं? या संभ्रमानं मी पुरता गोंधळून गेलो. आदेबायोच्या कथनानं माझी स्कॉच उतरली होती. मी सहसा दोन पेग्जवर थांबतो; पण त्या दिवशी तिसरा भरावा लागला!

◆

कुस्कोचे पोलीस

कुस्को ते लिमा ही फ्लाइट उड्डाणासाठी तयार असल्याची आणि प्रवाशांनी विमानाकडे जाण्याची विनंती करणारी उद्‌घोषणा झाली. आम्ही दोघंही आपापल्या हँडबॅग्ज घेऊन बोर्डिंग गेटकडे निघालो. फ्लाइट फक्त दीड तासाची होती. तिला फारशी गर्दी नव्हती. आमच्या सीटस जवळजवळ होत्या. म्हणजे आम्ही चेक-इन करताना त्या मुद्दाम तशाच घेतल्या होत्या. लियांगची आणि माझी ओळख जेमतेम दीड-दोन दिवसांची; पण अगदी थोड्याच वेळात आम्ही एकमेकांची जुनी ओळख असल्याप्रमाणं गप्पा मारू लागलो होतो.

दोन दिवसांपूर्वी मी दक्षिण अमेरिकेच्या पश्चिम किनाऱ्यावरील पेरू देशाच्या कुस्को या ऐतिहासिक शहरात पोहोचलो होतो. त्या वेळी, म्हणजे ऑक्टोबर-नोव्हेंबर २०१९ मध्ये मी पेरू, अर्जेंटिना आणि चिले या तीन देशांच्या दौऱ्यावर होतो. पेरूची राजधानी लिमा आणि अर्जेंटिनाची राजधानी ब्युनोस आयरेस इथं दोन चर्चासत्रांमध्ये माझी काही भाषणं होती. ती झाल्यानंतर मला दक्षिण अमेरिकेच्या अगदी दक्षिणेकडील 'पॅटागोनिया' या अँडिस पर्वतराजींमधल्या हिमशिखरांच्या आणि हिमप्रवाहांच्या (ग्लेशियर्स) प्रदेशातल्या तीन ठिकाणांना भेट द्यायची खूप इच्छा होती. अर्जेंटिनाच्या अगदी दक्षिण टोकावरचं गाव उश्वाया, त्याच्या जवळचा 'तियेरा देल फ्युगो' नॅशनल पार्क आणि चिलेच्या दक्षिणेकडील 'तोरेस देल पाईने' नॅशनल पार्क ही ती तीन ठिकाणं. ते झाल्यानंतर पेरूमधल्या कुस्को या ऐतिहासिक गावाजवळच्या, 'माचू-पिक्चू' इथल्या उंच पर्वताच्या माथ्यावरच्या, तेराव्या शतकातील इन्का साम्राज्याच्या पुरातन शाही वसाहतीचे अवशेषही पाहायचे होते. त्यानुसार मी माझ्या प्रवासाची आखणी केली होती. लिमा आणि ब्युनोस आयरेस इथली कामं झाल्यानंतर उश्वाया आणि चिलेमधल्या पार्कला भेट देऊन मी

पुन्हा पेरू इथल्या माझ्या प्रवासातलं शेवटचं ठिकाण कुस्को इथं ६ नोव्हेंबरला संध्याकाळी पोहोचलो होतो. दोन दिवस कुस्को पाहून झाल्यावर तिसऱ्या दिवशी, म्हणजे ९ तारखेला सकाळी माचू-पिक्चूला जाऊन संध्याकाळी परत यायचं असं मी ठरवलं होतं. कुस्कोवरून तिकडे जायला डोंगर-दऱ्यांमधून जाणाऱ्या 'पेरूरेल' किंवा 'इन्कारेल' या कंपन्यांच्या छोट्या रेल्वे सर्वांत सोयीच्या. त्या कुस्कोपासून १४ किलोमीटर अंतरावरच्या पोरोय या स्टेशनवरून सुटायच्या. दिवसातून बऱ्याच रेल्वे तिकडे जात असल्या तरी मी सकाळी आठ-पंचवीसच्या 'पेरूरेल व्हिस्टाडोम' या रेल्वेचं तिकीट एक महिन्यापूर्वीच काढून ठेवलं होतं. ती माचू-पिक्चूला साडेअकराला पोहोचायची. माचू-पिक्चूच्या प्रवेशाचंही तिकीट काढून ठेवलं होतं, कारण त्याचं आरक्षण खूप दिवस आधी करावं लागतं असं मला समजलं होतं. ते ठिकाण पाहायला सर्वसाधारणपणे तीन-चार तास लागतात, म्हणून संध्याकाळी पाचच्या रेल्वेचं परतीचं तिकीटही मी काढून ठेवलं होतं.

ज्या एल बाल्कॉन कुस्को हॉटेलमध्ये मी उतरलो होतो, तिथल्या रिसेप्शनिस्टकडे मी ८ तारखेच्या संध्याकाळी गेलो आणि तिला म्हणालो,

"उद्या सकाळी साडेसात वाजता मला इथून पोरोय स्टेशनला जायला टॅक्सी बुक करायची आहे."

ती काही म्हणणार इतक्यात माझ्या मागं उभा असलेला तिशीचा एक चिनी तरुण मला म्हणाला,

"तुम्ही उद्या माचू-पिक्चूला जाणार आहात का?"

"हो, सकाळी आठ-पंचवीसच्या पेरूरेल व्हिस्टाडोमनं जाणार आहे." मी म्हणालो.

"मीही तिकडेच जाणार आहे. मी तुमच्याबरोबर त्याच टॅक्सीनं पोरोयला आलो तर चालेल? आपण तिचं भाडं शेअर करू. मीदेखील टॅक्सी बुक करायलाच आलो होतो."

"हो, तू ये माझ्या बरोबर आणि भाडं शेअर करायची गरज नाही. मी टॅक्सी बुक करणार होतोच."

"हे फारच छान! मला तुमची कंपनीही मिळेल." तो उत्साहानं म्हणाला.

"आणि मलाही तुझी सोबत मिळेल." मी म्हणालो.

"छान. अरे हो, माझं नाव लियांग. मी शांघायहून आलोय."

"मी उमेश कदम, भारतातून आलोय."

"चला, मग उद्या भेटू या. मी इथं बरोबर सकाळी सात-पंचवीसला हजर असेन. गुड नाइट!"

'गुड नाइट' करून मी लियांगचा निरोप घेतला. रिसेप्शनिस्टला टॅक्सी बुक

करायला सांगितली आणि माझ्या खोलीकडे गेलो.

दुसऱ्या दिवशी सकाळी सात-पंचवीसला रिसेप्शनजवळ पोहोचलो, तर लियांग तिथं हजर होताच. लियांग उंच, सडपातळ, लहान केसांचा आणि अपेक्षेप्रमाणं बारीक डोळ्यांचा होता. त्यात त्याला जाड भिंगांचा चश्मा असल्यानं त्याचे डोळे अधिकच लहान दिसत होते. हॉटेलच्या दारात टॅक्सी ड्रायव्हर येऊन आमची वाट पाहत उभा होता. लियांग आणि मी एकमेकांना 'गुड मॉर्निंग' करून गाडीकडे गेलो. गाडीत बसताबसता लियांगनं मला विचारलं,

"तुम्ही काय करता?"

"मी अलीकडेच निवृत्त झालोय. आंतरराष्ट्रीय रेडक्रॉसमध्ये कायदा सल्लागार होतो. हल्ली व्हिजिटिंग प्रोफेसर आणि काही संस्थांसाठी अधूनमधून आंतरराष्ट्रीय कायदा सल्लागाराचं काम पाहतो. आंतरराष्ट्रीय स्थलांतर संघटनेच्या निमंत्रणावरूनच मी सध्या दक्षिण अमेरिकेला आलो आहे."

"अरे वा! छान. मी शांघायच्या एका आय.टी. कंपनीत प्रोग्रामर आहे. बऱ्याच वेळा भारतात येत असतो; पण शक्यतो मुंबई, दिल्ली आणि कलकत्ता इथं माझी कामं असतात." लियांग म्हणाला.

"पूर्वी मी नोकरीत असताना दक्षिण-पूर्व आणि पूर्व आशिया विभागात पाच वर्षं काम केलंय. त्या वेळी चीनमध्ये बीजिंग, शांघाय, नानकिंग, शियामेन, वूहान आणि चाँगचिंग इथं पंधरा-वीस वेळा गेलो होतो."

"अरे वा! तुम्ही चीनमध्ये माझ्यापेक्षा जास्त फिरला आहात तर! तुमचं इकडचं काम संपलं की अजून बाकी आहे?"

"संपलं ना. लिमा आणि ब्युनोस आयरेस इथं जी काही कामं होती, ती दोन आठवड्यांपूर्वी झाल्यानंतर मी केवळ पर्यटनासाठी उश्वाया आणि चिलेच्या तोरेस देल पाईने नॅशनल पार्कला जाऊन इकडे आलो. आज माचू-पिक्चू पाहून उद्या माझा परतीचा प्रवास सुरू होईल."

"ही मात्र कमाल झाली! माझा प्रवास इथून सुरू झाला आणि तुम्ही ज्या ज्या ठिकाणी गेलात, त्या त्या ठिकाणांना मीदेखील जाणार आहे. फक्त माझा प्रवास तुमच्या उलट होणार आहे; पण एक बरं झालं, तुमच्याकडून मला त्या ठिकाणांची प्रत्यक्ष माहिती मिळेल."

"हो, नक्कीच! तुला हवी ती माहिती मी देईन. गेल्या दहा-बारा दिवसांतला माझा अनुभव अगदी ताजा आहे."

आम्ही स्टेशनला पोहोचलो. ते स्वच्छ आणि टुमदार होतं. सगळे प्रवासी परदेशी होते. आम्ही वेटिंग रूममध्ये गप्पा मारत बसलो. फारशी गर्दी नव्हती. मी लियांगला म्हणालो,

"आपल्या सीटस एकत्र असत्या तर बरं झालं असतं. अजूनही आपण त्या मिळतात का पाहू या?"

"हो, तसं झालं तर फारच बरं होईल." लियांग म्हणाला.

"ठीक आहे. चल, बुकिंग ऑफिसमध्ये विचारू या," असं म्हणत मी उठलो. तोदेखील उठला. आम्ही बुकिंग ऑफिसमध्ये गेलो. तिथल्या खिडकीत बसलेल्या गृहस्थाला आम्हाला काय बदल करून हवा आहे ते सांगितलं. त्यावर तो म्हणाला, 'आज गाडीला गर्दी नाही; त्यामुळे ते करता येईल.' त्यानं आमची जायची आणि यायची तिकिटं घेऊन त्यावर नवे सीट नंबर घालून आपली सही केली नि पेरूरेलचा शिक्का मारला. लियांगची आणि माझी परतीची रेल्वे एकच होती. गाडी प्लॅटफॉर्मला लागल्यावर आम्ही आमच्या बोगीत जाऊन सीटस शोधल्या आणि बसलो. गाडी सुटायला अजून दहा मिनिटे वेळ होता. प्रवासी आपापल्या जागांवर स्थानापन्न होण्यात मग्न होते. गाडीच्या खिडक्या काचेच्या आणि छतदेखील काचेचंच होतं. म्हणून तिला 'व्हिस्टाडोम' म्हटलं जायचं हे नंतर लक्षात आलं. माचू-पिक्चूला जाता-येता प्रवाशांना बाहेरचं नयनमनोहर दृश्य दिसावं हा त्यामागचा हेतू होता. गाडीचा आतला भाग अगदी विमानाप्रमाणं होता. खुर्च्या तर आरामदायी होत्याच; पण त्यांना सीट-बेल्ट होते. खाली गालिचा होता, डब्यांच्या आतल्या भागाला आकर्षक वॉलपेपर होता. समोरच्या खुर्चीला फोल्डिंगचं छोटं टेबल जोडलं होतं, मंद संगीताच्या धून वाजत होत्या आणि सर्वांत महत्त्वाचं म्हणजे हवाई-सुंदऱ्यांप्रमाणं 'रेल्वे-सुंदऱ्या' नि काही पर्सर्स प्रवाशांना बसायला मदत करत होते. बरोबर आठ-पंचवीसला रेल्वे सुटली. त्यापूर्वी ती सुटत असल्याची उद्घोषणा झाली. तिच्यात रेल्वे किती वाजता माचू-पिक्चूला पोहोचेल, वाटेतले स्टॉप्स, संभाव्य गती वगैरे माहिती देण्यात आली. गाडीचा सुरुवातीचा मार्ग पठारी प्रदेशातून जाणार होता, तर अंदाजे एक तासानंतर दऱ्या-खोऱ्यांतून आणि डोंगरांवरून जाणार होता. काही ठिकाणी उत्तर अँडिज पर्वताची हिमशिखरंही दिसणार होती.

गाडी सुटल्यानंतर अर्ध्या तासानं रेल्वे-सुंदऱ्या ब्रेकफास्ट आणि चहा-कॉफीच्या ट्रॉलीज घेऊन आल्या. लियांग आणि मी खिडक्यांतून दिसणारा नयनमनोहर परिसर पाहत, ब्रेकफास्ट करत गप्पा मारू लागलो.

"उमेश, तुम्हाला मघाशी म्हणालो त्याप्रमाणं मी तुम्ही अलीकडेच जाऊन आलेल्या उश्वाया आणि चिलेचा तोरेस देल पाईने नॅशनल पार्क पाहायला खूप उत्सुक आहे. तुम्हाला ती ठिकाणं कशी काय वाटली?"

"लियांग, अमेरिका खंडातलं आणि तात्पर्यानं जगातलं सर्वांत दक्षिणेकडचं गाव म्हणजे उश्वाया. तुला सांगतो, गेल्या चाळीस वर्षांत मी जगाच्या सगळ्या खंडांतल्या जवळजवळ पाऊणशे देशांमध्ये जाऊन तिथली अनेक शहरं आणि गावं

पाहिली आहेत; पण उश्वायाची तोड कशालाच येणार नाही. अतिशय मनमोहक आणि रम्य गाव आहे ते.''

''हो का? तिथं वैशिष्ट्यपूर्ण असं काय दिसलं तुम्हाला?''

''अरे, जेमतेम दीड लाख लोकवस्तीच्या त्या गावाच्या एका बाजूला समुद्र आणि इतर संपूर्ण भागाला हिमशिखरं असलेल्या उंच पर्वतांचा वेढा आहे! गावाच्या मधून एक हमरस्ता गेलेला आहे आणि त्याच्या दोन्ही बाजूंना छोटीछोटी दुकानं आणि रेस्टॉरंटस आहेत. तिथं राहणाऱ्यांची घरं पर्वतांच्या पायथ्याला, उतारावर आहेत. गावात एकही उत्तुंग इमारत नाही. विमानतळ गावाजवळच एका बेटावर आहे. गावातून तिकडे जायला फक्त एक रस्ता आहे. मी तिथं होतो, तेव्हा आकाश निरभ्र होतं. त्याच्या रंगातली निळाई काही औरच होती. त्या पार्श्वभूमीवर हिमशिखरं आणि पर्वतांच्या पायथ्याची, रंगीबेरंगी घरं खूप सुरेख दिसतात. सूर्यास्त पाहायला मी गावातून विमानतळाच्या रस्त्याला दोन किलोमीटर चालत गेलो. तिथून संपूर्ण गाव आणि भोवतालचे डोंगर दिसतात. सूर्यास्ताला आकाशातली झरझर बदलणारी लाल, नारंगी, निळ्या, जांभळ्या आणि पिवळ्या रंगांची उधळण हिमशिखरांवर प्रतीत होत होती. गावातले दिवे, आकाश नि हिमशिखरं यांचं गावाशेजारच्या समुद्रात पडलेलं तितकंच रंगीबेरंगी प्रतिबिंब पाहून असं वाटतं की, जणू निसर्गच होळी - म्हणजे भारतातला 'फेस्टिव्हल ऑफ कलर्स' - खेळतोय! ते दृश्य मी विमानतळाच्या रस्त्यावरून सतत चार दिवस पाहत होतो आणि प्रत्येक वेळी मला 'सर्रियल' म्हणजे 'वास्तवातीत' अशी अनुभूती येत होती. अर्थात, रोज सूर्यास्ताच्या वेळी आकाशामध्ये वेगवेगळ्या रंगांच्या छटा दिसत. इतकं अप्रतिम नि आकर्षक गाव मी आयुष्यात पुन्हा कधी पाहणार नाही याची मला खात्री आहे; पण तिथं प्रचंड थंडी होती. तिथून अँटार्टिका खूपच जवळ. तिकडे जाणाऱ्या बऱ्याचशा मोहिमा उश्वायाहून सुरू होतात.''

''तुम्ही आता माझी उत्सुकता वाढवून ठेवलीत. बरं, मी तिथं तीन दिवस राहणार आहे. जवळपास इतर काही पाहण्यासारखं आहे? त्याच्याजवळ एक नॅशनल पार्क आहे म्हणे!''

''हो, तियेरा देल फ्युगो म्हणतात त्याला. त्याचे सफर आयोजक आपल्याला एका व्हॅनमधून घेऊन जातात. मुख्य गेटपासून एका छोट्या रेल्वेनं आत जावं लागतं. ती जगातली शेवटची रेल्वे समजली जाते. रेल्वेतून उतरल्यावर पुन्हा आपल्या व्हॅनमधून पार्कमध्ये फिरवतात. संपूर्ण पार्क गाडीतून पाहायचं आणि ठिकठिकाणी गाडीतून उतरून जवळपास पायी फिरायचं. ते पाहायला सहा-सात तास लागतात. त्या पार्कमध्ये काही सुंदर तलाव, बर्फाच्छादित डोंगरराजी आणि घनदाट झाडी यांची सुंदर दृश्यं दिसतात. काही दुर्मीळ पक्षीही नजरेस पडतात. तिथं

जगातलं शेवटचं पोस्ट ऑफिस आहे. तिथं गेल्यावर तुमच्या पासपोर्टवर त्याचा खास शिक्का मारतात. थांब, तुला दाखवतो,'' मी म्हणालो आणि माझ्या पासपोर्टमधला तो रंगीबेरंगी शिक्का लियांगला दाखवला. त्यावर 'हा पासपोर्टधारक जगाच्या शेवटच्या भूमीवर आला होता' असं छापलं होतं.

''मीदेखील असा शिक्का मारून घेईन.'' लियांग म्हणाला.

''पासपोर्टवरून विषय निघाला म्हणून एक गंमत सांगतो. सफर आयोजक तीन तासांनंतर आपल्याला तिथल्या एकमेव 'अलाकुश' या प्रवासी केंद्रात घेऊन जातात. तिथं चहा, कॉफी, काही खाद्यपदार्थ आणि पार्कची स्मृतिचिन्हं मिळतात. आम्ही थोडा वेळ तिथं थांबून पार्कच्या पश्चिमेला 'बाहिया लापातैपा' या तलावाकडे गेलो. तो पाहून परत येत असताना समोरून पार्कच्या गार्डसची एक जीप आली. तिच्या ड्रायव्हरनं व्हॅन थांबवायचा इशारा केला. ड्रायव्हरनं व्हॅन थांबवल्यावर आमचा गाइड आणि जीपमधला एक गार्ड यांचा काही संवाद झाला. नंतर त्या गार्डनं गाइडला एक पासपोर्ट दाखवला. गाइडनं तो पाहून नकारार्थी मान हलवली. जीप निघून गेली. नंतर गाइड आम्हाला म्हणाला, 'काही वेळापूर्वी 'अलाकुश'च्या स्टाफला तिथल्या स्वच्छतागृहात एक पासपोर्ट मिळाला. तो ज्याचा आहे त्याला आपला पासपोर्ट तिथं हरवला आहे हे समजलं नसावं. म्हणून ते गार्डस त्या व्यक्तीच्या शोधात आहेत. एकदा तो गृहस्थ पार्कबाहेर गेला की, त्याला शोधणं अशक्य आहे, म्हणून ते सगळीकडे फिरून त्याचा शोध घेत आहेत.' अनोख्या देशात पासपोर्ट हरवणं म्हणजे एक दिव्यच म्हणावं लागेल. हरवलेला पासपोर्ट मिळण्याची शक्यता कमीच! नवा तात्पुरता पासपोर्ट काढायचा तर पोलिसांकडे रिपोर्ट करायला हवा. त्यांच्याकडून त्याची प्रत घेऊन देशाच्या राजधानीला जायला हवं. तिथल्या आपल्या देशाच्या दूतावासात जाऊन अर्ज करायला हवा. त्यासाठी पैसे भरायला हवेत. शिवाय प्रवासाचा पुढचा बेत आणि परतीच्या प्रवासाचं तिकीट कदाचित बदलून घ्यायला हवं. एक ना अनेक समस्यांना तोंड द्यावं लागणार. त्यापेक्षा थोडी खबरदारी घेतलेली बरी.''

''तुम्ही म्हणता ते खरं आहे. मी नेहमी पासपोर्ट जपून ठेवतो. मला उद्या सकाळी लिमामध्ये विमान बदलून, चिलेचा तोरेस देल पाईने नॅशनल पार्क पाहायला आधी सँतियागोला आणि तिथून दुसऱ्या एका फ्लाइटनं पंटा आरेनासला जायचं आहे.''

''मलादेखील उद्या लिमामध्ये विमान बदलून मायामी आणि लंडनमार्गे मुंबईला जायचं आहे. तुझी लिमाची फ्लाइट कितीची आहे?''

''सकाळी दहा-चाळीसची.''

''अरे, काय योगायोग! मीदेखील त्याच फ्लाइटनं लिमाला जाणार आहे.

आपण एकत्रच विमानतळाकडे जाऊ.''

''फारच छान! खरं म्हणजे जाताजाता मला दोन दिवस लिमामध्ये राहायचं होतं; पण सध्याच्या परिस्थितीत ते शक्य नाही. तुम्ही दोन आठवड्यांपूर्वी लिमामध्ये किती दिवस राहिला होता?'' लियांगनं विचारलं.

''चार दिवस; पण मी तिथून निघाल्यावर हिंसाचार सुरू झाला. नाहीतर मी अडकून पडलो असतो.''

''हो, ते बरं झालं. मी येताना लिमामध्ये राहिलो नाही. मला जाताना राहायचं होतं; पण दरम्यान हिंसाचार सुरू झाला म्हणून मी तिकीट बदलून घेतलं. तुम्ही मिराफ्लोरेसला गेला होता? ते ठिकाण पाहायची माझी खूप इच्छा होती.''

''हो, माझं हॉटेल तिथंच होतं.''

पेरूची राजधानी लिमा देशाच्या पश्चिम किनाऱ्यावर होती. जवळजवळ संपूर्ण शहराच्या त्या समुद्रकिनारी एक उंच कडा होता. मिराफ्लोरेस भागात त्या कड्याला लागून एक लांबलचक असा सुरेख पार्क होता. तिथून कड्याजवळ उभं राहिल्यावर प्रशांत महासागराचं विहंगम दृश्य दिसायचं. कड्याच्या पायथ्याला, जिथं समुद्र जमिनीला मिळत होता, तिथं किनाऱ्याला समांतर असा एक मोठा रस्ता होता. किनाऱ्याजवळ काही बेटं होती. तिथून सूर्यास्त पाहायला लोकांची गर्दी उसळायची. सुट्टीच्या दिवशी अनेक कुटुंबं लहान-मोठ्या मुलांना घेऊन तिथं पिकनिकसाठी जायची. संध्याकाळी तो परिसर चैतन्यमय व्हायचा. तसेच मिराफ्लोरेसजवळ 'हुआका पुक्लाना' हा मातीच्या कच्च्या विटांचा सोळाशे ते सतराशे वर्षांपूर्वी बांधलेला पिरॅमिड होता. त्या वेळी उदयास आलेल्या 'लिमा संस्कृती'मध्ये ते एक पवित्र ठिकाण मानलं जायचं. मला स्वतःला ऐतिहासिक आणि पुरातन इमारती, तसेच निसर्गसुंदर ठिकाणं पाहायची खूप आवड असल्यानं तो पिरॅमिड आणि मिराफ्लोरेसचा समुद्रकिनारा इथं माझ्या लिमाच्या वास्तव्यादरम्यान मी बऱ्याच वेळा गेलो होतो. तिथून अर्जेंटिनाची राजधानी ब्युनोस आयरेस इथं गेल्यानंतर चार-पाच दिवसांनी हिंसाचार सुरू झाला. वाढती महागाई आणि राज्यकर्त्यांचा मनमानी कारभार यांच्याविरुद्ध जनता आवाज उठवायला लागली. हिंसाचारामुळे जनजीवन विस्कळीत झालं. सरकारी कार्यालयं, दूतावास बंद करण्यात आले आणि शहरात कर्फ्यू पुकारण्यात आला.

बरोबर साडेअकरा वाजता आम्ही माचू-पिक्चूला पोहोचलो. स्टेशनजवळून ज्या डोंगरमाथ्यावर माचू-पिक्चू आहे तिथं जायला पुरातत्त्व खात्याची बस होती. ते ठिकाण समुद्रसपाटीपासून ८००० फूट उंचीवर होतं. स्टेशनजवळ अनेक रेस्टॉरंटस, दुकानं आणि हॉटेल्स होती. गावातून उरुबाम्बा नदी वाहत होती. आम्ही माचू-पिक्चूच्या माथ्यावर जाण्यापूर्वी एका लहान रेस्टॉरंटमध्ये जाऊन पटपट

सँडविचेस खाऊन घेतली, कारण माचू-पिक्चूमध्ये खायला काहीही मिळत नाही आणि तिथं खाद्यपदार्थ घेऊन जाण्यावर बंदी आहे, हे आम्हाला माहीत होतं. बसमधून आम्ही तिथं पोहोचलो. बरेच लोक आत जायला निघाले होते; पण तो परिसर खूप मोठा असल्यानं गर्दी जाणवत नव्हती. आम्ही त्या परिसरात प्रवेश केला आणि समोरचं दृश्य पाहून थक्क झालो. साधारण आयताकृती डोंगरमाथा अंदाजे चाळीस-पन्नास एकरांचा होता. त्याच्या दोन्ही अरुंद बाजूंना उंच सुळके होते आणि दोन्ही रुंद बाजूंना खोल दऱ्या होत्या. तसेच आसपासच्या पर्वतांनादेखील उंच सुळके होते. माचू-पिक्चूचं बांधकाम इसवी सन १४५०च्या सुमारास इन्का सम्राट पाचाकुती याच्यासाठी केलं गेलं. खरं म्हणजे त्याचा राजवाडा कुस्कोमध्ये होता; पण कदाचित त्याला हवापालट करण्यासाठी पर्वतमाथ्यावर एक भव्य आणि आखीव शाही वसाहत बांधली असावी. आम्ही प्रवेश केला तो दक्षिणेच्या सुळक्यावरूनच. त्याच्यावर आणि उत्तरेच्या सुळक्यावरदेखील बांधकामाचे अवशेष दिसत होते. निवासी कक्ष, मंदिरं, कर्मकांड कारंजे, कार्यालयं, धान्याचं कोठार, कर्मचारी निवास, शाही कक्ष आणि 'इंतिहुआना' या खगोलशास्त्रीय दिनदर्शिकेचे अवशेष ठिकठिकाणी दिसत होते. उजव्या बाजूच्या दरीमधून वाहणारी उरुबाम्बा नदी उंचावरून पांढऱ्या रेषेसारखी दिसत होती. झाडी आणि हिरवळ यांच्यामुळे हिरवेगार दिसणारे पर्वत आणि सुळके निळ्याभोर आकाशाच्या पार्श्वभूमीवर उठून दिसत होते. सगळं वातावरण मनमोहक होतं. आम्ही तिथे बरेच फोटो काढले. सारा परिसर तीन-साडेतीन तासांमध्ये व्यवस्थित पाहून घेतला. बसने पुन्हा स्टेशनजवळ पोहोचलो. त्या वेळी साडेचार वाजले होते. स्टेशनकडे जाण्यापूर्वी लियांग म्हणाला,

"चला, जरा जवळपास चक्कर टाकून येऊ." मी त्याला 'ठीक आहे' म्हणालो, कारण मलादेखील नव्या ठिकाणी पायी फिरायची खूप हौस. आम्ही स्टेशनच्या जवळपास चालू लागलो. तो काहीतरी शोधतोय अशी मला शंका आली; पण त्याबद्दल मी त्याला काही विचारलं नाही. थोड्या वेळानं माझा अंदाज खरा ठरला. एक वाइन शॉप दिसल्यावर तो म्हणाला,

"एक मिनिट थांबा हं, मी आलोच." तो त्या दुकानात गेला आणि मी त्या दुकानाच्या शो-केसमध्ये ठेवलेल्या वेगवेगळ्या प्रकारच्या स्थानिक मद्याच्या बाटल्या पाहत उभा राहिलो. पाच मिनिटांत लियांग आला आणि म्हणाला,

"चला, आता जाऊ स्टेशनकडे." त्यानं संध्याकाळी कुस्कोत हॉटेलवर गेल्यानंतर घेण्यासाठी काहीतरी विकत घेऊन ठेवलं असावं असा मी अंदाज केला. चिनी लोक पिण्यामध्ये पटाईत असतात हे मी स्वतः चीनमध्ये अनुभवलं होतं; त्यामुळे मला त्यात काही वावगं वाटलं नाही.

आम्ही स्टेशनवर गेल्यावर पाहिलं तर आमची गाडी फलाटावर लागली होती.

आम्ही आमच्या सीटस शोधल्या आणि एकदाचे बसलो. फिरूनफिरून पाय थकले होते. माचू-पिक्चू पाहून उन्हानं लालेलाल आणि घामाघूम झालेल्या अनेक युरोपीय प्रवाशांची फलाटावर धांदल उडाली होती. गाडी वेळेत सुटली. आम्ही दोघं माचू-पिक्चूच्या वैशिष्ट्यांबद्दल गप्पा मारत बसलो. सकाळप्रमाणं गाडी सुटल्यानंतर लगेचच रेल्वे-सुंदऱ्या अल्पोपाहार आणि चहा-कॉफीच्या ट्रॉलीज घेऊन आल्या. अल्पोपाहार झाल्यानंतर त्या रिकाम्या प्लेटस, कप आणि ग्लास वगैरे घेऊन गेल्यावर चालू असलेलं मंद संगीत थांबलं. पेरूचं पारंपरिक संगीत सुरू झालं आणि आम्हाला अचानक आश्चर्याचा धक्का बसला. त्या 'रेल्वे-सुंदऱ्या' आपला गणवेश बदलून, पारंपरिक वेशभूषा करून नाचत-नाचत मधल्या पॅसेजमध्ये आल्या आणि त्या चालत्या रेल्वेत पॅसेजमध्येच एक सांस्कृतिक कार्यक्रम सादर करू लागल्या! ते पाहून आमची चांगलीच करमणूक व्हायला लागली. रेल्वेमध्ये असं काही होत असतं याची आम्हाला मुळीच कल्पना नव्हती. तो कार्यक्रम जवळजवळ पाऊण तास चालला.

आमच्या गप्पा पुढे सुरू झाल्या. आमच्या टेबलावर एक मेन्यूकार्ड होतं. त्यामध्ये रेल्वेत मिळणाऱ्या वेगवेगळ्या प्रकारच्या मद्यांची नावं आणि त्याच्या किंमती होत्या. ते पाहून लियांगनं मला विचारलं,

"उमेश, तुम्ही मद्य घेता का?"

"कधीकधी घेतो." मी म्हणालो आणि त्याला विचारलं, "तुला काही मागवायचं आहे का?"

"मला काहीतरी घ्यायचं आहे; पण या किंमती अवाच्या सवा आहेत."

"ओह! मग कुस्कोला गेल्यावर तू घेऊ शकशील."

"तेवढा वेळ थांबायची गरज नाही," असं म्हणत एका पर्सरला त्यानं 'पाणी हवं आहे' असं सांगितलं. त्यानं पाणी आणल्यावर ते पिऊन टाकलं आणि खांद्यावरच्या बॅगेतून पाण्याची एक लहान बाटली काढली. तिच्यातलं पाणी त्या रिकाम्या ग्लासमध्ये ओतलं आणि मला म्हणाला,

"हे पिस्कोमिश्रित पाणी आहे."

'पिस्को' म्हणजे द्राक्षांपासून बनवलेलं मद्य. पेरूमध्ये बनणारी एक प्रकारची रंगविरहित ब्रँडीच म्हणायची. मी लिमामध्ये एकदा तिची चव घेतली होती; पण मला फारशी आवडली नव्हती.

"मघाशी त्या वाइन शॉपमध्ये गेलो, त्याच वेळी तिथं एक क्वार्टर विकत घेऊन पाण्यात मिसळून ठेवली! तुम्हाला घ्यायची आहे?" लियांग म्हणाला.

"मला नको, तू घे." मी म्हणालो. त्यानं बॅगेतून वेफर्सचं पाकीट काढलं आणि म्हणाला,

''वेफर्स तरी घ्या.''

मी 'ठीक आहे' म्हणत दोन-तीन वेफर्स घेतले. लियांग म्हणाला,

''खरं म्हणजे माझ्या आवडीचं पेय आहे 'सबमरिन.' चीनमध्ये खूप लोकांना आवडतं. तुम्हाला माहीत आहे ते काय असतं?''

''हो, तुला सांगितलं ना, मी चीनला खूप वेळा गेलो आहे. त्या वेळी ते काय असतं हे समजायला वेळ लागला नाही. मी त्याची चव घेतली; पण ते मला झेपलं नसतं!'' त्यावर तो मनसोक्तपणे हसला.

'सबमरिन' याचा अर्थ पाणबुडी असला तरी चीनमध्ये त्याला वेगळाच अर्थ होता. एक छोटा ग्लास 'बाईजो' या तांदळाच्या अतिशय कडक चिनी मद्यानं काठोकाठ भरायचा आणि तो बिअरनं भरलेल्या मोठ्या ग्लासमध्ये हलकेच सोडायचा. बाईजो हळूहळू बिअरमध्ये मिसळत जाते आणि तसं होताना लहानलहान बुडबुडे येऊ लागतात. ते मिश्रण हळूहळू प्यायचं; पण पट्टीचे पिणारे 'गांबै' म्हणजे 'बॉटम्स-अप' म्हणून तो ग्लास एका दमात संपवतात! 'बाईजो' हे चिन्यांचं आवडीचं मद्य. सर्वसाधारण मद्यातील मद्यार्क चाळीसच्या आसपास असतो, तर बाईजोचा पन्नास असतो!

लियांगनं आपलं पेय घ्यायला सुरुवात केली न केली तोच 'रेल्वे-सुंदऱ्यां'नी पॅसेजमध्ये एक 'फॅशन-शो' सुरू केला! त्या वेगवेगळ्या शाली, स्वेटर्स, स्कार्फ, ब्लाउजेस, कोट असे कपडे घालून 'कॅट-वॉक' करू लागल्या. चालत्या रेल्वेमध्ये प्रवाशांची करमणूक करण्यासाठी एकामागून एक कार्यक्रम करणाऱ्या त्या तरुणींचं मला कौतुक वाटलं. तो कार्यक्रम अर्धा-पाऊण तास चालला. आमचा वेळ कसा गेला हे कळलंच नाही. लियांगचा तर नक्कीच चांगला गेला असणार. मद्य आणि त्याच्या सोबतीला करमणूक!

बरोबर आठ वाजता गाडी पोरोयला पोहोचली. आम्ही स्टेशनबाहेर पडेपर्यंत टॅक्सीसाठी लांबलचक रांग लागली होती; पण आम्हाला सकाळी स्टेशनवर सोडणारा ड्रायव्हर हॉटेलवर घेऊन जायला येतो असं म्हणाला होता. तो लगेच दिसला. आम्ही वीस-पंचवीस मिनिटांत हॉटेलवर पोहोचलो. आमची माचू-पिक्चू ट्रीप छान झाली असल्यानं दोघेही खुशीत होतो. हॉटेलवर पोहोचल्यावर मी लियांगला म्हणालो,

''मी आता हॉटेलच्याच रेस्टॉरंटमध्ये काहीतरी खाऊन घेईन. तुला यायचंय डिनरसाठी?''

त्यावर घड्याळाकडे पाहत तो म्हणाला,

''आत्ता फक्त पावणेनऊ वाजलेत. इथून जवळच एक वाइन शॉप आहे; मी अजून जरा 'पिस्को' घेऊन येतो. मघाशी रेल्वेत घेतलेली केव्हाच उतरली. थोड्या

वेळानं मी आल्यावर जेवून घेईन. तुम्ही माझी वाट पाहू नका.''

''ठीक आहे; पण फार उशीर करू नकोस हं! उद्या सकाळी आठ वाजता विमानतळावर जायचंय. मी टॅक्सी सांगून ठेवतो.'' मी त्याला म्हणालो.

''हो सांगून ठेवा. मी अर्ध्या तासात येईनच. सकाळी आठ वाजता रिसेप्शनजवळ भेटू. गुड नाइट!'' लियांग म्हणाला आणि खोलीवर न जाताच घाईघाईनं वाइन शॉपकडे गेला. मी खोलीवर जाऊन वॉश घेतला आणि जेवायला गेलो. जेवण झाल्यावर दहाच्या सुमारास झोपलो.

सकाळी सात वाजता ब्रेकफास्ट खोलीतच मागवला. तो खाताखाता कपडे केले. सामान आवरलं आणि आठ वाजायला पाच मिनिटे कमी असताना रिसेप्शनकडे गेलो. लियांग आपलं सामान घेऊन तयार होताच.

''गुड मॉर्निंग! लियांग. तुझी झोप झाली का व्यवस्थित?'' मी विचारलं. त्यावर काहीसा बावरून गेलेला लियांग म्हणाला,

''खरं सांगायचं म्हणजे नाही झाली. रात्री एक खूप नाट्यमय घटना घडली; पण ते सगळं विमानतळावर गेल्यावर सांगतो. असं दोन-तीन मिनिटांत सांगता येणार नाही.''

''ठीक आहे,'' असं म्हणत मी हॉटेलचं बिल भागवलं. कालचाच टॅक्सी ड्रायव्हर आम्हाला विमानतळाकडे घेऊन जायला आला होता. कुस्कोचा विमानतळ हॉटेलपासून दहा मिनिटांच्या अंतरावर होता. तिकडे जाताना लियांग मला कसल्या नाट्यमय घटनेबद्दल सांगणार आहे हे ऐकायची उत्सुकता निर्माण झाली होती. आम्ही विमानतळावर पोहोचल्यावर सारे सोपस्कार पार पाडले. तिथे लाउन्जमध्ये बसल्यावर मी लियांगला म्हणालो,

''हं, सांग आता काय झालं काल रात्री?''

त्यावर पाण्याचा एक घोट घेऊन लियांग म्हणाला,

''सांगतो; पण सांगायला संकोच वाटतो. तरीही कुणाला तरी सांगावसं वाटतंय. आपण हॉटेलवर पोहोचल्यानंतर मी तुमचा निरोप घेऊन वाइन शॉपकडे जायला निघालो. हॉटेलमधून बाहेर पडल्यावर डावीकडे गेल्यावर लगेच पहिल्या उजव्या रस्त्याला वळल्यावर सरळ जाऊन काँक्विस्ता मार्ग लागतो; त्यावरचं ते दुकान मी परवा फिरतफिरत तिकडे गेलो होतो, तेव्हा दिसलं होतं. फक्त दहा मिनिटे चालल्यावर तिथं पोहोचता येतं; पण त्या रस्त्याच्या एका बाजूला टेकडी आहे आणि दुसऱ्या बाजूला विरळ वस्ती. मी अंधारात तिकडे जायची चूक केली. उलट हॉटेलच्या उजवीकडे वळून गजबजलेल्या भागात जायला हवं होतं. मी त्या दुकानात जाऊन एक लहान बाटली घेतली. ती बॅगेत ठेवली आणि हॉटेलकडे जायला निघालो. थोडं चालल्यावर माझ्या समोरून पाच-सहा तरुण मुलांचं एक

टोळकं माझ्या दिशेनं येताना दिसलं. मी रस्त्याच्या दुसऱ्या बाजूला होतो. मला पाहून ते थांबले. चेहऱ्यावरून ते उडाणटप्पू वाटत होते. माझ्याकडे पाहून ते आपापसांत काहीतरी बोलू लागले. एकानं हवेत एखाद्याच्या चेहऱ्यावर ठोसा मारल्याची आणि दुसऱ्यानं बॅग हिसकावून घेतल्याची ॲक्शन केली. आसपास कोणीही दिसत नव्हतं. मी त्यांच्यापासून दूर जात होतो. कोणत्याही क्षणी ते रस्ता ओलांडणार आणि माझ्याकडे येऊन मला लुबाडणार या कल्पनेनं माझ्या छातीत धडकी भरली. इतक्यात मला आपलं सकाळचं पासपोर्टसंबंधी झालेलं बोलणं आठवलं. पासपोर्ट माझ्या खांद्याच्या बॅगेत होता. मी हळूच बॅग हातात घेतली आणि आतला पासपोर्ट काढून माझ्या जीन्सच्या पुढच्या खिशात ठेवला. मी ठरवलं होतं की, जर ते मला लुबाडायला आले तर त्यांना कसलाही प्रतिकार न करता बॅग आणि जवळ थोडेफार पैसे होते, ते द्यायचे. मी झपझप पावलं टाकत त्यांच्यापासून दूर जात होतो आणि मधूनच त्यांच्याकडे कटाक्ष टाकत होतो; पण त्यांनी माझा पाठलाग केला नाही. उलट माझी उडालेली त्रेधातिरपीट पाहून ते खो खो हसत होते आणि विरुद्ध दिशेनं चालायला लागले होते. लगेचच मी भरपूर दिवे आणि वर्दळ असलेल्या रस्त्यावर पोहोचलो.''

''कदाचित त्यांना फक्त तुझी गंमत करायची होती असं मला वाटतंय; पण यात एवढं नाट्यमय असं काय होतं? असे प्रसंग तर येतंच असतात.'' मी म्हणालो.

''अहो, खरा नाट्यमय प्रसंग अजून पुढेच आहे. थांबा सांगतो,'' असं म्हणत लियांगनं अजून एक पाण्याचा घोट घेतला आणि तो पुढे सांगायला लागला.

''जरा सुरक्षित ठिकाणी पोहोचल्यावर माझ्या जिवात जीव आला. मी बॅगेतली पिस्कोची बाटली काढून, एक मोठा घोट घेतला. त्यावर मला जरा हायसं वाटलं. रात्री मला जास्त खायचं नव्हतं, म्हणून मी गजबजलेल्या प्लाटेरोस रस्त्यावरच्या एका बेकरीतून तीन एम्पानाडा विकत घेतले आणि हॉटेलकडे परतलो. खोलीत जाऊन वॉश घेतला, राहिलेली पिस्को संपवली; तिन्ही एम्पानाडा खाल्ले आणि साडेअकराच्या सुमारास झोपलो.''

लियांगला मध्येच थांबवत मी म्हणालो,

''लियांग तो नाट्यमय प्रसंग जर तुझ्या स्वप्नामध्ये घडला असेल तर सांगितला नाहीस तरी चालेल. स्वप्नात माचू-पिक्चू किंवा ते टोळकं आलं होतं की त्या 'रेल्वे-सुंदऱ्या'?''

''तुम्ही माझी अशी थट्टा करू नका. तुम्ही मला सांगूच देत नाही.'' तो कुरकुरला.

''बरं, सांग बाबा एकदाचं; पण विमान सुटायची घोषणा होण्याआधी सांग.''

मी हसत म्हणालो.

"रात्री एक वाजता माझ्या खोलीची बेल वाजली. मी गाढ झोपेत होतो. आधी मला वाटलं की, तो भास आहे; पण ती वाजतच राहिली. मी दार उघडण्यापूर्वी कोण आहे विचारल्यावर एक मुलगी स्पॅनिशमध्ये काहीतरी म्हणाली. मला ते समजलं नाही. मी दार किंचित उघडलं आणि पाहिलं तर हॉटेलची रिसेप्शनिस्ट होती. बरीच गंभीर वाटत होती. ती काय म्हणतेय मला समजत नव्हतं; पण ती खालच्या मजल्याकडे हात दाखवून 'पोलिसिया... पोलिसिया' असं वारंवार म्हणत होती. त्यावरून मी अंदाज केला की, खाली पोलीस आले आहेत आणि त्यांना माझ्याशी बोलायचं आहे. मी चश्मा लावला आणि तिच्याबरोबर खाली गेलो. पाहतो तर निळ्या गणवेशातले दोन पोलीस खाली उभे होते. मी खाली गेल्यापासून ते मला न्याहाळत होते. त्यांच्यापैकी एकाला थोडं फार इंग्रजी येत असावं. त्यानं आपल्या खिशातून एक पासपोर्ट काढला आणि त्यातील फोटोचं पान उघडून माझ्याकडे न्याहाळून पाहिलं. मी त्या पासपोर्टकडे पाहिलं आणि मला आश्चर्याचा धक्काच बसला. तो पासपोर्ट माझाच होता! त्या पोलिसानं मला विचारलं, 'तुम्ही लियांग वुंग-चेंग?' मी म्हणालो, 'हो, पण हा पासपोर्ट तुमच्याकडे कसा आला?' माझी तर मतीच गुंग झाली होती. त्यावर पासपोर्ट माझ्याकडे देत तो पोलीस म्हणाला, 'सांभाळून ठेवा. रात्री बाराच्या सुमारास प्लाटेरोस रस्त्यावर एका माणसाला मिळाला. त्यानं तो आमच्याकडे आणून दिला. पासपोर्टमध्ये इमिग्रेशनच्या वेळी तुम्हाला दिलेली स्लिप होती. तिच्यावर तुमच्या हॉटेलचं नाव होतं. ती स्लिप पासपोर्टमध्ये नसती तर आम्ही तो घेऊन येऊ शकलो नसतो.' मी त्या पोलिसांचे शतशः आभार मानले आणि खोलीवर परतलो.

"माझ्या लक्षात आलं की, इमिग्रेशनच्या वेळी मी कोणत्या हॉटेलमध्ये राहणार आहे हे मला विचारलं गेलं होतं. सुदैवानं मला दिलेली स्लिप पासपोर्टमध्येच होती हे माझं नशीब! पण माझा पासपोर्ट हरवला कसा, याचाच मी विचार करू लागलो. मग लक्षात आलं की, रात्री त्या टोळक्यानं माझी बॅग हिसकावून घेतली तर पासपोर्ट तिच्यातून जाऊ नये म्हणून मी तो काढून जीन्सच्या खिशात ठेवला होता. रात्री एम्पानाडा विकत घ्यायला गेलो, तेव्हा तो खिशातून पडला असणार आणि बऱ्यापैकी 'पिस्को' प्यायल्यामुळे ते माझ्या लक्षात आलं नसणार. खोलीवर येऊन कपडे बदलले, तेव्हादेखील आपण पासपोर्ट जीन्सच्या खिशात ठेवला होता हे विसरून गेलो होतो आणि झोपलो, तेव्हा आपला पासपोर्ट हरवला आहे, हे माझ्या ध्यानीमनीदेखील नव्हतं."

"थोडक्यात वाचलास तू." मी म्हणालो.

"हो ना. समजा, जर पोलिसांनी मला पासपोर्ट आणून दिला नसता तर मला

कठीण प्रसंगाला तोंड द्यावं लागलं असतं. पहिली गोष्ट अशी की, तात्पुरता पासपोर्ट मिळवायला लिमाला चिनी दूतावासामध्ये जावं लागलं असतं. तिकडे हिंसाचार आणि कर्फ्यू असल्यामुळे त्यासाठी आणखी किती दिवस वाट पाहावी लागली असती कोण जाणे! शिवाय पुढच्या साऱ्या प्रवासावर पाणी पडलं असतं ते वेगळंच.''

''कुस्कोच्या पोलिसांची कमाल आहे! त्यांचं कौतुक करावं तेवढं थोडंच. ते जर तुझ्या मदतीला आले नसते तर तू आज माझ्याबरोबर या फ्लाइटसाठी आलाच नसतास आणि किती मोठ्या अडचणीमध्ये सापडला असतास याचा विचार कर.'' मी म्हणालो.

''तुम्ही म्हणता ते अगदी खरं आहे. मी तर विचारच करू शकत नाही. त्यांच्यापेक्षा ज्या सद्‌गृहस्थानं त्यांच्याशी संपर्क साधला, त्याचं कौतुक वाटतं. त्याचे आभार मानण्याची मला संधी मिळाली नाही, याचं वाईट वाटतं. तो अनोळखी माणूस आणि ते पोलीस यांच्यासारखे लोक आख्ख्या चीनमध्ये शोधून सापडणार नाहीत! एका मोठ्या संकटातून वाचलो या कल्पनेनं मला रात्रभर झोप आली नाही!'' लियांग म्हणाला.

''लियांग, तू मोठा धडा शिकलास. हे पाहा, तुला राग येणार नसेल तर मी तुला एक सल्ला देतो.'' मी काळजीच्या स्वरात म्हणालो.

''जरूर द्या, तुम्ही माझ्यापेक्षा वयानं आणि अनुभवानं खूप मोठे आहात. मला मुळीच वाईट वाटणार नाही.'' लियांग समजुतीच्या स्वरात म्हणाला.

''ठीक आहे. हे बघ, एक म्हणजे जर मद्यप्राशन केलेलं असलं आणि बाहेर जायचं असलं तर पासपोर्ट खोलीत सुरक्षित जागी ठेवायचा आणि मगच खोलीच्या बाहेर पडायचं. दुसरं असं की, प्रवासात पासपोर्ट सोबत असताना कटाक्षानं मद्यप्राशन टाळायचं. मी नेहमी हे नियम पाळतो. म्हणूनच तू काल मला रेल्वेत जेव्हा विचारलंस की, तुम्ही थोडी 'पिस्को' घेणार का? तेव्हा मी नकार दिला.''

''अगदी बरोबर सांगितलंत तुम्ही. हा सल्ला मी यापुढे कधीही विसरणार नाही,'' लियांग म्हणाला.

दहा वाजता कुस्को ते लिमा विमान उड्डाणासाठी तयार असल्याची उद्‌घोषणा झाली. आम्ही विमानाकडे जायच्या रांगेत उभे राहिलो. आम्ही चेक-इन करतानाच एकत्र सीटस घेतल्या होत्या. विमान वेळेत सुटलं. साधारण साडेबाराच्या सुमारास आम्ही लिमा विमानतळावर पोहोचलो. मी लियांगला विचारलं,

''तुझी पुढची सँतियागोची फ्लाइट किती वाजता आहे?''

''ती तीन वाजून वीस मिनिटांनी सुटणार आहे.''

''आणि माझी मायामीची चार वाजून पाच मिनिटांनी! म्हणजे आपल्याला

लंचसाठी भरपूर वेळ आहे. जायचं का एखाद्या रेस्टॉरंटमध्ये?'' मी वेळेचा हिशेब मांडत म्हणालो.

''हो, नक्कीच! चला, तुमच्याबरोबर 'गुड-बाय' लंच घ्यायचा योग आहे तर!'' लियांग म्हणाला.

विमानतळावर बरीच रेस्टॉरंटस होती. आम्ही पेरूची खासियत असलेल्या 'ला नासिओनाल' या रेस्टॉरंटमध्ये गेलो. आत फारशी गर्दी नव्हती. आम्ही एका कोपऱ्यातलं टेबल निवडलं. बसल्यानंतर लगेचच एक वेट्रेस मेन्यू कार्ड घेऊन आली. ते पाहण्याऐवजी मी तिला विचारलं,

''तुमच्याकडे माशाचा एखादा स्थानिक पदार्थ आहे का?''

''हो, उरुबाम्बा नदीमध्ये मिळणाऱ्या सामन फिशची 'पेस्कादो सुदादो' ही डिश तुम्ही घेऊ शकता. टोमॅटो, कांदा, लसूण, पार्सली आणि पेरूचे काही मसाले घालून ती करतात. चालेल तुम्हाला?''

मी तिला होकार दिल्यावर लियांगनदेखील तीच डिश मागवली. आमची ऑर्डर घेऊन जाण्यापूर्वी तिनं विचारलं,

''तुम्हाला प्यायला काय देऊ? पेस्कादो सुदादोबरोबर बिअर किंवा व्हाइट वाइन छान लागते.''

त्यावर काहीही विचार न करता लियांग म्हणाला,

''त्यांपैकी काही नको. सध्या माझ्याजवळ असल्यामुळे मी फक्त ॲपल किंवा मँगो ज्यूस घेईन.''

त्यावर ती म्हणाली,

''ॲपल ज्यूस देते; पण मला हे कळत नाही की, तुम्ही काय पिता याचा आणि पासपोर्टचा काय संबंध आहे?'' त्यावर मी तिला म्हणालो,

''हे बघ, आम्ही पासपोर्ट जवळ असताना मद्य घेत नाही. का हे सांगायला तुला मोठी कहाणी ऐकावी लागेल. बरं, ते जाऊ दे; मी डाएट कोक घेईन.''

खांदे उडवून, आम्हाला आणखी काही न विचारता ती आमच्यासाठी ॲपल ज्यूस आणि डाएट कोक आणायला गेली. जाताना 'हा चिनी आणि त्याच्या बरोबरचा हा भारतीय; या दोघांच्या डोक्यावर परिणाम झाला असावा,' असा तिच्या चेहऱ्यावरचा भाव माझ्या नजरेतून सुटला नाही!

◆

रुसलेला किलिमांजारो नि धुसफुसलेला गोरोंगोरो

किलीमांजारो विमानतळावर आदिस अबाबाला जाणाऱ्या विमानात चढताना मी पुन्हा एकदा किलीमांजारोकडे एक नजर टाकली; पण अजूनही तो रुसलेलाच होता. त्याचं दर्शन होण्याची शक्यता नसल्यानं मी हिरमुसलो होतो. पुन्हा त्या भागात प्रवासाचा योग येण्याची शक्यताही नव्हती. माझी लहानपणापासूनची सुप्त इच्छा फलद्रूप होणार नाही हे स्पष्ट झाल्यानं मी नाराज झालो होतो. डोंगरांनादेखील व्यक्तिमत्त्व असतं; पण त्यापुढे जाऊन मी म्हणेन की, त्यांना माणसांप्रमाणं वैशिष्ट्यपूर्ण स्वभावदेखील असावा. ते अधूनमधून रुसत किंवा धुसफुसतदेखील असावेत. बरं, त्यांना रुसू दे किंवा धुसफुसू दे, एखाद्याचा स्थायी भाव असतो; पण आपल्या स्वभावाचा प्रभाव त्यांनी त्यांच्या आसपास वावरणाऱ्यांवर पाडावा?

किलीमांजारो! एखाद्या अप्रतिम लावण्यवतीला जसा आपल्या सौंदर्याचा तोरा असतो, तसा या शांत, अप्रतिम किलीमांजारोचा तोरा असावा की काय अशी शंका यावी; पण तसं नसावं. तो फक्त शांत, स्थितप्रज्ञ, बुजरा आणि गंभीर असावा. अशा या अनोख्या किलीमांजारोनं माझ्यावर रुसवा का धरला होता हे काही केल्या समजत नव्हतं. तसं मी त्याला खूप वर्षांपासून ओळखत होतो. मी सात-आठ वर्षांचा असताना आफ्रिका खंडातल्या टांझानिया आणि केनिया यांच्या सीमेवरच्या किलीमांजारो या जवळजवळ सहा हजार मीटर उंचीच्या एकलकोंड्या पर्वताचा माथा सदोदित बर्फाच्छादित असतो हे जेव्हा मला समजलं, तेव्हा माझा त्यावर विश्वास बसला नव्हता. माझ्या वडिलांना जलरंगातली निसर्गचित्रं काढायची आवड होती. त्यांच्याकडे इंग्लंडमध्ये प्रकाशित झालेलं जगातल्या प्रसिद्ध चित्रकारांनी चितारलेल्या निसर्गचित्रांच्या फोटोंचं एक जाड पुस्तक होतं. त्यांनी मला त्या पुस्तकातलं

किलीमांजारोचं चित्र दाखवून त्याच्याबद्दल बरीच माहिती सांगितली होती. ते स्वतः निसर्गप्रेमी असल्यामुळे त्यांना त्या पर्वताचं खूप आकर्षण होतं. त्याची बरीच रंगीत चित्रं त्यांनी जतन करून ठेवली होती. ती त्यांनी इंग्रजी नियतकालिकांतून आलेल्या फोटोंची कात्रणं करून जमवली होती. जेव्हा त्यांचे आवडते लेखक अर्नेस्ट हेमिंग्वे यांच्या साहित्यात त्यांनी किलीमांजारोचे बरेच उल्लेख वाचले, तेव्हा त्यांचं त्या पर्वताचं आकर्षण अधिकच वाढलं. साहित्यातल्या नोबेल पारितोषकाचे मानकरी हेमिंग्वे स्वतः त्या अनोख्या पर्वताच्या आसपास वावरले होते. तिथं त्यांनी वास्तव्य केलं होतं नि संपूर्ण पर्वत चढून ते त्याच्या माथ्यापर्यंत गेले होते. त्यानंतर त्यांचा 'द स्नोज ऑफ किलीमांजारो' हा कथासंग्रह प्रकाशित झाला. तो कथासंग्रह वाचल्यावर माझ्या लक्षात आलं की, तो त्यांच्या अत्यंत आवडीचा पर्वत होता. एकेकाळी तो एक ज्वलंत ज्वालामुखी होता; पण आज त्याच्या माथ्यावर बर्फाचे जाड थर आहेत. जणूकाही माथा भडकलेल्या त्या पर्वताला शांत करण्यासाठी निसर्गानं ती योजना केली! फिकट निळ्या आकाशाच्या पार्श्वभूमीवरचा एकच पसरट, लांबलचक, गडद निळा-जांभळा डोंगर आणि त्यावर सदैव चकाकणारा धवल मुकुट असं त्याचं अतिशय मोहक रूप होतं. त्याच्या माथ्यावरून परावर्तित होणारे सूर्यकिरण आणि त्याच्या पायथ्याशी असलेली काटेरी बाभळीची झाडं, खुरटी झुडपं आणि त्यात वावरणारे झेब्रे, जिराफ नि हरणं त्या साऱ्या परिसराच्या सौंदर्यात भर घालतात असंही मी पुढे वाचलं होतं.

* * *

'प्रिय उमेश,

तू कसा आहेस? मला एका कामासाठी तुझी मदत हवी आहे. मी आपल्या कार्यालयाच्या वतीने टांझानियाच्या आरुशा शहरामध्ये ७ ते १४ मे २०१० या दरम्यान 'आंतरराष्ट्रीय मानवतावादी कायदा' या विषयाचा एक प्रशिक्षण कार्यक्रम आयोजित करत आहे. त्यात आफ्रिकेतील व आफ्रिकेबाहेरील सेवाभावी संस्थांचे तीस अधिकारी भाग घेणार आहेत. या विषयातील तुझा कित्येक वर्षांचा अनुभव लक्षात घेता तू त्या प्रशिक्षणाच्या काही सत्रांचे संचालन करावेस अशी माझी इच्छा आहे. तू त्या दरम्यान मोकळा असशील तर मला लगेच कळव. तुझ्या होकाराची अपेक्षा आहे. नंतर तुला मी अधिक तपशील कळवेन.

तुझी विश्वासू,
अँजेला कॉत्रोनिओ'

त्या वेळी मी इथिओपियाची राजधानी आदिस अबाबा इथल्या आंतरराष्ट्रीय रेडक्रॉसच्या ऑफिसमध्ये काम करत होतो. अँजेला माझी नैरोबीतली सहकारी होती. ती आमच्या संस्थेची विभागीय कायदा सल्लागार होती. आमची पूर्वी दोन-तीन वेळा भेट झाली होती. गेली काही वर्षं तिची नेमणूक नैरोबी इथं होती. मी तिला माझा होकार कळवला. मला त्या विषयात रस होता अन् तिनं कळवलेल्या तारखांना मी मोकळाही होतो; पण माझ्या होकाराचं आणखी एक कारण होतं. आदिस अबाबाहून आरुशाला जाण्यासाठी विमानानं किलीमांजारोस जावं लागायचं आणि तिथून ४५ किलोमीटरवरील आरुशाला गाडीनं जावं लागायचं. तो विमानतळ किलीमांजारोच्या दक्षिणेला, त्याच्या पायथ्याजवळ होता आणि त्यामुळे मला ओघाओघानं त्या अनोख्या पर्वताचं दर्शन होणार होतं. माझी कित्येक वर्षांची किलीमांजारो पाहायची इच्छा फलद्रूप होणार या कल्पनेनं मी उल्हसित झालो होतो. टांझानियामधले वन्यजीवन पाहण्यासाठी बहुतेक सगळ्या सफारी आरुशा इथून सुरू व्हायच्या. त्यासाठी जगाच्या वेगवेगळ्या भागांमधून मोठ्या प्रमाणावर हौशी प्रवासी तिकडे जायचे; त्यामुळे केवळ आफ्रिकाच नाही तर युरोप, मध्य-पूर्व आणि आशियामधून किलीमांजारोला थेट विमानसेवा होती. विमानतळ किलीमांजारोच्या दक्षिणेला होता. त्याचा पायथा विमानतळापासून १५ किलोमीटरवर होता.

सहा मे या दिवशी दुपारी अडीच वाजता मी किलीमांजारोला पोहोचलो. विमानतळावर आमच्या ऑफिसचा ड्रायव्हर मॅथ्यू ओडिंगा आरुशाला घेऊन जाण्यासाठी हजर होताच. सामान घेऊन गाडीकडे जाताजाता मी भोवताली नजर टाकली; पण किलीमांजारो काही दिसत नव्हता. त्यावर मी मॅथ्यूला विचारलं,

“मॅथ्यू, किलीमांजारो इथून दिसायला हवा. होय ना?”

“हो, तो काय उत्तरेला दिसतोय.”

मी उत्तरेकडे बारकाईनं पाहिलं. धूसर, निळा डोंगर दिसत होता खरा; पण त्याच्या मध्यापासून वरपर्यंत दाट ढग होते. त्याचा माथा त्यात संपूर्णपणे लपला होता. माझा हिरमोड झाला. मला वाटलं होतं की, आज त्याचं दर्शन घेऊन पुढे आरुशाला जाऊ; पण नेमकी आज हवा ढगाळ असावी. मी नाराज होऊन गाडीत बसलो आणि विचार केला की, १४ तारखेला परत जाताना त्याचं दर्शन होईल.

जवळजवळ एक तासाच्या प्रवासानंतर आरुशा या टुमदार गावी पोहोचल्यावर अँजेलाची भेट झाली.

“ये उमेश, कसा काय झाला तुझा प्रवास?”

“उत्तम! कार्यक्रमाची तयारी काय म्हणतेय?”

“झाली सगळी तयारी. आज संध्याकाळपर्यंत सगळे प्रशिक्षणार्थी इथं पोहोचतील. तू आता आराम कर. चार वाजत आलेत. आपण सात वाजता भेटू. मग एकत्रच

जेवण घेऊ.''

मला आराम करायचा नव्हता. नवख्या ठिकाणी गेल्यावर मला गप्प बसवत नाही. आसपास हिंडून-फिरून तो प्रदेश न्याहाळावा नि त्याची ओळख करून घ्यावी अशी मला उर्मी येते. मी पटकन कपडे बदलून बाहेर पडलो. आरुशा शहर ज्या मेरू पर्वताच्या पायथ्याला वसलं आहे, त्या पर्वताच्या दिशेला थोडं फिरून आलो. मेरूदेखील सुंदर नि उंच होता, त्याचा माथा ढगात लपला नव्हता; पण त्याला किलीमांजारोची सर नव्हती. शेवटी त्या दिवशी मला दुधाची तहान ताकावर भागवावी लागली.

संध्याकाळचं जेवण झाल्यावर आमची प्रशिक्षण कार्यक्रमाविषयी काही चर्चा झाली. आरुशामध्ये संयुक्त राष्ट्रसंघाचं 'रवांडा आंतरराष्ट्रीय फौजदारी न्यायाधिकरण' होतं. १९९४ मध्ये रवांडा या मध्य-आफ्रिकी देशात झालेल्या जनसंहारास जबाबदार असलेल्यांवर फौजदारी खटले चालविण्यासाठी त्याची स्थापना केली होती. त्या संहारात केवळ ३० दिवसांत हुतू वंशाच्या लोकांनी वांशिक मतभेदांतून तुत्सी वंशाच्या जवळजवळ १० लाख लोकांची हत्या केली होती. हुतूंच्या हातात असलेल्या तत्कालीन सरकारनं त्याला उत्तेजन दिलं होतं. जे उच्चपदस्थ त्यासाठी जबाबदार होते, त्यांच्यावर खटले दाखल करण्यासाठी स्थापन केलेल्या त्या न्यायाधिकरणात काम करणारे कित्येक आंतरराष्ट्रीय कायदेतज्ज्ञ आणि त्याचे पंधरा न्यायाधीश आरुशात राहायचे. त्यांच्यापैकी बरेचजण प्रशिक्षण कार्यक्रमात अँजेलाला मदत करणार होते. म्हणूनच वर्षातून एकदा ते प्रशिक्षण आरुशा इथं आयोजित केलं जायचं. माझी सत्रं ७, ८, ११ आणि १३ तारखांना होती. आमची राहायची व्यवस्था 'न्यू आरुशा' या प्रशस्त हॉटेलमध्ये केलेली होती. प्रशिक्षणाचा कार्यक्रमही तिथंच होणार होता.

''उमेश, ८ तारखेला सकाळी अकरा वाजता तुझं सत्र संपलं की, दहा तारखेच्या संध्याकाळपर्यंत तू मोकळाच असणार. तुला कंटाळा तर येणार नाही ना?''

''छे! छे! इकडे येताना मी ग्रेगरी डेव्हिड रॉबर्टस यांची 'शांताराम' ही जवळजवळ साडेनऊशे पानांची कादंबरी आणली आहे. मी हॉटेलच्या स्विमिंग पूलजवळच्या हिरवळीवर खुर्ची टाकून वाचत बसेन किंवा इतरांच्या सत्रांना हजर राहीन.'' मी माझा प्लॅन सांगितला.

''तुला एक सुचवू? तू गोरोंगोरोला का जाऊन येत नाहीस? इथून तो फार दूर नाही. गाडीनं तीन तासांत पोहोचशील. ८ तारखेला दुपारी तिकडे गेलास की, १० तारखेला संध्याकाळपर्यंत परत येशील. म्हणजे माझा तसा आग्रह नाही, तुला कंटाळा येऊ नये म्हणून सुचवलं. तुला गोरोंगोरोबद्दल ठाऊक असेलच!''

मला त्या वैशिष्ट्यपूर्ण ठिकाणाची बरीच माहिती होती. कधी ना कधी तिकडे

जावं असं माझ्या मनात होतंच. गोरोंगोरो हे अंदाजे २५ ते ३० लाख वर्षांपूर्वी झालेल्या ज्वालामुखीचं प्रचंड विवर. एखाद्या भल्या मोठ्या कटोरीसारख्या दिसणाऱ्या जवळजवळ ६० किलोमीटर परिघाच्या त्या विवरात वन्यजीवन पाहायला मिळतं. तिथले झेब्रे, जिराफ, हरणं, आफ्रिकी नीलगायी म्हणजे 'वाइल्डेबिस्ट' किंवा 'ग्नू' हे लहान गाईसारखे प्राणी, गवे, गेंडे, हत्ती, सिंहांचे कळप, कोल्हे, तरस तसेच विवराच्या आतील प्रचंड तलावातले पाणघोडे, रोहित पक्षी, बदकं, बगळे आणि अन्य कित्येक प्रकारचे जलपक्षी यांचं स्वतःचं वेगळं विश्व आहे. ते सगळे पिढ्यान्‌पिढ्या त्या विवरातच राहतात. सिंह तिथल्याच प्राण्यांची शिकार करून आपली भूक भागवतात तर इतरांना चरण्यासाठी मुबलक गवत नि पाला आहे. ते सगळे प्राणी त्या विवरात अडकून पडल्यासारखे वाटतात. विवराच्या काठावर सर्व सोयी असलेली फॉरेस्ट लॉजेस आहेत. ते अनोखं विवर नि त्यातलं वन्यजीवन पाहायला जगाच्या वेगवेगळ्या भागांतून दरवर्षी जवळजवळ पाच ते सहा लाख हौशी प्रवासी तिकडे जातात, असं माझ्या वाचनात आलं होतं. सफारी जीप्समधून विवराच्या आत जायला आणि त्या सगळ्या विवरात वन्यप्राणी पाहत गाडीतून फिरायला लहानलहान रस्त्यांचं जाळं होतं.

"अँजेला, तुझी कल्पना चांगली आहे. मी उद्या इथल्या एखाद्या प्रवासी कंपनीत जाऊन माहिती काढतो." मी उत्साहाने म्हणालो.

"आपल्या स्थानिक वाहतुकीची व्यवस्था करणाऱ्या प्रवासी कंपनीचा मॅनेजर माझ्या चांगल्या ओळखीचा आहे. तो अगदी सवलतीच्या दरात तुझी प्रवासाची, तिथं राहायची आणि फिरण्याची व्यवस्था करेल. मी ह्युगोबरोबर पूर्वी तिकडे गेले होते, तेव्हा त्यानं आमची चांगली सोय केली होती. त्याला फोन करून मी इकडेच बोलावून घेते." अँजेला म्हणाली.

"हे तर फारच छान! उद्या सकाळी साडेअकरा वाजता त्याला यायला सांग. त्या वेळी मी मोकळा असेन."

"ठीक आहे," असं म्हणत अँजेलानं आपल्या पर्समधला मोबाइल बाहेर काढला.

दुसऱ्या दिवशी त्या प्रवासी कंपनीचा मॅनेजर बेन कासेले मला भेटायला आला. त्यानं मला त्या ट्रिपची सगळी माहिती दिली. मी ८ तारखेला गोरोंगोरोला जायचं नक्की केलं.

ठरल्याप्रमाणं ८ तारखेला सकाळी साडेअकरा वाजता प्रवासी कंपनीचा ड्रायव्हर किलांगी हॉटेलवर पोहोचला. तो म्हणाला

"नमस्कार साहेब, आपण तयार आहात ना?"

"हो. चला निघू या," असं म्हणत मी माझी हँडबॅग लँडक्रुझरमध्ये ठेवली. आफ्रिकेतल्या वन्य सफारींसाठी ती गाडी अतिशय योग्य! तिचे वरचे टप उघडून

अगदी जवळून वन्यप्राणी पाहता येतात. तिशीचा किलांगी मला गोरोंगोरोला घेऊन जाणार होता, विवरामध्ये फिरवणार होता अन् १० तारखेला संध्याकाळी परत आरुशाला आणणार होता. तोच माझा गाइडही होता. जाताजाता तो मला त्या परिसराची माहिती देत होता. तसा तो बोलायला चांगला होता. बरीच वर्षं त्या व्यवसायात काम केल्याचा त्याला अनुभव होता. मी त्याला म्हणालो,

''किलांगी, मी गोरोंगोरो पाहीन; पण मला खरंतर किलीमांजारो पाहायची खूप इच्छा आहे.'' मी माझ्या मनातली सुप्त इच्छा सांगितली.

''तो पर्वत फार लहरी आहे. या दिवसांत अगदी पहाटे सूर्योदयाच्या वेळी त्याच्या माथ्याच्या आसपास ढग नसतात, तेव्हाच त्याचं दर्शन होतं. आरुशाच्या पूर्वेला एक टेकडी आहे. तिथं सकाळी लवकर गेलात तर तो तुम्हाला दुरून दिसेल; पण त्याची खात्री देता येत नाही. शक्यतो ढगांचा थर त्याच्या मध्यावर असतो आणि त्याचा माथा उघडा असतो; पण खालच्या थरामुळे माथा आपल्याला दिसत नाही.''

''ठीक आहे. मी आरुशाला परतल्यावर प्रयत्न करेन. आमच्या ऑफिसची गाडी आहेच. भल्या सकाळी त्या टेकडीकडे चक्कर टाकून येत जाईन.''

''तुम्हाला किलीमांजारोवर चढून जायचं असेल तर आमची कंपनी गटागटानं तिकडे प्रवाशांच्या मोहिमा नेत असते. त्याला पाच-सहा दिवस लागतात; पण चढाई खूप खडतर आहे. शिवाय जसजसे वर चढाल तसतशी हवा विरळ होत जाते अन् श्वासोच्छ्वास अवघड होतो; त्यामुळे त्यासाठी बराच सराव करावा लागतो. चढाई करायला तुम्हाला गिर्यारोहक असावं लागत नाही.''

हे मला ठाऊक होतं. माझा कोल्हापूरचा मित्र - मानसोपचारतज्ज्ञ डॉ. गुरुदास हर्षे याला असल्या आव्हानात्मक चढायांची खूप हौस होती. तो २००८ मध्ये किलीमांजारो सर करून आला होता. मी किलांगीला म्हणालो,

''किलांगी, माझ्याजवळ सराव नि चढाईसाठी तेवढा वेळ नाही. दुरून जरी त्याचं दर्शन झालं तरी मला समाधान होईल.'' मी माझी अडचण सांगितली.

''तर मग तुम्ही त्या टेकडीकडे जाऊन तो दिसतो का हे पाहू शकता.''

आम्ही तीनच्या सुमारास एक मोठी कमान असलेल्या प्रवेशद्वाराजवळ पोहोचलो. किलांगीनं तिथं गाडी थांबवली. तो गोरोंगोरो अभयारण्याच्या प्रवेशाचे पैसे भरून त्याचे पासेस घेऊन आला. पुढे अर्ध्या तासानं आम्ही गोरोंगोरोच्या कड्यावरच्या सोपा लॉजवर पोहोचलो. ते विवराच्या पूर्वेच्या टोकाशी होतं. त्याच्या प्रत्येक खोलीतून संपूर्ण विवराचं दर्शन होतं असं किलांगी म्हणाला होता. मी सामान ठेवून खोलीच्या बाल्कनीचं दार उघडलं आणि तिथून होणाऱ्या विवराच्या दर्शनानं थक्क झालो. असं दृश्य आणि असं विवर मला कधीच पाहायला मिळालं नव्हतं. दुरून

विवराच्या आतले काही प्राणी फक्त ठिपक्यांसारखे दिसत होते. काही ठिकाणी दाट झाडी होती. डावीकडे एक तलाव दिसत होता. एकेकाळी आपल्या मुखातून अग्नीचे लोळ सोडणारं अन् लाव्हारस ओकणारं ते विवर अजूनही रागावल्यासारखं दिसत होतं. त्याचा एकेकाळचा रुद्रावतार आजही त्याच्याकडे पाहिल्यावर डोळ्यांसमोर येत होता. सूर्यास्ताच्या सुमारास लॉजमध्ये राहणारे सारे प्रवासी तिथल्या पटांगणातून दिसणारा अनोखा सूर्यास्त पाहायला जमले होते. सूर्य जसजसा खाली जाईल तसतसा विवराचा नि त्याचबरोबर आकाशाचा रंग बदलत होता. जेव्हा आकाशावर लाल, नारंगी छटा पसरली त्या वेळी असं वाटलं की, त्या विवरातून ज्वाला बाहेर पडत आहेत आणि त्यांचा नारंगी, लाल, पिवळा रंग डोळ्यांसमोर उधळला जात आहे! साऱ्या परिसरावर अद्‌भुतरम्य छटा पसरली होती. आपण पाहतो आहोत ते आपल्या डोळ्यांसमोर घडतंय यावर विश्वास बसत नव्हता. पाहतापाहता त्या संपूर्ण विवराला अंधारानं गिळंकृत केलं.

दुसरा संपूर्ण दिवस आम्ही विवरामध्ये फिरणार होतो. किलांगीनं मला सांगितलं की, खूप लवकर विवरात उतरताना सुंदर दृश्य दिसतं आणि आत खूप प्राणी पाहायला मिळतात. आम्ही सकाळी साडेसहाला निघायचं ठरवलं. लॉजमधून नाश्ता आणि दुपारचं जेवण, पाणी वगैरे पॅक करून मिळणार होतं. किलांगी साडेसहापूर्वीच आमची जेवणं, पाण्याच्या बाटल्या वगैरे घेऊन ठेवणार होता. त्या संध्याकाळी मी लवकर जेवण आटोपून झोपलो. विवराचा काठ उंचावर असल्यामुळे तिथं खूप थंडी होती.

ठरल्याप्रमाणं आम्ही साडेसहाला विवरात जायला निघालो. मी माझा कॅमेरा असलेली लहान हँडबॅग जवळ ठेवली. विवरामध्ये जायला काही ठरावीक ठिकाणी नागमोडी वळणांचे घाटासारखे रस्ते होते. आम्ही जेव्हा पर्यटन विभागाच्या नाक्याजवळ आलो, तेव्हा तिथला सुरक्षारक्षक आमच्या गाडीकडे आला आणि किलांगीशी स्वाहिलीमध्ये काहीतरी बोलू लागला. नंतर ते दोघे एकमेकांशी कशावरून तरी वाद घालायला लागले. नेमका काय प्रकार आहे हे मला कळेना. एवढ्यात किलांगी मला म्हणाला,

"हा म्हणतोय की, गाडीच्या नोंदणीची सगळी कागदपत्रं, अभयारण्यात प्रवेशाचे पासेस, माझं लायसन्स, तुमचा पासपोर्ट हे सगळं त्याला पाहायचंय. मी म्हणालो की, आमच्याजवळ सगळी कागदपत्रं आहेत; पण ती तपासण्यात आमचा खूप वेळ जाईल. मात्र, तो ऐकायला तयार नाही. एरवी इथं कधीही कागदपत्रं तपासत नाहीत. रात्री झोप नीट न झाल्यामुळे तो चिडचिड करत असावा."

"दाखवून टाकू एकदाच, कशाला वाद घालतोस?" मी बॅगेतून माझा पासपोर्ट बाहेर काढत म्हणालो.

त्या दोघांची धुसफुस थोडा वेळ चालली. किलांगीनं सारी कागदपत्रं दाखवली आणि दहा मिनिटांनी आम्ही पुढे निघालो. त्या वेळी साऱ्या विवरामध्ये धुकं भरलं होतं. असं वाटलं की, त्यातून अजूनही धूर बाहेर पडतोय. त्यातून गाडी हळूहळू खाली चालली होती. खाली गेल्यावर अनोखे अनुभव येऊ लागले. तळ्याच्या काठावर गुलाबी रोहित पक्ष्यांचे थवे होते. आकाशातदेखील गुलाबी रंगाची उधळण झाली होती. हिरवं गवत नि झाडी, आरशासारखं चकाकणारं स्तब्ध नितळ पाणी, विवराचा गडद निळा उंच काठ आणि त्यावर दिसणारं गुलाबी-नारंगी आकाश! हे सारं आपल्या नजरेसमोर अस्तित्वात आहे यावर विश्वास बसत नव्हता. इंग्रजीत ज्या दृश्यांना 'सर्रियल' म्हणजे 'वास्तवातीत' म्हणतात तसं ते दृश्य होतं. आम्ही पुढे निघालो. हळूहळू वन्य प्राणी दिसायला लागले. किलांगी मधूनच गाडी थांबवून दुर्बिणीनं कोणत्या बाजूला जास्त वन्यप्राणी आहेत हे न्याहाळत होता. हत्ती, हरणं, झेब्रे, जिराफ, गवे हे तर सगळीकडे दिसत होतेच; पण काही ठिकाणी सिंहांचे कळपदेखील होते. असेच आम्ही एका कळपाजवळून जाताना काही सिंह आमच्या गाडीकडे पाहून उगीच गुरगुरायला लागले. पूर्वी मी केनियाच्या मसाई मारा अभयारण्यात सिंह अगदी जवळून पाहिले होते; पण ते कधी आमच्याकडे पाहून गुरगुरले नव्हते. गोरोंगोरोचा रागीटपणा त्यांच्यातही भिनला असावा. आम्ही पुढे गेलो. इतक्यात किलांगी म्हणाला,

"साहेब, ते पाहा, तिकडे झेब्र्याच्या शिकारीची तयारी चाललीय!"

मी किलांगीनं दिलेल्या दुर्बिणीतून निरखून पाहिलं. तीन सिंहिणी कळपापासून एकट्या पडलेल्या एका झेब्र्यावर लक्ष केंद्रित करून, दबा धरून बसल्या होत्या. त्याची झेब्र्याला कल्पना नव्हती. थोड्याच वेळात त्या लपतछपत, हळूहळू झेब्र्याच्या दिशेनं चालू लागल्या. झेब्र्याच्या वेगवेगळ्या बाजूंनी त्या त्याच्याकडे सरकत होत्या. झेब्रा आपल्याच नादात चरत होता. आपल्या आसपास कसली तयारी चाललीय याचा त्याला गंध नव्हता. जवळजवळ दहा मिनिटे अशीच गेली. शेवटी तो टप्प्यात आल्यावर एका सिंहिणीनं त्याच्यावर चाल केली. ते पाहताच झेब्रा एकदम बिथरला अन् दुसऱ्या बाजूला वळून पळू लागला. त्याच्या मार्गावर दोन सिंहिणी दबा धरून बसलेल्या होत्याच. त्यांनी त्याच्यावर अचानक हल्ला केला. एकीनं त्याच्या मानेला पकडलं तर दुसरीनं त्याच्या मागच्या एका पायाला. क्षणार्धात धडपडणारा झेब्रा निश्चेष्ट झाला. त्या तीन सिंहिणी त्याला खेचत एका झाडाकडे घेऊन जाऊ लागल्या. मी दुर्बीण तिकडे वळवली. तिथं शांतपणे वनराज त्यांची वाट पाहत बसले होते. त्यांच्यात शिकार सिंहिणींनी करायची नि सिंहानं ती आरामात बसून खायची प्रथा होती. लिंगभेद आणि त्या निकषावर शोषण फक्त मानवी समाजातच होतं असं नाही हे पाहून मला आश्चर्य वाटलं.

तो संपूर्ण दिवस आम्ही विवराच्या पठारात फिरत राहिलो. ठिकठिकाणी विश्रांतीसाठी आणि सोबत आणलेलं भोजन बसून खाण्यासाठी वन खात्यानं सोय केली होती. अशा ठिकाणी स्वच्छतागृहंही होती. फक्त तिथंच गाडीबाहेर पडायची मुभा होती. अन्यत्र बाहेर पडलं तर आपणच कुणाचंतरी 'भोजन' व्हायची शक्यता असते म्हणे! आम्हाला दुपारी तीनच्या सुमारास एंगिताती टेकडीजवळच्या एका पिवळ्या खोडाच्या उंच आफ्रिकी बाभळीवर बसलेली चित्त्यांची जोडी पाहायला मिळाली. पुढे वाटेत रस्त्यावर काही हत्ती दिसले. त्यांच्यापैकी दोन बलाढ्य हत्ती त्या रस्त्याच्या मधोमध एकमेकांशी भांडत होते; त्यामुळे किलांगीनं गाडी थांबवली. तो म्हणाला, त्या दोघांमध्ये शक्तिप्रदर्शन चाललंय. तिकडे पलीकडे जी हत्तीण उभी आहे ना, तिच्यावरून वाद चाललाय. या लढतीमध्ये जो विजयी होईल, त्याच्याबरोबर ती हत्तीण जाईल.

इतक्यात, त्यांच्यापैकी एका हत्तीनं रस्त्याच्या शेजारचं एक लहान झाड सोंडेचा विळखा घालून मुळांसहित उखडलं आणि आपण किती ताकदवान आहोत हे प्रतिस्पर्ध्याला दाखवलं. नंतर त्यानं ते झाड त्याच्यावर फेकलं आणि त्याच्यावर तो चाल करून गेला. ते पाहून दुसऱ्यानं शरणागती पत्करली. मान खाली घालून तो हळूहळू जंगलाकडे जाऊ लागला. विजयी हत्ती दिमाखात इकडेतिकडे पाहात, फुशारकी मारत त्या हत्तीणीकडे गेला. लागलीच त्या दोघांचं प्रणयाराधन सुरू झालं. इथले हत्तीदेखील भांडकुदळ असावेत असा विचार करून मी किलांगीला गाडी पुढे घ्यायला सांगितली. थोडं पुढे गेल्यावर किलांगीनं गाडी थांबवली.

"घोटाळा झाला साहेब, चाक पंक्चर झालंय." किलांगी अचानक म्हणाला.

"अरे बाप रे! आता ते बदलायचं कसं, किलांगी? आपल्याला बाहेर तर जाता येणार नाही," मी काळजीच्या स्वरात त्याला विचारलं.

"मी अभयारण्याच्या दूरसंचार केंद्राला वायरलेसवर संदेश देतो. ते लगेच या भागातील इतर एक-दोन ड्रायव्हर्सना संदेश पाठवतील. त्यांच्या मदतीने चाक बदलता येईल. इकडे असे प्रकार होत असतात. अशा वेळी जवळपास जो कोणी ड्रायव्हर असेल, तो पटकन मदतीला इकडे येतो, पंक्चर झालेल्या चाकाला त्याच्या गाडीचा आडोसा करतो; मगच खाली उतरून चाक बदलायचं. इथले हिंस्र प्राणी जमिनीवर माणूस दिसला की, हल्ला करतात. त्यांच्या नजरेस न पडता चाक बदलायला हवं. तुम्ही काळजी करू नका; कोणी ना कोणी आपल्याला मदत करेल. आम्ही नेहमी एकमेकांना मदत करत असतो."

हे ऐकल्यावर माझा जीव भांड्यात पडला. किलांगीनं संदेश पाठवला. आश्चर्य म्हणजे पाच मिनिटांत दोन सफारी लँडक्रुझर आमच्याजवळ दाखल झाल्या. त्यांचे ड्रायव्हर आरुशाहूनच आले होते. ते दोघेही किलांगीला ओळखत होते. त्यांनी त्या

दोन गाड्या अशा उभ्या केल्या की, चाक बदलणारा किलांगी दुरूनही कोणाच्या नजरेस पडणार नाही. किलांगीनं जॅक लावण्यापूर्वी मला थोडा वेळ दुसऱ्या गाडीत बसायची विनंती केली. मी पटकन उतरून, चटकन त्या गाडीत चढलो. तिच्यात साठीचं एक पाश्चात्त्य जोडपं होतं. गरम हवेत फिरून त्यांचे चेहरे लालभडक झाले होते. त्यात तो गृहस्थ आपल्या सफारीत व्यत्यय आला म्हणून चिडला होता. मी गाडीत गेल्यावर म्हणालो,

"सॉरी हं, तुम्हाला आमच्यामुळे थोडा वेळ थांबावं लागल्याबद्दल." त्यावर तो गृहस्थ रागारागानं म्हणाला,

"आम्ही चांगले फिरत होतो तर ही कटकट! हे लोक गाड्यांची चाकं चांगल्या स्थितीत ठेवत नाहीत आणि मग इतरांना त्रास देतात!" आपल्या हातातल्या पंख्यानं वारा घेत तो म्हणाला. त्याचा मूड पाहून मी संभाषण पुढे वाढवलं नाही. ते दोघे तावातावानं जर्मनमध्ये काहीतरी बोलत होते. धुसफुसणाऱ्या गोरोंगोरोत माणसांना चिडायला वेळ लागत नसावा! मला त्यांना विचारावसं वाटलं की, अशी वेळ तुमच्यावर आली असती तर कोणाचीतरी मदत घ्यावी लागली असतीच ना? पण मी काही बोललो नाही. दहा मिनिटांत गाडी तयार झाली आणि आम्ही मार्गक्रमण करू लागलो. तत्पूर्वी किलांगीनं आणि मी त्या दोन्ही ड्रायव्हर्सचे मनापासून आभार मानले. संध्याकाळी पाच वाजता आम्ही लॉजवर परतलो. अनोखा गोरोंगोरो पाहून एक वेगळीच अनुभूती आली होती.

दुसऱ्या दिवशी - १० तारखेला - सकाळी नाश्ता झाल्यावर मला आरुशाला जाण्यासाठी परतीचा प्रवास सुरू करायचा होता. वाटेत लेक मन्याराजवळ थोडा वेळ थांबून संध्याकाळपर्यंत आपण आरुशाला पोहोचू, असं किलांगीनं सांगितलं होतं. त्या तलावात विविध प्रकारचे पाणथळ पक्षी पाहायला मिळतात असं तो म्हणाला होता. मी आठ वाजता लॉजच्या उपाहारगृहात गेलो. फारशी गर्दी नव्हती. सुरुवातीला थोडी फळं आणि ओटस पॉरीज घेतलं. नंतर ऑम्लेट घ्यावं असा विचार केला. तिथं एक कुक आपल्याला हव्या त्या प्रकारचे अंड्याचे पदार्थ करत होता. त्याच्यासमोर उभं राहून आपल्याला कसलं ऑम्लेट किंवा अंड्याचा पटकन होणारा अन्य एखादा पदार्थ हवा ते सांगायची पद्धत होती. त्याप्रमाणं तो चिरून ठेवलेले कांदा, मिरची, टोमॅटो, चीज, हॅम, मशरूम असे पदार्थ अंड्यात घालून ऑम्लेट करायचा. तो माझ्या पुढच्या व्यक्तीसाठी करत असलेलं ऑम्लेट व्हायची वाट पाहत मी रांगेत उभा राहिलो. माझ्यामागे एक पाश्चात्त्य तरुण उभा होता. त्या कुकच्या हातातलं ऑम्लेट करून झाल्यावर त्यानं माझ्याकडे दुर्लक्ष करून माझ्या मागं उभ्या असलेल्या तरुणाला स्मितहास्य करत विचारलं,

"आपल्यासाठी काय करू, ऑम्लेट की फ्राइड एग्ज?" ते पाहून तो तरुण

ओशाळला आणि माझ्याकडे हात दर्शवीत त्या कुकला म्हणाला,

"हे गृहस्थ माझ्या आधी इथं आले आहेत, आधी त्यांना काय हवं पाहा."

मला त्या कुकचा राग आला होता. सहसा मी माझ्या मनावरचा ताबा सोडत नाही; पण त्या दिवशी काय झालं कोण जाणे, मी त्या कुकला म्हणालो,

"काय रे, मी पाश्चात्त्य नाही म्हणून माझ्याकडे दुर्लक्ष करतोस का? अरे, तुमचा खंड वसाहतवादी पाश्चात्त्यांनी लुटला, तुमच्यावर शेकडो वर्षं राज्य केलं, तुमच्या पूर्वजांना गुलामगिरीत जखडलं; पण तरीही तुम्ही त्यांचेच बूट चाटणार! तुझ्या हातचं ऑम्लेट खाण्यापेक्षा मी उपाशी राहीन! इथून जाण्यापूर्वी लॉजच्या तक्रार पुस्तकात मी तुझ्याविषयी लिहिणार आहे, समजलं?" मी म्हणालो आणि इतर खाद्यपदार्थांच्या टेबलांकडे गेलो. माझ्या मागचा तरुण त्या स्पष्टोक्तीनं चकित झाला होता तर त्या कुकचा चेहरा पडला होता. तो आफ्रिकी नसता तर मी म्हटलं असतं की, त्याचा चेहरा काळाठिक्कर झाला होता! नाश्त्याला इतर बरेच पदार्थ होते. मी व्यवस्थित खाऊन घेतलं, कारण दुपारच्या जेवणाला वेळ लागण्याची शक्यता होती. नंतर गाडीत बसल्यावर माझं मलाच आश्चर्य वाटलं. असा प्रसंग इतर कुठल्यातरी ठिकाणी झाला असता तर मी अंड्याचा पदार्थ न घेता शांतपणे चालता झाला असतो. मनाचा समतोल ढळू न देणारा मी आज इतकं कसं काय धाडधाड बोलून गेलो? मग लक्षात आलं की, तो महिमा रागीट गोरोंगोरोचाच!

संध्याकाळी हॉटेलवर पोहोचल्यानंतर शॉवर घेतला आणि साडेसहाच्या सुमारास अँजेलाला फोन केला. ती सात वाजता हॉटेलच्या लॉबीत भेटू असं म्हणाली. आमची भेट झाल्यावर तिनं विचारलं,

"उमेश, कशी काय झाली तुझी ट्रिप?"

"फारच छान! अगदी अनोखं ठिकाण आहे ते; पण एक गोष्ट जाणवली : तिथली माणसं नि प्राणी रागीट वाटले. शिवाय तिथं गेल्यावर एरवी शांत स्वभावाचे प्रवासीदेखील रागीट होतात असं वाटतं. धुसफुसणाऱ्या रागीट गोरोंगोरोचा प्रभाव असावा!" असं मी हसतहसत म्हणालो; पण तो विषय पुढे वाढवला नाही. आम्ही दुसऱ्या दिवशीच्या सत्राबद्दल थोडा वेळ बोलत बसलो. नंतर मी तिला म्हणालो,

"अँजेला, गोरोंगोरो पाहून झाला; पण किलीमांजारोचं दर्शन झाल्याशिवाय मला चैन पडणार नाही. इथल्या एका टेकडीकडे सकाळी लवकर गेल्यावर तो दिसू शकतो, असं मला गोरोंगोरोला घेऊन गेलेल्या ड्रायव्हरनं सांगितलं. ते कसं काय करता येईल?"

"तू अजून तीन दिवस इथं आहेस ना? असं करू या, मी मॅथ्यूला सांगून ठेवते. तो सकाळी अगदी लवकर तुला त्या टेकडीकडे घेऊन जाईल. निदान एकदा

तरी तुला किलीमांजारोचं दर्शन होईल.''

''ठीक आहे, उद्या सकाळी साडेपाच वाजता तिकडे जातो आणि पाहतो काय होतंय.'' मी आशा सोडली नव्हती.

दुसऱ्या दिवशी म्हणजे ११ तारखेला भल्या पहाटे उठून साडेपाचला टेकडीकडे जायला मी तयार झालो. बिचारा मॅथ्यू माझ्यासाठी लवकर तयार झाला होता; पण त्यानं मला आधीच सांगून ठेवलं होतं की, त्याला सकाळी लवकर उठायची सवय आहे. टेकडीचा रस्ता कोणत्या दिशेला आहे याची आम्ही दोघांनी आधीच माहिती घेतली होती. आम्ही सूर्योदयापूर्वी त्या टेकडीजवळ पोहोचलो. मी किलीमांजारोच्या दिशेला टक लावून पाहिलं. त्याला सगळ्या बाजूंनी ढगांनी वेढलं होतं. बराच वेळ थांबलो तरी ढग दूर व्हायचं काही चिन्ह दिसेना. शेवटी कंटाळून मी हॉटेलकडे जायला निघालो. माझा हिरमोड झाला होता; पण अजून दोन वेळा प्रयत्न करून पाहायचा मी निर्धार केला होता. त्यानंतर १२ आणि १३ तारखांना पुन्हा प्रयत्न केला; पण तोदेखील निष्फळ ठरला. रुसलेल्या किलीमांजारोनं मला दर्शन द्यायचं नाही असा निर्धार केला होता याची मला खात्री पटली. चौदा तारखेला सकाळी लवकर म्हणजे साडेपाचलाच मला किलीमांजारो विमानतळाकडे जावं लागणार होतं. आता त्या दिवशीही जर तो दिसला नाही, तर त्याचा नाद कायमचा सोडून द्यायचा असं मी ठरवलं. असेल दिसायला सुंदर! म्हणून काय इतका भाव खायचा?

तेरा तारखेला डिनरच्या वेळीच अँजेलाचा निरोप घेतला. ठरल्याप्रमाणं सकाळी साडेपाचला निघालो. मॅथ्यू तयार होताच. दहा-पंधरा मिनिटांत गाडी आरुशाच्या बाहेर पोहोचली. दूरचा परिसर दिसू लागला. माझी दृष्टी किलीमांजारोच्या दिशेला खिळली होती. आजही त्याला ढगांनी घेरलं होतं. एव्हाना मॅथ्यूला माझ्या इच्छेची कल्पना आली होती. किलीमांजारोच्या दिशेला पाहात तो म्हणाला,

''कदमसाहेब, मी काल इथल्या एका परिचिताला किलीमांजारोबद्दल विचारलं. तो म्हणाला की, या सुमारास त्याचं दर्शन दुर्मीळ असतं. तुम्ही जर नोव्हेंबर-डिसेंबरच्या सुमारास इकडे आलात तर तो दिसायची शक्यता असते म्हणे!'' त्याने माहिती पुरवली.

''ते शक्य नाही, मॅथ्यू. इकडे यायचा योग आला तो केवळ अँजेलानं मला या कार्यक्रमात व्याख्यानं देऊन मदत करण्यासाठी आमंत्रण दिल्यामुळे. अजून तीन महिन्यांनी तिची बदली होणार आहे. तिच्या जागी येणार असलेला रोलाँ बिग्लर याची माझी ओळख नाही; त्यामुळे पुढे इकडे येणं होईल असं मला वाटत नाही. शिवाय माझी इथिओपियातील मुदत सहा महिन्यांनी संपल्यावर या भागातून दुसरीकडे बदली झाल्यावर इकडे कोण येणार? किलीमांजारोचं दर्शन होण्याची ही एकच संधी होती; पण तो योग नशिबात नव्हता म्हणायचं!''

मॅथ्यू साडेसहा वाजता मला विमानतळावर सोडून गेला. आदिस अबाबाला जाणारं विमान साडेआठला सुटणार होतं. मी चेक-इनसाठी इथिओपियन एअरलाइन्सच्या काउंटरकडे गेलो; पण अजून चेक-इन सुरू झालं नव्हतं. एक कर्मचारी थंडपणे काही साफसफाई करत होता. मी त्याला विचारलं,

"आदिस अबाबाला जाणाऱ्या फ्लाइटचं चेक-इन केव्हा सुरू होईल?"

"माहिती नाही," असं तो थंडपणे उद्गारला. सारा कारभार थंड! किलीमांजारोच्या माथ्यावरच्या अफाट गारव्यासारखा. शेवटी सव्वासातला चेक-इन सुरू झालं. ते करणारे कर्मचारीदेखील थंड चेहऱ्यानं काम करत होते. माझे इतर सोपस्कार पार पडल्यावर मी पहिल्या मजल्यावरच्या रेस्टॉरंटकडे नाश्त्यासाठी गेलो. ते नुकतंच उघडलं होतं. त्या वेळी साडेसात वाजले होते. एका स्थितप्रज्ञ चेहऱ्याच्या वेट्रेसनं मेन्यूकार्ड दिलं. मी तिथं का आलो आहे असा भाव तिच्या चेहऱ्यावर होता. एक पाश्चात्त्य जोडपं सोडलं तर इतर कोणीही तिथं नव्हतं. मेन्यूमध्ये काही मोजकेच पदार्थ होते. मी त्या मुलीला म्हणालो,

"एक ऑम्लेट, दोन टोस्ट आणि चहा पाहिजे."

त्यावर ती मख्ख चेहऱ्यानं म्हणाली,

"कुक उठलाय का ते पाहते. जरा वेळ लागेल."

मला काही पर्याय नव्हता. विमानतळावर ते एकच रेस्टॉरंट होतं.

"माझं विमान सुटायच्या आधी ते पदार्थ मिळायची शक्यता आहे का?"

माझ्या प्रश्नातील खोच न उमगल्यामुळे ती म्हणाली,

"प्रयत्न करून पाहते."

आता यावर काय बोलायचं असा विचार करत शांत बसलो. त्याबद्दल काही तक्रार केली नाही की त्या मुलीवर चिडलो नाही. तब्बल अर्ध्या तासानं नाश्ता आला. विमान सुटायची वेळ जवळ येत होती, म्हणून भरभर खाऊन घेतलं. बिल आणायला त्या मुलीनं दहा मिनिटे घेतली. शेवटी तिथून निघालो एकदाचा. विमान जाण्यासाठी तयार होतंच. विमानात चढताना पुन्हा एकदा किलीमांजारोकडे एक नजर टाकली; पण अजूनही तो रुसलेलाच होता. आता मी त्याचा नाद सोडून दिला होता. आठ वाजून पंचेचाळीस मिनिटांनी विमानानं हवेत झेप घेतली. मी शांत किलीमांजारोचा त्याला न पाहताच शांतपणे निरोप घेतला अन् वाचण्यासाठी 'शांताराम' उघडलं. विमान ढगांचा स्तर भेदून वर जात होतं. इतक्यात वैमानिकांनं एक उद्घोषणा केली,

"सर्व प्रवाशांचे आदिस अबाबास जाणाऱ्या या फ्लाइट ई.टी. ४०५ मध्ये स्वागत आहे. नुकतीच आपल्या विमानाने उत्तरेच्या दिशेने हवेत झेप घेतली आहे. त्याची ३६००० फूट ही नेहमीची ठरावीक उंची गाठण्यापूर्वी विमानाला

किलीमांजारोभोवती एक फेरी मारावी लागेल. मी हे आपल्याला मुद्दाम सांगतो आहे याचं कारण जे प्रवासी डाव्या बाजूला खिडकीजवळ बसले आहेत, त्यांना त्याचं दर्शन होऊ शकतं. विमान आदिस अबाबाजवळ आल्यानंतर मी पुन्हा आपल्याशी संपर्क साधेन. तोपर्यंत आमचे कर्मचारी आपल्याला शीत पेये, चहा-कॉफी आणि हलका नाश्ता देतील. धन्यवाद!''

हे ऐकल्यावर मी चमकून खिडकीबाहेर पाहिलं. सुदैवानं माझी सीट डाव्या बाजूच्या खिडकीजवळच होती. मी पाहिलं तर ढगांच्या स्तरावर किलीमांजारोचा माथा सकाळच्या कोवळ्या उन्हात चमकत होता! ढग माथ्यापासून खूप खाली होते. डोंगराच्या माथ्यावरचं बर्फाचं शुभ्र-धवल कवच, त्यामध्ये दिसणारे काळे खडक, त्यांचे उंचवटे असं सर्व काही स्पष्ट दिसत होतं! मी पूर्वी त्याचे विमानातून घेतलेले फोटो पाहिले होते आणि त्याच्या शिखराविषयी माहिती वाचली होती. आज ते सारं प्रत्यक्ष पाहताना माझा डोळ्यांवर विश्वास बसत नव्हता. त्याची मावेन्झी, किबो आणि शिरा ही तीन विवरं तर स्पष्ट दिसत होतीच; पण त्यांच्या कडादेखील स्पष्ट दिसत होत्या. हिमनग आणि हिमप्रवाह यांच्यावरून हिरे चमकत असल्याप्रमाणं सूर्यकिरण परावर्तित होत होते. विमान हळूहळू वर जात होतं आणि त्याचबरोबर किलीमांजारोला फेरी घालत होतं; जणू काही वैमानिकानं प्रवाशांना त्याचं दर्शन व्हावं म्हणून मुद्दाम तसं केलं होतं! किलीमांजारोचं अनोखं रूप पाहून काही मिनिटांतच माझ्या डोळ्यांचं पारणं फिटलं अन् माझा त्याच्यावरचा रोष क्षणार्धात नाहीसा झाला! त्याचा माथा सुस्पष्टपणे, अगदी जवळून केवळ पाच-सहा मिनिटेच दिसला असेल; पण माझी कित्येक वर्षांची इच्छा त्यानं पुरी केली होती. आदिस अबाबापर्यंतचा उर्वरित प्रवास त्या आठवणी काढण्यात कधी संपला हे कळलंच नाही. पुढेही हा अनुभव मी सहजासहजी विसरणार नव्हतो.

त्यानंतर जवळजवळ सहा महिन्यांनी खूप अनपेक्षित घडामोडी झाल्या. अँजेलाची नैरोबीतली मुदत त्या वर्षी ऑगस्टमध्ये संपली. तिच्या जागी नेमणूक झालेल्या रोलाँ बिग्लरला काही कौटुंबिक कारणानं नैरोबीला जाणं शक्य झालं नाही. त्या जागेसाठी त्याच्याऐवजी दुसरी व्यक्ती लगेच मिळू शकली नाही. आश्चर्याची गोष्ट म्हणजे आमच्या मुख्यालयानं ऑक्टोबर महिन्यात ते पद मलाच देऊ केलं! माझी आदिस अबाबामधली मुदत संपत आली होतीच. नोव्हेंबरमध्ये मी नैरोबीत रुजू झालो. कामानिमित्त मला आरुशाला वर्षातून तीन-चार वेळा जावं लागत होतं. त्या प्रशिक्षणाव्यतिरिक्त आमच्या संघटनेमार्फत इतर दोन कार्यक्रम आरुशामध्येच आयोजित केले जायचे. किलीमांजारो विमानतळावरून आरुशाला जाता-येता कधीकधी किलीमांजारो दर्शन द्यायचा.

एकदा मी सहकुटुंब नैरोबीपासून २१५ किलोमीटर अंतरावरील आंबोसेली

अभयारण्यात तीन दिवसांसाठी गेलो. ते अभयारण्य किलीमांजारोच्या उत्तरेला, त्याच्या पायथ्याशीच; पण केनियाच्या हद्दीत होतं. तो डिसेंबर महिना होता. त्या वेळी आमच्या फॉरेस्ट लॉजमधून रोज सकाळी थोड्या वेळासाठी त्याचं सुरेख दर्शन व्हायचं. त्या अभयारण्यात हत्तींचे खूप कळप होते. एकदा आम्ही सफारीसाठी तिथं फिरत असताना एका पाणथळ ठिकाणी काही हत्ती पाण्यात खेळत असताना दिसले. आम्ही त्यांना न्याहाळत तिथंच थांबलो. थोड्या वेळानं बरेच हत्ती तिथून दूर गेले; पण तीन हत्ती तिथंच राहिले. त्यांपैकी दोन पाण्यात तर एक जमिनीवर होता. आमचा ड्रायव्हर वांजिरू म्हणाला,

"पाण्यातले दोघे नर आहेत आणि जमिनीवर एक हत्तीण आहे."

मी त्याला म्हणालो,

"आता त्या दोघांत तिच्यावरून भांडण आणि शक्तिप्रदर्शन होणार असं दिसतंय."

त्यावर वांजिरू काही बोलला नाही. मी त्यांच्यावर लक्ष ठेवून होतो. ते दोन नर भांडण्याऐवजी एकमेकांवर पाण्याचे फवारे मारून खेळत होते! मधूनच ते काही खेळकर चीत्कारदेखील काढत होते. थोडा वेळ खेळून झाल्यावर त्यांच्यापैकी एकानं काही हलके चीत्कार काढले आणि तो निघून गेला. त्यानंतर दुसरा नर त्या मादीला घेऊन कुठंतरी गेला. मी विचार केला, इथले हत्तीदेखील शांत स्वभावाचे असावेत! कदाचित जो हत्ती निघून गेला तो दुसऱ्याला म्हणाला असावा, 'तुला तिच्याबरोबर जायचंय का?' दुसऱ्यानं 'हो' म्हटल्यावर पहिला म्हणाला असेल, 'ठीक आहे, तू जा तिला घेऊन; मी पाहतो मला दुसरी एखादी हत्तीण दिसते का. आणि हो, एन्जॉय हर कंपनी अँड हॅव अ नाइस टाइम!'

त्या दिवशी वांजिरू आम्हाला रात्रीच्या सफारीला घेऊन जाणार होता. काही प्राणी फक्त रात्रीच मोठ्या प्रमाणावर बाहेर पडायचे. तसेच गाडीच्या प्रखर दिव्यांच्या प्रकाशात त्यांचे डोळे दिपायचे; त्यामुळे त्यांना अगदी जवळून न्याहाळता यायचं. तो आम्हाला आमचं जेवण झाल्यावर रात्री ९ वाजता घेऊन जातो असं म्हणाला होता. आम्ही त्याच्याबरोबर निघालो. त्यानं सांगितल्याप्रमाणं रात्री बरेच गेंडे, पाणघोडे, तरस, चित्ते आणि सिंहांचे कळप अगदी जवळून पाहता आले. आम्ही एका रस्त्यानं जाताना वांजिरूनं गाडी थांबवली आणि तो ती वळवून घेऊ लागला. तो रस्ता सरळ पुढे जात होता. मी त्याला सहजच विचारलं,

"हा रस्ता पुढे कुठं जातो?" त्यावर तो म्हणाला,

"किलीमांजारोच्या पायथ्याला. इथून फक्त दीड-दोन किलोमीटरवर किलीमांजारो आहे. पायथा जिथं सुरू होतो तिथंपर्यंत केनियाची हद्द आहे. खरं सांगायचं तर किलीमांजारो केनियाच्या हद्दीत आहे की टांझानियाच्या यावरून दोन्ही देशांत जरा

वाद आहे; पण कोणी तो फारसा उचलून धरलेला नाही. दोन्ही देशांचे संबंध तसे मैत्रीपूर्ण आहेत.'' त्याने माहिती पुरवली.

मी त्याला म्हणालो,

''तू आम्हाला पायथ्यापर्यंत घेऊन जाऊ शकशील का? किलीमांजारोवर जाऊ शकत नसलो, तरी किमान त्याच्या पायथ्यापर्यंत तरी जाऊन यावं असं मला वाटतं.''

त्यावर तो म्हणाला,

''आम्ही तिकडे जात नाही. त्या भागात कधीकधी रात्री एक माणूस अंधारातून येऊन गाडीला हात दाखवतो आणि मधूनच नाहीसा होतो असं म्हणतात.''

आफ्रिकी लोकांचा पिशाच्च, जादूटोणा, मंत्र-तंत्र अशा गोष्टींवर खूप विश्वास. मी स्वतः कधीही अंधश्रद्धांवर विश्वास ठेवत नाही. वांजिरू गाडी वळवून दुसरीकडे घेऊ लागला. मी त्याला सहज विचारलं,

''तू स्वतः कधी पाहिलं आहेस त्या माणसाला?''

''नाही; पण बऱ्याच सफारी ड्रायव्हरनी पाहिलंय.''

''तो दिसतो कसा म्हणे?'' मी गमतीनं त्याला विचारलं.

''गोरा परदेशी म्हातारा आहे म्हणे! उंचेला, जरा जाड आणि मिश्किल चेहऱ्याचा. पांढरे, विरळ केस तसेच पांढऱ्या, दाट मिशा आणि तसलीच दाढी आहे त्याला.''

इतक्यात, आम्हाला हरणांचा एक कळप दिसला. गाडीच्या दिव्यांच्या प्रकाशात पंचवीस-तीस हरणांचे, प्रज्वलित झालेल्या हिरव्या दिव्यांसारखे दिसणारे डोळे पाहून जंगलात रोषणाई केली आहे असं वाटलं. आम्हाला हरणांच्या कळपाजवळच काही सिंह दिसले. मला आश्चर्य वाटलं. एरवी सिंह दिसल्यावर हरणं त्यांच्यापासून शक्य होईल तितकं दूर जातात. नंतर आम्ही जवळजवळ अर्धा तास फिरून रात्री अकराच्या सुमारास फॉरेस्ट लॉजकडे जायला निघालो. जाताजाता माझ्या मनात विचार आला की, इथले प्राणीदेखील फारसे हिंस्र नसावेत; पण सिंहांना तर रोज शिकार करावी लागते. ते काय गवत खाणार आहेत थोडंच? पण कदाचित असं होत असेल की, एखादं हरण स्वखुशीनं सिंहाकडे जात असेल आणि त्याला म्हणत असेल, 'हे वनराजा, तू या जंगलाचा अधिपती, तुझं अस्तित्व टिकून राहण्यासाठी मी आज बलिदान करायचं ठरवलं आहे. कृपा करून तू माझं भक्षण कर!' आणि आपली पिळदार नि तुकतुकीत मान त्याच्या तोंडाजवळ नेऊन डोळे बंद करत असेल!

दुसऱ्या दिवशी सकाळी आम्ही नैरोबीला परत जाणार होतो. त्या रात्री बेडवर पडल्यावर मला लगेच झोप येईना. एक विचार वारंवार माझ्या मनात येत होता अन्

मी तो झटकून टाकायचा प्रयत्न करत होतो. ड्रायव्हर वांजिरूनं किलीमांजारोच्या पायथ्याला रात्री दिसणाऱ्या व्यक्तीचं जे वर्णन केलं होतं, ते अर्नेस्ट हेमिंग्वेशी अगदी मिळतंजुळतं होतं!

◆

डच पाहुणचार

पोलिसांच्या गाडीनं ॲमस्टरडॅम सोडलं होतं आणि आता ती एका हायवेनं उत्तरेकडे चालली होती. मिंग हुआला नेमकं काय चाललंय हे समजत नव्हतं. त्याला पोलीस स्टेशनवर जे काही सांगण्यात आलं, त्यातला एक शब्दही कळला नव्हता. कसा कळणार? त्याला 'मँडरिन' ही एक चिनी भाषा सोडली तर दुसरी कोणतीही भाषा अवगत नव्हती. इंग्रजी तर नाहीच नाही मग डच भाषेचा तर प्रश्नच उद्‌भवत नव्हता. मात्र, त्याला सकाळी शुनयान काय म्हणाला होता याची आठवण झाली...

"शक्यतो बाहेर पडू नकोस. अगदीच कंटाळा आला तर संध्याकाळी समोरच्या रस्त्यावर एक चक्कर टाकून ये. जेवायला समोरच्या काम यिन रेस्टॉरंटमध्येच जा. उद्या सकाळी सव्वाआठला तुला स्किफोल विमानतळावर घेऊन जायला टॅक्सी येईल. मी हॉटेलच्या मॅनेजरला सांगून तुझी टॅक्सी बुक केली आहे. तरीही आज संध्याकाळी रिसेप्शनला जे कोणी असेल त्याला किंवा तिला हा कागद दाखव. याच्यावर तुझ्यासाठी उद्या सकाळी सव्वाआठला टॅक्सी लागणार आहे हे लिहिलंय. विमानतळावर पोहोचल्यावर टॅक्सी ड्रायव्हरला ४५ युरो द्यायचे. तिथं गेल्यावर चेक-इनसाठी चायना सदर्न एअरलाइन्सचं काउंटरदेखील तुला दाखवलेलं आहे. एकदा तिथं गेलास की, कोणीतरी मँडरिन बोलणारं भेटेलच. फ्लाइट सकाळी बारा वाजून पस्तीस मिनिटांनी सुटणार आहे. मी आपल्या हॉटेलचं बिल भागवलेलं आहे. प्रश्न फक्त आजच्या एका रात्रीचाच आहे; पण सांभाळून राहा. तुला काही अडचण येणार नाही..."

मिंग हुआ आणि शुनयान हे दोघे शांघायमधले जिवलग मित्र. ते दोघे एकाच अभियांत्रिकी कॉलेजमध्ये शिकलेले. आता त्यांनी चाळिशी गाठलेली. मिंग हुआची प्लॅस्टिकच्या वस्तूंची छोटी फॅक्टरी होती,

तर शुनयान छपाईयंत्रे बनविण्याच्या व्यवसायात होता. त्याचा एक भला मोठा कारखाना होता. तो बऱ्याचदा कामानिमित्त किंवा पर्यटनासाठी परदेशी जाऊन आलेला होता. त्याउलट मिंग हुआ आजवर चीनच्याबाहेर पडला नव्हता; पण त्याची युरोप पाहायची कित्येक वर्षांची महत्त्वाकांक्षा होती. तो अगदी श्रीमंत नसला तरी त्याची आर्थिक परिस्थिती बऱ्यापैकी होती. मार्च २०१६ मध्ये शुनयान बोलताबोलता त्याला म्हणाला की, तो जून महिन्यात एका आठवड्यासाठी जर्मनीमधल्या हॅनोव्हर इथं भरणाऱ्या 'जागतिक छपाई यंत्रसामग्री प्रदर्शना'मध्ये भाग घेण्यासाठी जाणार आहे. हे ऐकल्यावर मिंग हुआनं त्याला आपल्याला युरोपला घेऊन जायची पुन्हा एकदा विनवणी केली.

"आपण दोघं दोन आठवडे युरोपमध्ये फिरू, मग तू जर्मनीला जा आणि मी शांघायला परत येईन. मला तुझ्या प्रदर्शनात रस नाही. तू सोबत असलास की, युरोपमध्ये माझा सारा प्रवास सुरळीत होईल. मला भाषेचा प्रश्न आहे हे तुला ठाऊक आहेच." मिंगनं शुनयानला गळ घातली.

मिंग हुआ गेली कित्येक वर्षं शुनयानच्या मागं लागला होता की, त्या दोघांनी मिळून युरोपला जावं. त्यानं त्यासाठी पैशांची व्यवस्था करून ठेवली होती. शुनयानला आतापर्यंत 'या' ना 'त्या' कारणामुळे मिंग हुआला युरोपला घेऊन जाणं जमलं नव्हतं. तसा तो वर्षातून एकदा कामानिमित्त युरोपला जायचा; पण प्रत्येक वेळी त्याची ती धावती भेट असायची. या खेपेला त्यानं मिंग हुआच्या विनंतीचा गंभीरपणे विचार केला आणि शेवटी तो कबूल झाला. त्याचा होकार ऐकताच मिंग हुआ हुरळून गेला. त्यानं प्रवासाची जय्यत तयारी सुरू केली. त्याचा पासपोर्ट तयार होताच. त्याला युरोपमधल्या बऱ्याच देशांचा एकच असा 'शेंगेन' व्हिसा मिळायला फारशी अडचण आली नाही. त्या दोघांनी आपला प्रवास इटलीमध्ये सुरू करून स्वित्झर्लंड, फ्रान्स, बेल्जियम इथं थोडेथोडे दिवस राहत हॉलंडला पोहोचायचं आणि तिथून मिंग हुआनं शांघायला परत यायचं तर शुनयाननं जर्मनीला जायचं, असं ठरलं. शुनयाननं इंटरनेटवर विमानाची तिकिटं आरक्षित केली; पण ती करताना एक अडचण त्याच्या लक्षात आली. ती म्हणजे त्याला ॲमस्टरडॅमहून हॅनोव्हरला २२ जूनला जावं लागणार होतं, तर आठवड्यातून फक्त तीन वेळा चायना सदर्न एअरलाइन्सची ॲमस्टरडॅमच्या स्किफोल विमानतळावरून थेट शांघायला जाणारी फ्लाइट २३ जूनला होती.

"तू बिलकूल चिंता करू नकोस. मी एक दिवस एकटा राहीन आणि तू सांगशील त्याप्रमाणं विमानतळावर जाईन. एका रात्रीचाच तर प्रश्न आहे." मिंग हुआ शुनयानला म्हणाला होता. केवळ त्या कारणास्तव त्यांचा प्रवास बारगळला जाऊ नये असं त्याला वाटत होतं. शुनयान त्याला कबूल झाला आणि त्यानं त्यांची

तिकिटं काढली.

''मी आपल्या प्रवासाचं अगदी स्वस्तात नियोजन केलं आहे. तिकिटं ज्या सवलतीच्या योजनेत काढलीत तिच्या अटींनुसार प्रवासाच्या तारखा बदलता येणार नाहीत; पण आपल्या तारखा आता नक्की झाल्यात; त्यामुळे तसा प्रश्न उद्भवणार नाही. तसेच महागडी हॉटेल्स निवडली नाहीत. तुझं विमानाचं तिकीट, हॉटेल, खाण्या-पिण्याचा आणि फिरण्याचा सगळा खर्च जवळजवळ तीन हजार युरो म्हणजे तेवीस हजार युआन इतका होईल.''

''हा खर्च तर माझ्या अपेक्षेपेक्षा खूपच कमी आहे. हे केवळ तुझ्या परदेश-प्रवासाच्या अनुभवामुळे शक्य होतंय!'' खूश झालेला मिंग हुआ म्हणाला.

ठरल्याप्रमाणं ते दोघं ७ जूनला शांघायहून रोमला पोहोचले. तिथून पुढचा सगळा प्रवास त्यांनी रेल्वे आणि बसनं केला. परदेशात प्रथमच जात असलेला मिंग हुआ युरोपमधल्या वेगळ्या वातावरणानं भारावून गेला होता. इटलीतली ऐतिहासिक स्थळं, स्वित्झर्लंडचा मोहक निसर्ग आणि फ्रान्समधील स्वच्छंदी आणि रंगेल वातावरण पाहून तो अचंबित झाला होता. हॉलंडला गेल्यावर ते ॲमस्टरडॅमच्या 'सेंत्राल' स्टेशनजवळच्या वार्मोएस्त्रात मार्गावरच्या 'डी कुपरमुलेन हॉटेल'मध्ये उतरले. शुनयाननं इंटरनेटवरून त्यांच्या हॉटेल्सची आरक्षणं करून ठेवली होती. हॉलंडमध्ये गेल्यावर त्यांनी ॲमस्टरडॅममधली जगप्रसिद्ध संग्रहालयं पाहिली, कालव्यांच्या जाळ्यातून नौकाविहार केला आणि जवळच्या 'झान्से शाक्स' इथं जतन करून ठेवलेल्या जुन्या पवनचक्क्या आणि जुनी घरं पाहिली. असं करताकरता २२ जून हा दिवस उजाडला. त्या दिवशी शुनयान ठरल्याप्रमाणं नाश्ता झाल्यावर दहा वाजता सेंत्राल स्टेशनकडे गेला.

तिथून रेल्वेनं हॅनोव्हरला जाण्यासाठी त्याला दहा चव्वेचाळीसची रेल्वे होती; पण जाण्यापूर्वी त्यानं मिंग हुआला एकटं असताना कोणती खबरदारी घ्यायची त्या सर्व सूचना देऊन ठेवल्या. त्यांच्या हॉटेलसमोर 'काम यिन' हे चिनी आणि सुरिनामी जेवण मिळणारं रेस्टॉरंट होतं. ॲमस्टरडॅमला गेल्यानंतर बहुतेक वेळा ते दोघे तिथंच जेवले होते. शुनयाननं मिंग हुआला फक्त तिथंच जेवायचा सल्ला दिला. तिथल्या सचित्र मेन्यूकार्डातून पदार्थ निवडणं सोपं होतं आणि मिंग हुआला एक वेळच्या जेवणासाठी किती पैसे लागतात याचा अंदाजही येत होता.

शुनयान निघून गेल्यावर मिंग हुआला एकटंएकटं वाटू लागलं; पण त्यानं आपलं मन खंबीर केलं होतं. भाषा येत नसली म्हणून काय झालं? आपल्याला एकटं हिंडा-फिरायला कोणी अडवू शकणार नाही हे त्याला ठाऊक होतं. त्या दिवशी दुपारी त्यानं 'काम यिन'मध्ये 'डक-नूडल्स' खाल्ल्या. नंतर खोलीवर जाऊन थोडी झोप काढायचं ठरवलं. दुपारी दीड वाजता तो झोपला. त्याला गाढ

झोप लागली आणि एकदम साडेचारला जाग आली. उठल्यावर सुरुवातीला काही क्षण त्याला आपण कुठं आहोत हे कळलंच नाही. आपण रात्रभर झोपलो नसून, अजून २२ तारीखच आहे याची खात्री झाल्यावर त्याचा जीव भांड्यात पडला. त्यानं तोंड धुऊन कपडे बदलले. आता रात्रीपर्यंत काय करायचं हा प्रश्न त्याच्यापुढे 'आ'वासून उभा राहिला. थोडा वेळ विचार करून झाल्यावर त्यानं ठरवलं की, जवळपास पायी फिरून यावं. तसा रस्ता चुकायची त्याला भीती नव्हती; कारण गेल्या चार दिवसांत त्याला हॉटेलच्या आसपासचा परिसर ओळखीचा झाला होता. तो पाच वाजता बाहेर पडला.

ॲमस्टरडॅमच्या मध्यवर्ती भागात लहान-मोठ्या कालव्यांचं जाळं होतं. ते आकाशातून पाहिलं तर चक्क कोळ्यानं विणलेल्या जाळ्यासारखं दिसायचं. कालवे सोडले तर त्या भागात बऱ्याच लहानलहान गल्ल्या अन् बोळ होते. डी कुपरमुलेन हॉटेलजवळच्या 'डॅमराक' भागाच्या आसपासदेखील अशा कालव्यांचं नि गल्ल्यांचं जाळं विखुरलेलं. त्या गल्ल्यांमध्ये छोटीछोटी रेस्टॉरंटस, शीतपेये-चॉकलेटस-सिगारेटस यांची आणि स्मृतिचिन्हांची दुकानं, मनीचेन्जर्स, लहान 'बजेट' हॉटेल्स, बार्स यांची अगदी रेलचेल होती. त्या भागात हॉलंडला आलेले प्रवासीदेखील मोठ्या प्रमाणावर दिसत होते. मिंग हुआ त्या भागातून फिरायला लागला. हवेत सुखद गारवा होता.

फिरताफिरता मिंग हुआ 'डॅमराक'च्या उजव्या बाजूच्या 'द उद कर्क' चर्चजवळ आला. त्याला हे ठाऊक नव्हतं की, तिथून ॲमस्टरडॅमच्या प्रसिद्ध 'रेड लाइट' भागाची सुरुवात होते. तो जसजसं पुढे जाऊ लागला तसतसं त्याला त्या भागातल्या गल्ल्या-बोळांमधल्या घरांच्या काचेच्या मोठ्या खिडक्यांमधून आतमध्ये अतिशय तोकडे कपडे घातलेल्या, आकर्षक मेक-अप केलेल्या तरुणी उन्मादक हावभाव करून 'गिऱ्हाइकां'ना आकर्षित करत असलेल्या दिसल्या. ते पाहून मिंग हुआला आश्चर्य वाटलं. शुनयाननं त्याला या बाबतीत काहीही सांगितलं नव्हतं किंवा त्याला तो परिसर दाखवायला नेलं नव्हतं. हॉलंडमध्ये वेश्या-व्यवसायावर बंदी नाही हे मिंग हुआला ठाऊक नव्हतं. अर्थात ठाऊक असतं तरी त्याला 'तसलं' धाडस करायचं नव्हतंच; पण एक उत्सुकता म्हणून तो त्या भागात फिरू लागला. तिथं कामजीवनाशी संबंधित वस्तूंची काही दुकानंदेखील होती. तो परिसर पाहण्यात मिंग हुआ गुंग झाला असताना पस्तिशीचा एक लुकडा गृहस्थ त्याच्या जवळ आला. त्याच्या अंगावर एक जुनाट करडा कोट होता, तोंडात सिगारेट होती; डोक्यावर अस्ताव्यस्त झालेले कोरडे लांब केस होते आणि चेहऱ्यावर चार दिवसांच्या दाढीचे भुरे खुंट होते. तो मिंग हुआला इंग्रजीत काहीतरी म्हणाला आणि त्यानं आपल्या जवळचं एक रंगीबेरंगी माहितीपत्रक त्याला दाखवलं. अर्थात तो

काय म्हणाला आणि त्या माहितीपत्रकामध्ये काय लिहिलंय हे मिंग हुआला कळणं शक्यच नव्हतं; पण त्याला त्या पत्रकात नग्न तरुण-तरुणींचे कामक्रीडा करत असलेले लहानलहान फोटो दिसले. त्या माणसाला मिंग हुआच्या हावभावांवरून समजलं की, त्याला इंग्रजी येत नाही. मिंग हुआ तिथून पुढे जाणार इतक्यात त्या माणसानं आपल्या कोटाच्या खिशातून त्या पत्रकाची मँडरिन भाषेतली आवृत्ती काढली आणि ती मिंग हुआला वाचायला दिली. मिंग हुआला ते पत्रक पाहून आश्चर्य वाटलं. त्यानं उत्सुकतेपोटी ते वाचायला घेतलं. ते त्या भागात चालणाऱ्या एका 'शो'बद्दल होतं. त्यातली माहिती वाचून मिंग हुआ आश्चर्यचकित झाला. त्यामध्ये म्हटलेले प्रकार प्रत्यक्ष स्टेजवर चालतात यावर त्याचा विश्वास बसेना. एक तासाच्या त्या 'शो'चं तिकीट होतं दहा युरो. त्याला तो 'शो' पाहायचा मोह झाला. आधी त्याला वाटलं की, त्या फंदात पडायला नको; पण नंतर त्याला वाटलं की, दहा युरोचा तर प्रश्न आहे. जरा इथली गंमत अनुभवता येईल. तसले 'शो' चीनमध्ये होत नव्हते. शिवाय आपण काय सारखंसारखं युरोपला येणार आहोत थोडंच? सोबत शुनयानदेखील नाही. नाहीतर त्याला असल्या फंदात पडायला संकोच वाटला असता.

तो लुकडा माणूस उत्तेजित होऊन मिंग हुआला त्या 'शो'बद्दल अधिक माहिती सांगू लागला; पण त्याला त्यातलं एक अक्षर समजत नव्हतं. तो त्याला आपल्या मागोमाग यायला खुणावत होता. शेवटी 'हो नाही', 'हो नाही' करताकरता मिंग हुआ त्या माणसाच्या मागून चालू लागला. तो मिंग हुआला एका निर्मनुष्य बोळात घेऊन गेला. ते दोघे बोळात गेल्यावर अचानक एक माणूस त्यांच्या समोरून नि एक त्यांच्या मागून आला. मिंग हुआला काय होतंय हे कळायच्या आत त्यांनी त्याला थांबवलं आणि चाकू दाखवला. ते पाहताच मिंग हुआ घाबरून गेला. त्या तिघांनी पटपट त्याचे खिसे चाचपले. मिंग हुआनं आपल्या कोटाच्या आतल्या खिशात प्लॅस्टिकचं एक मोठं पाकीट ठेवलं होतं. त्यात त्याचा पासपोर्ट आणि थोडे पैसे होते. हॉटेलवर आपल्या माघारी कोणीतरी चोरी करेल या भीतीनं त्यानं पासपोर्ट, विमानाचं तिकीट आणि शिल्लक राहिलेले जवळजवळ शंभर युरो त्या पाकिटात ठेवले होते. ते काढून घेतल्यावर त्या तिघांनी तिथून पोबारा केला; पण जाताजाता त्यांच्यापैकी एकानं मिंग हुआच्या पोटावर एक जोरदार ठोसा दिला. मिंग हुआ कळवळून खाली बसला. त्यानं त्या तिघांचा पाठलाग करायचा प्रयत्न केला; पण त्याला ते शक्य झालं नाही. झाल्या प्रकाराच्या धक्क्यातून सावरल्यावर आपण त्या 'शो'च्या मोहापायी किती मोठ्या अडचणीत सापडलो आहोत याची त्याला जाणीव झाली. तो जवळपास कुठं पोलीस स्टेशन दिसतं का हे पाहू लागला. तो कुणाजवळ त्याची चौकशीदेखील करू शकत नव्हता. बराच वेळ त्या भागात

फिरल्यावर त्याला एका इमारतीतून काही गणवेशधारी पोलीस बाहेर पडताना दिसले. मिंग हुआ त्या इमारतीत गेला. आता तक्रार कशी करायची ही समस्या 'आ' वासून त्याच्या समोर उभी राहिली. त्यानं तिथल्या एका माणसाला आपण लुबाडलो गेलो आहोत हे सांगण्याचा प्रयत्न केला. त्या माणसाला नेमकं काय झालंय हे कळणं अशक्य होतं. काही वेळानं त्या माणसानं मिंग हुआला एक फॉर्म दिला आणि हावभावांनी त्यावर सही करायला सांगितली. फॉर्म कुठल्या भाषेत होता हे मिंग हुआला समजलं नाही. तो फॉर्म परत घेऊन त्या माणसानं एक फोन केला. फोन झाल्यावर पाच मिनिटांनी दोन पोलीस तिथं आले. त्यांनी मिंग हुआला बरेच प्रश्न विचारले; पण त्याला त्यातलं काहीच कळलं नाही. तो फक्त 'मँडरिन' भाषेमध्येच 'तो लुबाडला गेला आहे' असं सांगायचा प्रयत्न करत होता. त्या पोलिसांनी त्याची झडती घेतली. त्याच्या खिशात त्यांना काहीही मिळालं नाही. शेवटी पोलिसांनी त्याला आपल्याबरोबर यायचा इशारा केला. बाहेर एक व्हॅन उभी होती. त्यांनी त्याला मागं बसायचा इशारा केला. त्यांच्यापैकी एकजण मिंग हुआच्या शेजारी बसला आणि दुसरा व्हॅन चालवू लागला. ते दोघे त्याला कुठं घेऊन जात आहेत हे त्याला समजेना; पण एक गोष्ट त्याच्या लक्षात आली की, गाडी शहराबाहेर निघाली आहे. जवळजवळ वीस-पंचवीस मिनिटांनी गाडी वेस्टबिमस्टर या लहान गावाजवळ आली आणि एका भल्या मोठ्या फाटकासमोर थांबली. तिथल्या सुरक्षा कर्मचाऱ्यांनी गाडी पाहताच फाटक उघडलं. आतमध्ये बऱ्याच दुमजली इमारती होत्या. एका इमारतीसमोर गाडी थांबल्यावर ते पोलीस मिंग हुआला आत घेऊन गेले.

''याची नोंद करून घ्या. त्यानं भरलेल्या फॉर्मची ही प्रत. त्याच्यावर त्यानं फक्त सही केलीय. त्याला आम्ही बरेच प्रश्न विचारले; पण तो एकाचंदेखील उत्तर देऊ शकला नाही. त्याला डच किंवा इंग्रजी कळत नाही. जर्मन, फ्रेंच, स्पॅनिश आणि इटालियनमध्ये बोलायचा प्रयत्न केला तरी त्याला काही कळत नाही.'' एक पोलीस तिथल्या अधिकाऱ्याला म्हणाला.

''काय नाव आहे याचं? त्याचा पासपोर्ट किंवा ओळखपत्र आहे?'' त्या अधिकाऱ्यानं विचारलं.

''नाव माहीत नाही. त्याच्याजवळ पासपोर्ट किंवा ओळखपत्र नाही. आम्ही त्याची झडती घेतली; पण खिशामध्ये काहीच मिळालं नाही. एक पैसादेखील नाही. तसा कपड्यांवरून कफल्लक वाटत नाही; पण कुणाचं काही सांगता येत नाही. आपल्याला या देशामध्ये आश्रय मिळावा म्हणून त्यानंच आपली कागदपत्रं नष्ट केली असतील.''

''ठीक आहे, मी त्याची नोंद करून घेतो. नावाच्या रकान्यात फक्त 'चिनी'

असं लिहितो. पाहू पुढे काय करायचं ते,'' असं तो अधिकारी म्हणाल्यावर ते पोलीस निघून गेले.

मिंग हुआला नेमकं काय चाललंय हे कळेना. काहीही विचारायची सोय नव्हती. त्या अधिकाऱ्यानं मिंग हुआला एक कार्ड दिलं. त्यावर एक नंबर होता. त्याला एक छोटीशी साखळी होती. ज्या वेळी मिंग हुआ ते कार्ड खिशात ठेवू लागला, तेव्हा त्या अधिकाऱ्यानं ते कार्ड त्याच्याकडून घेऊन त्याच्या गळ्यात अडकवलं. नंतर त्यानं एका कर्मचाऱ्याला बोलावलं आणि त्याला काही सूचना दिल्या. तो कर्मचारी त्याला अंघोळीसाठी बाथरूम्स होत्या, तिकडे घेऊन गेला. त्याचे कपडे काढायला लावले तसेच त्याला वेगळे कपडे, टॉवेल, साबण अशा वस्तू दिल्या आणि अंघोळ करायला सांगितली. त्याची अंघोळ झाल्यावर तो त्याला एका खोलीत घेऊन गेला. तिथं एक डॉक्टर बसले होते. त्यांनी मिंग हुआची बारकाईनं शारीरिक तपासणी केली. त्यासाठी त्यांना अर्धा तास लागला. ते झाल्यावर तो कर्मचारी त्याला शेजारच्या इमारतीतल्या मोठ्या खोलीत घेऊन गेला. तिथं बरेच लोक होते. प्रत्येकाच्या गळ्यात मिंग हुआला दिलं तसलं कार्ड होतं. त्या खोलीत एकावर एक असे तीन 'बंक बेड' होते. त्या कर्मचाऱ्यानं मिंग हुआला त्याचं बेड दाखवलं आणि तो निघून गेला. मिंग हुआनं खोलीत नजर टाकली. कोणी चिनी दिसतो का हे पाहिलं; पण त्यामध्ये एकही चिनी नव्हता.

आपण लुबाडले गेलो आहोत अशी पोलिसांकडे तक्रार करायला गेलो आणि त्यांनी आपल्यालाच डांबून ठेवलं याचं मिंग हुआला राहूनराहून आश्चर्य वाटत होतं. ते ठिकाण तुरुंगासारखं वाटत नव्हतं; पण हॉलंडचे तुरुंग असेच असावेत असा त्यानं अंदाज केला. त्या खोलीतल्या लोकांचे कपडे कैद्यांच्या गणवेशासारखे दिसत नव्हते. 'युरोपमध्ये कैद्यांना गणवेश दिले जात नसावेत' असा त्यानं विचार केला. त्या खोलीतल्या बऱ्याचजणांनी मिंग हुआशी बोलायचा प्रयत्न केला; पण ते ज्या भाषेत बोलत होते, त्यातलं मिंग हुआला काहीही कळत नव्हतं. शेवटी इतरांनी त्याच्याशी संवाद साधायचा प्रयत्न थांबवला. रात्री आठच्या सुमारास सगळे लोक आपापल्या जागेवरून उठून शिस्तबद्ध रीतीनं कुठंतरी निघाले. मिंग हुआही त्यांच्या मागोमाग निघाला. त्यांच्या खोलीच्या मागच्या बाजूला, जवळजवळ दोनशे मीटर्सवर एक मोठा हॉल होता. त्याच्यासमोर रांगा लागल्या होत्या. मिंग हुआ एका रांगेत उभा राहिला. रांग हळूहळू पुढे सरकत होती. जसजशी ती पुढे जाईल तसतसा मिंग हुआला जेवणाचा वास यायला लागला. आता तुरुंगातलं जेवण काय असणार या विचारानं त्याच्या अंगावर शहारे आले; पण जेव्हा त्याला एका कर्मचाऱ्यानं प्लेटमध्ये खमंग वासाचं चिकन, परतलेल्या मिश्र भाज्या आणि ब्रेड असे पदार्थ दिले, त्या वेळी त्याला आश्चर्य वाटलं. हॉलमध्ये एका बाजूला टेबल्स

आणि बाक होते. सगळेजण आपल्या प्लेटस आणि पाण्याचे ग्लास घेऊन तिथं बसून खात होते. मिंग हुआनंही तसंच केलं. जेवल्यावर सगळेजण परत आपापल्या खोलीकडे निघाले.

दुसऱ्या दिवशी सकाळपासून त्याचा दिनक्रम सुरू झाला. सकाळी नाश्ता, दुपारचं जेवण, चहा-कॉफी, रात्रीचं जेवण सारं काही व्यवस्थित असायचं. तिथं ठेवलेल्यांमध्ये काही गोरे तर काही सावळे आणि आफ्रिकी काळे लोक होते. विशीपासून साठी-सत्तरीपर्यंत साऱ्या वयाचे लोक तिथं होते; पण त्यांच्यात एकही महिला नव्हती. संध्याकाळी काही लोक त्या आवारात हिंडू-फिरू शकत होते. फक्त फाटकाबाहेर जायला परवानगी नव्हती. फाटकाजवळ आणि कुंपणाच्या साऱ्या बाजूला बंदूकधारी पोलीस दिसत होते; पण त्याला एका गोष्टीचं खूप आश्चर्य वाटत होतं. तिथं डांबून ठेवलेले सारेजण खुशीत दिसत होते. ते एकत्र येऊन गप्पा मारायचे, सिगारेट ओढायचे, पत्ते खेळायचे किंवा छानपैकी आराम करायचे. त्यांना बंदिवासात टाकल्याची खंत त्यांच्या चेहऱ्यावर मुळीच दिसत नव्हती.

त्या दिवशी त्याची १२.३५ ची फ्लाइट चुकणार हे उघड होतं; पण आता त्याच्या डोळ्यांसमोर एक भली मोठी समस्या उभी राहिली होती - आता इथून आपली सुटका कशी नि कधी होणार आणि आपण शांघायला परत कसं नि केव्हा जाणार? असेच तीन-चार दिवस गेले. दर एक-दोन दिवसांतून एक व्हॅन तिथं यायची. त्यातून आलेले पोलीस प्रत्येक खोलीकडे जाऊन काही लोकांची नावं पुकारायचे; त्यांना एकत्र जमवायचे आणि व्हॅनमधून कुठंतरी घेऊन जायचे. कदाचित त्यांची सुटका होत असावी, असं मिंग हुआला वाटलं; पण त्याला एक शंका आली, त्या लोकांना जबरदस्तीनं मजुरी करण्यासाठी तर नेलं जात नसावं? कारण त्याला ठाऊक होतं की, चीनमध्ये कैद्यांना मजुरांसारखं राबवलं जायचं. इतकंच काय, तर चिनी सरकारनं परदेशात विशेषतः आफ्रिकेत जे रस्ते किंवा पूल बांधकाम प्रकल्प हाती घेतले आहेत, त्यांना तिकडे जबरदस्तीनं कामासाठी पाठवलं जायचं. तिकडे वर्ष-दोन वर्षं काम केल्यावर त्यांना चीनला परत आणलं जायचं आणि पुन्हा तुरुंगात डांबलं जायचं. इकडेदेखील असंच करत असतील की काय अशी मिंग हुआला शंका आली; पण ती व्हॅन आली की, त्यातून घेऊन जायला ज्यांना वेगळं काढलं आहे, त्यांच्या चेहऱ्यावर आनंद ओसंडून वाहात असायचा. सारं काही अजब आणि मिंग हुआच्या आकलनापलीकडचं होतं. कुणीही त्याच्या शंकांचं निरसन करू शकत नव्हतं.

अधूनमधून पोलीस त्याच्याकडे येऊन काहीतरी विचारत असत; पण त्याला ते काय विचारताहेत हे कधीच कळलं नाही. असेच सहा-सात दिवस गेल्यावर मिंग

हुआ अधिकच चिंताग्रस्त झाला. आपली इथून सुटका होण्याची काही चिन्हं दिसत नाहीत या विचारानं तो अस्वस्थ झाला. चीनमध्ये कधीकधी तीस-तीस, चाळीस-चाळीस वर्षं तुरुंगवास होऊ शकतो याची त्याला आठवण झाली. बरेच कैदी तुरुंगात मृत्यू पावतात हेदेखील त्याला ठाऊक होतं. हा विचार मनात आल्यावर त्याला आपली बारा वर्षांची मुलगी, सात वर्षांचा मुलगा आणि बायकोची खूप प्रकर्षानं आठवण आली. विषण्ण मनःस्थितीत तो कधीकधी तास न् तास अश्रू ढाळू लागला. पोलीस त्याच्याकडे सहानुभूतीनं पाहायचे; पण ते काही करू शकत नव्हते किंवा त्याची समजूतदेखील काढू शकत नव्हते.

तो मिंग हुआचा बंदिवासातला चौदावा दिवस होता. त्या दिवशी तारीख होती ५ जुलै. सकाळी दहाच्या सुमारास तो एकटाच त्याच्या खोलीसमोरच्या एका झाडाखाली विचार करत बसला होता. इतक्यात मुख्य फाटक उघडलं गेलं आणि दोन पोलीस नि एक तरुणी आत येताना दिसले. तो प्रथमच त्या आवारात एखाद्या महिलेला पाहत होता. त्याला आश्चर्य वाटलं की, या पुरुषांच्या तुरुंगात एखाद्या तरुणीला का आणलं असावं? तिनं काही गंभीर गुन्हा केला आहे की काय? तो त्या तिघांकडे निरखून पाहू लागला आणि त्याच्या लक्षात आलं की, ते तिघे त्याच्याकडेच येत आहेत. ते थोडे जवळ आल्यावर त्याच्या लक्षात आलं की, ती तरुणी चिनी आहे! तो आश्चर्यानं उठून उभा राहून त्यांच्याकडे पाहू लागला. एक पोलीस त्याच्याकडे हात दाखवून त्या तरुणीला काहीतरी म्हणाला. तिशीच्या त्या तरुणीनं जीन्स आणि टी-शर्ट घातला होता. तिच्या रेशमी सुळसुळीत केसांचा बॉबकट तिला शोभून दिसत होता. ती त्याच्याकडे पाहून स्मितहास्य करत होती आणि जवळ आल्यावर त्याला म्हणाली,

''नी हाव!'' त्यावर मिंग हुआ अडखळत 'नी हाव' म्हणाला. त्याला जवळजवळ हर्षवायूच झाला. ती तरुणी त्याला उद्देशून 'मँडरिन'मध्ये म्हणाली,

''मी फु मीन. या पोलिसांनी तुझ्याशी संवाद साधायला मला इकडे आणलंय. इथं काम करणारं कोणीही किंवा पोलीस तुझ्याशी कुठल्याही भाषेत बोलू शकत नाहीत म्हणून गोंधळून गेले होते. या दोन पोलिसांना तुझी खूप दया आली. तू वारंवार निराश होऊन, रडत बसतोस हे पाहून त्यांना खूप वाईट वाटलं. माझं इथं जवळच्या वेस्टबीमस्टर या गावात चिनी रेस्टॉरंट आहे. यांच्यापैकी एकाला मला विनंती करून तुझ्याशी संवाद साधायला आणावं असं सुचलं. काल संध्याकाळी हे दोघे माझ्याकडे आले. संध्याकाळी माझ्या रेस्टॉरंटमध्ये खूप गर्दी असते म्हणून मी त्यांना आज सकाळी इकडे येऊ शकते असं सांगितलं. आता आपण इथल्या ऑफिसमध्ये जाऊ. तिथं आपण दोघांनी बोलावं आणि तुझ्याबद्दल मी त्यांना ते डचमध्ये भाषांतर करून सांगावं, अशी त्यांनी मला विनंती केली.''

“तू इकडे आलीस हे फार छान झालं. मला तर इकडे काय चाललंय आणि मला इकडे का आणलंय हेच कळत नव्हतं.” मिंगने त्याची व्यथा मांडली.

“बरं, ते असू दे, चल, आपण त्यांच्याबरोबर जाऊ,” असं म्हणत तिनं त्या पोलिसांना काहीतरी सांगितलं. ते त्या दोघांना घेऊन एका ऑफिसकडे गेले. तिथं बसल्यावर एकानं पाणी आणि कॉफीचे कप आणले. ते सगळे कॉफी घ्यायला लागले. फु मीनला पाहिल्यापासून मिंग हुआच्या जिवात जीव आला होता. तो स्थिरस्थावर झाल्यावर फु मीन त्याला म्हणाली,

“बरं, आता मला तुझ्याबद्दल माहिती दे आणि तू इथं कसा आलास हे सांग.” ती त्याला धीर देत म्हणाली.

मिंग हुआनं विचार केला की, हिच्यापासून काहीही लपवून ठेवायचं नाही. आपला मूर्खपणा तिच्या लक्षात येईल; पण त्याला आता इलाज नाही. त्यानं सांगायला सुरुवात केली. आपण शुनयानबरोबर युरोपला कसं आणि केव्हा आलो आणि तेव्हापासून २२ तारखेला पाच वाजता बाहेर पडल्यावर काय काय झालं हे सारं त्यानं तिला सांगितलं. त्याचं सगळं कथन संपल्यावर शेवटी तो फु मीनला म्हणाला,

“मी लुबाडला गेलो आहे अशी तक्रार करायला पोलिसांकडे गेलो आणि त्यांनी त्या बदमाशांना शोधण्याऐवजी उलटं मलाच तुरुंगात टाकलं.” त्यानंतर फु मीन आणि ते दोन पोलीस यांच्यात बराच संवाद झाला. नंतर ती मिंग हुआला म्हणाली,

“मिंग हुआ, एक फार मोठा घोटाळा झालाय. हा तुरुंग नसून ही परदेशातून युरोपकडे बेकायदेशीररीत्या स्थलांतरित झालेल्यांची छावणी आहे. त्यांच्या म्हणण्यानुसार तू जेव्हा पोलीस स्टेशन समजून तक्रार करायला त्या कार्यालयात गेलास ते पोलीस स्टेशन नव्हतंच, ते इथल्या महानगरपालिकेचं ऑफिस होतं. तिथल्या लोकांना वाटलं की, तूदेखील एक बेकायदेशीर स्थलांतरित असून सरकारकडे आश्रयाची विनंती करण्यासाठी तिथं गेला आहेस. त्यांनी त्यासाठी असलेल्या एका फॉर्मवर तुझी सही घेतली आणि तुला इकडे पाठवलं. तुला भाषा येत नसल्यामुळे झालेल्या गैरसमजामुळे हा घोटाळा झाला आहे.”

हा खुलासा ऐकल्यावर हळूहळू मिंग हुआच्या डोक्यात प्रकाश पडू लागला.

“बरं, आता पुढे काय? मी आता शांघायला परत कसा जाणार?” मिंग हुआनं अधीरतेनं विचारलं.

त्यावर ते पोलीस आणि फु मीन यांच्यात पुन्हा काही चर्चा झाली. नंतर ती त्याला म्हणाली,

“ते आता तुला चीनच्या दूतावासाकडे घेऊन जातील आणि त्यांच्याकडे

सोपवतील. नंतर दूतावास तुला चीनला परत जायला मदत करेल. चीनचा हॉलंडमधला दूतावास द हेग या शहरामध्ये आहे. इथून तिकडे जायला जवळजवळ एक तास लागेल.''

हे ऐकल्यावर मिंग हुआचा जीव भांड्यात पडला. तो फु मीनला म्हणाला, ''तुझे आभार मी कसे मानू? जर तू माझ्या मदतीला इकडे धावून आली नसतीस तर माझे किती हाल झाले असते! अजून किती दिवस मी इथं अडकून पडलो असतो कोण जाणे!''

''अरे, माझे कसले आभार मानतोस? या दोन कल्पक पोलिसांचे मान. ते काल माझ्याकडे आल्यावर म्हणाले की, त्यांना तुझी खूप दया आली. त्यांना शंका आली की, तू स्थलांतरित नसावास. या छावणीतल्या बाकीच्यांना आपण युरोपला सुखरूप पोहोचल्याचा आनंद झालेला आहे. त्यांच्यापैकी बरेचजण युद्धग्रस्त देशांतून जीव वाचवण्यासाठी समुद्रमार्गे खूप धोकादायक प्रवास करून युरोपला आलेले आहेत. काही आपल्या कुटुंबांना घेऊन आलेले आहेत. त्यांच्या बायका-मुलांना अशाच दुसऱ्या छावण्यांमध्ये ठेवलंय. त्या सर्वांचं युरोपमधल्या कुठल्यातरी देशात पुनर्वसन होईल याची त्यांना खात्री असते. विभक्त झालेली कुटुंबं पुन्हा एकत्र आणली जातात; त्यामुळे ते सारे निर्धास्त असतात. त्याउलट तू सदैव खिन्न असायचास, म्हणून पोलिसांना शंका आली आणि त्यांनी माझ्याशी संपर्क साधला.''

त्यावर मिंग हुआनं त्या दोघांचे फु मीनच्या मदतीनं मनापासून आभार मानले.

''चल, आता निघायला हवं. हे मला माझ्या रेस्टॉरंटला सोडतील आणि तुला पुढे द हेगला घेऊन जातील. तू कपडे बदलून ये.''

मिंग हुआ आपल्या बेडकडे गेला आणि त्यानं आपले स्वतःचे कपडे घातले. त्यानं त्याच्या शेजाऱ्यांचा फक्त हातानं 'बाय-बाय' करून, निरोप घेतला.

* * *

चीनचा हॉलंडमधला दूतावास द हेगच्या स्केव्हनिंगेन भागात विल्लेम लोडेविकलान या मार्गावर होता. दुपारी सव्वाबाराच्या सुमारास पोलिसांची गाडी तिथं पोहोचली. एका पोलिसानं तिथल्या जनसंपर्क अधिकाऱ्याला मिंग हुआविषयी सांगितलं. नंतर त्यानं एका फॉर्मवर त्या अधिकाऱ्याची सही घेतली आणि मिंग हुआशी हस्तांदोलन करून ते निघून गेले. तो चिनी अधिकारी मिंग हुआला म्हणाला,

''तुझ्या बाबतीत काय घोटाळा झालाय हे मला त्या पोलिसांनी सांगितलं. तुला मी माझ्या एका सहकाऱ्याकडे घेऊन जातो, तो तुला आता पुढे काय करायचं हे सारं समजावून सांगेल.''

''ठीक आहे,'' मिंग हुआ म्हणाला. आपण आपल्या भाषेत आपल्या एखाद्या

देशवासियाशी बोलू शकतो याचा त्याला खूप आनंद झाला होता. तो अधिकारी त्याला एका तरुणाकडे घेऊन गेला आणि त्याला त्याच्याबद्दल सांगितलं. नंतर तो मिंग हुआला उद्देशून म्हणाला,

"हा गुओ यांग, दूतावासाचा सहायक जनसंपर्क अधिकारी. तो तुला सगळी मदत करेल."

"ठीक आहे. मी तुमचा खूप आभारी आहे." मिंग म्हणाला.

पस्तिशीच्या हसतमुख गुओ यांगनं मिंग हुआला बसायला सांगितलं आणि तो त्याला म्हणाला,

"बरं, मला सांग नेमकं काय काय झालं?"

मिंग हुआची सगळी कहाणी ऐकून घेतल्यावर तो म्हणाला,

"हे बघ मिंग हुआ, तुझ्यासारख्या अडचणीत सापडलेल्या चिनी नागरिकांना मदत करणं हे तर आमचं कर्तव्य आहे; पण आता तुला परत शांघायला जाण्यासाठी बराच खर्च येणार आहे. तुझ्याजवळ पैसे नाहीत हे आम्हाला ठाऊक आहे; पण आम्ही तुला पैसे देऊ. ते परत करण्याच्या हमीपत्रावर तुला सही करावी लागेल. तुला तात्पुरता पासपोर्ट दिला जाईल. तुझं विमानाचं बुकिंग बदलावं लागेल. तसेच सगळे सोपस्कार जोपर्यंत पुरे होत नाहीत, तोपर्यंत तुला इथं हेगमधल्या एखाद्या हॉटेलमध्ये कमीतकमी तीन-चार दिवस तरी राहावं लागेल. आम्हाला तुझ्या शांघायच्या पत्त्यावर स्थानिक पोलिसांना संदेश पाठवून तुझी ओळख पटवून घ्यावी लागेल. मी तुला एखाद्या साध्या हॉटेलकडे घेऊन जाईन; पण थांब, मला आता एक-दोन फोन करावे लागतील." त्यानं लगेच काही फोन केले. ते झाल्यावर तो मिंग हुआला म्हणाला,

"मी चायना सदर्न विमान कंपनीला फोन केला होता. तुझं पूर्वीचं परतीचं तिकीट रद्द झालंय. मी तुझं नवं तिकीट घेऊन ९ तारखेची स्किफोल ते शांघाय फ्लाइट बुक केलीय. तसेच इथल्या पार्कस्त्रात मार्गावरच्या इझी हॉटेलमध्ये खोली बुक केलीय. तिकिटासाठी एक हजार एकशे पंधरा युरो आणि हॉटेलच्या खोलीसाठी दोनशे चाळीस युरो लागतील. शिवाय आम्ही तुला वरखर्चाला तीनशे युरो देऊ. तुझ्या तात्पुरत्या पासपोर्टचा खर्च आहे दोनशे युरो."

त्यानं लगेच कॅल्क्युलेटरवर त्या रकमांची बेरीज केली आणि म्हणाला, "सारा खर्च अठराशे पंचावन्न युरो म्हणजे जवळजवळ चौदा हजार युआन इतका आहे. मी तुला या रकमेचं पीपल्स बँक ऑफ चायनाचं चलन देईन. शांघायला गेल्यानंतर दोन आठवड्यांच्या आत ते तुला त्या बँकेच्या कोणत्याही शाखेत भरावं लागेल. तू ॲमस्टरडॅमला ज्या डी कुपरमुलेन हॉटेलमध्ये राहिला होतास, त्यालादेखील फोन केला होता. आज दुपारी तिकडे जाऊन आपण तुझं सामान घेऊन येऊ. तू

गायब झाल्यानंतर त्यांनी ते आपल्या लॉकर रूममध्ये ठेवलं. बरं, आता आपण जेवायला जाऊ. इथं खाली तळमजल्यावर आमची कॅफेटेरिया आहे.''

मिंग हुआ गुओ यांगबरोबर जाताजाता विचार करू लागला की, आपल्या एका चुकीमुळे आपल्याला हा केवढा मोठा भुर्दंड सोसावा लागणार आहे!

कॅफेटेरिया फक्त दूतावासाच्या कर्मचाऱ्यांसाठीच होती; पण गुओ यांगसोबत असल्यामुळे मिंग हुआ तिथं जेवू शकत होता. तिथं फक्त चिनी पदार्थ मिळायचे. गुओ यांगनं काउंटरवर पैसे भरले आणि तो दोघांसाठी सूप, भात नि पोर्कची एक डिश घेऊन आला. ते जेवू लागले. जेवताजेवता त्यांच्या गप्पा सुरू झाल्या.

''तुझ्यासाठी जे इझी हॉटेल बुक केलंय तिथून हेगचं 'चायना टाउन' चालत जायच्या अंतरावर आहे. तिकडे कसं जायचं हे तुला हॉटेलवर गेल्यावर दाखवतो. तिथं सारे 'मँडरिन' बोलतात. शिवाय तिथं तुला बरीच चिनी रेस्टॉरंटस दिसतील.''

''हो, मी फक्त जेवायलाच हॉटेलच्या बाहेर पडेन. इकडेतिकडे कुठंच जाणार नाही.''

''ठीक आहे. मी तुला अधूनमधून फोन करून तुझ्या पासपोर्टचं काम कुठवर आलंय हे सांगेन. तसेच तू जायच्या दिवशी हॉटेलवर येऊन तुला स्किफोलला जाण्यासाठी टॅक्सीत बसवून देईन.''

''तुमची मला फार मदत होतेय.'' मिंग हुआ म्हणाला.

''मी तुला सांगितलं ना की, परदेशात असताना अडचणीत सापडलेल्या आपल्या नागरिकांना मदत करणं आमचं कर्तव्य आहे. बरं, तिकडे छावणीत जेवण बरं असायचं का?''

''ठीक असायचं; पण त्याला काही चव नसायची. अर्थात त्या वेळी मी चवीचा विचार करण्याच्या मनःस्थितीत नव्हतो. मला एक प्रश्न पडलाय की, इतक्या स्थलांतरितांना युरोपमध्ये आश्रय कसा काय दिला जातो? आपल्या चीनमध्ये जर असे लोक आले असते, तर सरकारनं त्यांना आपल्या भूमीवर पाय ठेवू दिला नसता.'' मिंगने शंका व्यक्त केली.

''तू म्हणतोस ते बरोबर आहे. कदाचित तुला ठाऊक असेल की, हल्ली सीरियामध्ये चाललेल्या युद्धामुळे तसेच आफ्रिकेतील काही देशांतलं दारिद्र्य, बेरोजगारी, अत्याचार आणि हिंसाचार यांना कंटाळून खूप मोठ्या प्रमाणावर लोक आश्रयासाठी युरोपला येताहेत. सीरियाहून येणारे शेजारील तुर्कस्तान आणि नंतर ग्रीस किंवा इटलीला जातात. आफ्रिकेतले लोक इजिप्त किंवा लिबियामार्गे भूमध्य समुद्रातून लहानलहान बोटींनी इटलीला जातात. इजिप्त आणि लिबिया यांच्या समुद्रकिनाऱ्यांपासून इटलीचं लाम्पेदुसा बेट फार दूर नसलं तरी तो बारा ते चौदा तासांचा प्रवास खूप धोकादायक आहे. त्यांच्यापैकी बऱ्याचजणांना जलसमाधी

मिळते. तरीही हल्ली त्यासाठी मोठ्या प्रमाणावर मानवी तस्करी सुरू आहे. अशा स्थलांतरितांना मानवतावादी दृष्टिकोनातून युरोपमध्ये आश्रय दिला जातो आणि त्यांची रवानगी युरोपमधल्या वेगवेगळ्या देशांत केली जाते. तसेच ज्यांना युद्ध, हिंसाचार किंवा राजकीय छळ अशा कारणासाठी आपला देश सोडावा लागलाय त्यांना निर्वासितांचा दर्जा मिळू शकतो आणि कायद्याचं संरक्षण मिळू शकतं. त्यांना किंवा इतर स्थलांतरितांना इकडच्या कायद्यांनुसार एकदा हे लोक युरोपला पोहोचले की, सहजासहजी माघारी पाठवता येत नाही.'' त्याने माहिती दिली.

''म्हणजे इकडची सरकारं खूप महान कार्य करतात असं दिसतंय.''

''महान वगैरे काही नाही. आफ्रिकेतल्या आजच्या हिंसाचार आणि बेरोजगारीला पाश्चात्त्य देशच जबाबदार आहेत. एकेकाळी युरोपीय देशांनी आफ्रिकी तरुण-तरुणींना गुलामगिरीत जखडलं, नंतर तिथं आपल्या वसाहती स्थापन करून तिथली नैसर्गिक संपत्ती लुटली आणि आफ्रिकी देश स्वतंत्र झाल्यानंतर राजकीय कारणास्तव हुकूमशहांना हाताशी धरलं; त्यामुळे तिथं अराजक माजेल नाहीतर काय होईल? तिथले असह्य अत्याचार, रोगराई आणि उपासमार यांचा मुकाबला करता येत नाही म्हणून धोकादायक प्रवास करून काही लोक आसऱ्यासाठी युरोपला गेले तर त्यांना मदत करणं ही इथल्या सरकारांची जबाबदारी आहे. शिवाय 'मानवतावादी दृष्टिकोनातून आम्ही या स्थलांतरितांना आश्रय देऊ' असं म्हणणारी युरोपीय राष्ट्रं ढोंगी आहेत. यांच्याकडे हलकी-सलकी कामं करायला माणसं मिळत नाहीत. गेल्या पंचवीस-तीस वर्षांपासून यांची लोकसंख्या कमी व्हायला लागलीय. कित्येक दशकांपासून विवाहित किंवा अविवाहित जोडपी आपल्याला मुलं होऊ देत नाहीत. झालंच तर एखादं-दुसरं. त्यांची आजची तरुण पिढी शिकून चांगल्या नोकऱ्या मिळवते. तू इकडे जरा डोळसपणे पाहिलंस तर तुला दिसेल की, बहुतांश सफाई कर्मचारी, पेट्रोल पंपांवरचे कामगार, ट्रक आणि बसेसचे ड्रायव्हर, औद्योगिक कामगार वगैरे परदेशातून इकडे आलेले आश्रित असतात. ते कमी पगारात कष्टाची कामं करायला तयार होतात, कारण त्यांनी त्यांच्या देशात उपासमारीला किंवा असुरक्षिततेला तोंड दिलेलं असतं.''

हे सारं मिंग हुआला नवीन होतं. गुओ यांगमुळे त्याच्या ज्ञानामध्ये भर पडत होती. त्यांचं जेवण झाल्यावर गुओ यांग त्याला पुन्हा आपल्या ऑफिसकडे घेऊन गेला. त्यानं काही कागदपत्रांवर मिंग हुआच्या सह्या घेतल्या. नंतर ते ॲमस्टरडॅमला मिंग हुआचं सामान आणण्यासाठी गेले. संध्याकाळी गुओ यांगनं त्याला इझी हॉटेलवर सोडलं.

त्यानंतरच्या घटना गुओ यांगच्या योजनेप्रमाणं घडल्या. ठरल्याप्रमाणं मिंग हुआ १० जुलैला सकाळी शांघायला पोहोचला. स्थिरस्थावर झाल्यावर त्यानं बँकेत

जाऊन चलनाचे पैसे भरले. चार दिवसांनी त्याची आणि शुनयानची भेट झाली. त्यानं शुनयानला साऱ्या घटना काहीही न लपवता सांगितल्या.

"तरी मी तुला बजावलं होतं की, फक्त जेवणासाठी तू हॉटेलसमोरच्या 'काम यिन' रेस्टॉरंटमध्ये जा. तुला भाषा येत नसल्यामुळे तू अडचणीत येऊ शकतोस हे ओळखून मी तुला तो सल्ला दिला होता. मला तिथल्या 'रेड लाइट' भागाची माहिती आहे. मुद्दाम मी तुला तिकडे नेलं नव्हतं." शुनयान म्हणाला.

"तुझा सल्ला मी मानला नाही ही माझी घोडचूक झाली आणि मला चौदा हजार युआनचा भुर्दंड सोसावा लागला; पण काहीही असो, मी सुखरूप घरी परत आलो, हे महत्त्वाचं."

"हो, तेदेखील ते दोन कल्पक पोलीस तिथं होते म्हणून."

"हो ना! मी छावणीतून निघताना फु मीनच्या मदतीनं त्यांचे खूप आभार मानले. त्यांना म्हणालो की, आमच्या चीनमध्ये खूप प्रेक्षणीय स्थळं आहेत. तुम्ही कधीतरी चीन पाहायला या आणि शांघायला आल्यावर माझ्या घरी चार दिवस राहून माझा पाहुणचार घ्या. मी गेले चौदा दिवस तुमचा 'डच' पाहुणचार घेतला आहे." मिंग मिश्किलपणे म्हणाला.

"त्यावर ते काय म्हणाले?" शुनयाननं विचारलं. मिंग हुआ उत्तरला,

"त्यांच्यापैकी एकजण म्हणाला, 'आम्ही ऐकलंय की, चीनमध्ये पाहण्यासारखी खूप ठिकाणं आहेत. मला स्वतःला चीनची प्रचंड भिंत, बीजिंगची ऐतिहासिक 'फॉरबिडन सिटी', शियानचे 'टेरा-कोटा' सोल्जर्स आणि नानकिंगचा प्राचीन राजवाडा पाहायची खूप इच्छा आहे; पण आम्ही तिकडे जायचं धाडस करणार नाही, कारण खूप कमी चिनी लोक इंग्रजी बोलतात आणि आम्हाला तुमची भाषा येत नाही. ज्या देशाला जायचं तिथं कुणाशी संवाद साधू शकलो नाही, तर किती कठीण समस्यांना तोंड द्यावं लागतं हे काय आम्ही तुला सांगायला हवं?' "

(पुढारी, दिवाळी २०१९)

◆

किमया टोकियो कराराची!

"अरे प्रदीप, परवा मी काठमांडूला एका कामासाठी गेलो होतो. जाताना फ्लाइटमध्ये एक गंमत झाली आणि तिच्यामुळे माझ्या खूप जुन्या आठवणींना उजाळा मिळाला. सांगतो थांब, तुला काय झालं ते!" असं म्हणून मी बिअरचा एक घोट घेतला. माझा दिल्लीचा मित्र प्रदीप जोशी आणि मी त्याच्या मयूर विहार फेज वन इथल्या घरात संध्याकाळी गप्पा मारत बसलो होतो. त्याचं घर पाचव्या मजल्यावर होतं. खिडकीतून यमुनेच्या काठावरची शेती दिसत होती. नदीपलीकडे दूरवर हजरत निजामुद्दीनचा काही भाग दिसत होता. घराशेजारून दिल्लीची 'ब्लू लाइन' मेट्रो जात होती. त्या वेळी मे महिना असल्यानं दिल्लीचा उष्मा थोडाफार सुसह्य व्हावा म्हणून आम्ही थंड बिअरचा आस्वाद घेत बसलो होतो. आमची भेटदेखील खूप दिवसांनी झाली होती.

"काय झालं उमेश?" प्रदीपनं उत्सुकतेनं विचारलं.

"अरे, मी नेपाळ एअरलाइन्सनं जात होतो. टेक-ऑफनंतर जवळजवळ दहा मिनिटांनी पायलटनी सीट-बेल्टच्या सूचनेचा लाइट बंद केला. नंतर एअरहोस्टेस त्यांच्या ट्रॉलीज भरण्यात मग्न झाल्या. मी सोबत आणलेली एक कादंबरी वाचायला घेतली. माझी सीट मधल्या 'आयल' पॅसेजला लागून होती. पॅसेजच्या पलीकडे एक स्थूल सरदारजी बसला होता. थोड्या वेळानं एक एअरहोस्टेस आमच्या मागच्या बाजूनं जेवण आणि ड्रिंक्सची ट्रॉली घेऊन येऊ लागली. सकाळचे अकरा वाजले होते. तो सरदारजी ती कुठं पोहोचली आहे हे वारंवार मागं वळून पाहत होता. कदाचित त्यानं आज ब्रेकफास्ट केला नसावा आणि त्याला भूक लागली असावी असं मला वाटलं; पण जेव्हा ती एअरहोस्टेस आमच्याजवळ पोहोचली, तेव्हा त्यानं तिला दोन बकार्डी व्हाइट रमच्या बाटल्या द्यायला सांगितलं.

तिनं एकेक पेगच्या त्या दोन छोट्या बाटल्या, ग्लास, बर्फ वगैरे दिल्यावर त्याला विचारून त्याचं जेवणदेखील दिलं. नंतर आमच्या रांगेतल्या इतरांना त्यांची पेयं आणि जेवण देऊन ती ट्रॉली ढकलत पुढे जायला निघाली तर ट्रॉली काही जागची हलेना. ती नाजूक नेपाळी तरुणी सर्व शक्तिनिशी ट्रॉली ढकलायचा प्रयत्न करत होती; पण ट्रॉली आपली जिथल्या तिथं. तिनं वाकून चाकांच्या आड एखादी खाली ठेवलेली हँडबॅग आली आहे का हे पाहिल्यावर तिच्या लक्षात आलं की, त्या सरदारजीचा जाड बूट आणि पाय चाकाआड आलेला आहे. ती त्याला म्हणाली, 'माफ करा, तुमचा पाय जरा बाजूला करता का?' त्यावर तो म्हणाला, 'छे, छे, मी मुद्दाम पाय आडवा ठेवलाय. तू एवढ्यात कुठं जातेस, मी आत्ताच तर प्यायला सुरुवात केलीय!'

''म्हणजे त्यानं मुद्दाम ती ट्रॉली अडवून ठेवली होती?'' प्रदीपनं विचारलं.

''अर्थातच! तिनं त्याची खूप विनवणी केली; पण तो काही आपला पाय बाजूला करेना. शेवटी तिनं त्याला रमचा अजून एक पेग दिल्यावर त्यानं नाखुशीनं पाय बाजूला घेतला. जेव्हा ती पुढच्या रांगेतील सर्व प्रवाशांना ड्रिंक्स आणि जेवण देऊन परत निघाली, तेव्हा त्या सरदारजीनं पुन्हा तिला थांबवलं आणि रमच्या दोन बाटल्या मागितल्या. त्यावर ती म्हणाली, 'माफ करा, आम्ही प्रवाशांना फक्त माफक प्रमाणात मद्ययुक्त पेयं देऊ शकतो. तुम्हाला मी आधीच तीन पेग्ज दिलेत. आता मी तुम्हाला मद्ययुक्त काहीही देऊ शकत नाही. हवं तर एखादा ज्यूस किंवा कोक वगैरे काही देऊ का?' त्यावर तो भडकला आणि त्यानं नेपाळ एअरवेजच्या नावानं लाखोली वाहायला सुरुवात केली. शेवटी एक सीनिअर पर्सर आला आणि त्यानं त्याला शांत केलं.''

''पण या प्रसंगामुळे तुझ्या जुन्या आठवणींना उजाळा मिळायचं कारण काय? की पूर्वी कधीतरी असाच प्रसंग तू अनुभवला होतास?''

''नाही. 'हवाई वाहतूक' हा एकेकाळी माझ्या खूप आवडीचा विषय होता. कसा ते नंतर सांगेन; पण नेपाळहून परतल्यावर आणि मोकळा वेळ मिळाल्यावर विमानातलं गैरवर्तन किंवा बेशिस्त यांच्याबद्दल इंटरनेटवर काही वाचायला मिळतंय का याची उत्सुकता लागून राहिली होती आणि आश्चर्य म्हणजे बऱ्याच गमतीजमती वाचायला मिळाल्या.''

''हो, कधीकधी पेपरमध्ये माझ्याही वाचनात येतं; पण तू काय वाचलंस?'' प्रदीपनं मला विचारलं.

''सांगतो ना. माझ्या वाचनात आलं की, विमानातल्या बेशिस्तीचे प्रकार वाढले आहेत. त्यांपैकी काही खूपच धक्कादायक आहेत. काही हवाई कर्मचाऱ्यांनी आपले अनुभव काही संकेतस्थळांवर नोंदवले आहेत. त्यातली थोडीच उदाहरणं

तुला सांगतो. एक भरपूर मद्य प्राशन केलेला प्रवासी एकदा भारतात डोमेस्टिक फ्लाइटनं निघाला. काही वेळानं तो स्वच्छतागृहात गेला आणि चक्क नग्न होऊन बाहेर आला नि काहीही अनुचित घडलेलं नाही अशा आविर्भावात आपल्या जागेवर जाऊन बसला! सहप्रवाशांनी आणि विमान कर्मचाऱ्यांनी त्याला कपडे घालायची विनंती केली; पण त्यानं ती फेटाळून लावली. शेवटी जबरदस्तीनं त्याच्या अंगावर विमानात देण्यात येतात त्या शाली घालण्यात आल्या! हवाईसुंदऱ्यांच्या शरीराशी चाळा करण्याचे प्रकार तर पदोपदी होत असतात म्हणे! त्याचप्रमाणं मद्यप्राशन करून सहप्रवाशांशी भांडण, मारहाण असेही प्रकार होतात. अशा काही महाभागांनी विमानात सहप्रवाशांच्या अंगावर लघुशंका केल्याचे प्रकारदेखील घडत असतात. दहा-बारा वर्षांपूर्वी मॉस्कोहून लंडनला जाणाऱ्या विमानामध्ये एका नर्तकीनं मद्याच्या अमलाखाली पॅसेजमध्ये कामुक नृत्य सुरू केलं आणि ती आपल्या अंगावरील एकेक वस्त्र काढून नाचता नाचता सहप्रवाशांकडे फेकू लागली. ते पाहून काही हवाईसुंदऱ्यांनी तिला वेळीच आवरलं; पण काही आंबटशौकिन सहप्रवासी त्यामुळे नाराज झाले म्हणे!''

''पण अशा महाभागांविरुद्ध काही कारवाई केली जाते की नाही?'' प्रदीपने विचारलं.

''जाते ना. तुला माहीत आहे की, गेली दोन दशकं मी आंतरराष्ट्रीय रेडक्रॉसमध्ये काम करत असल्यानं हल्ली माझा संबंध फक्त मानवतावादी कायद्याशीच येतो; पण माझ्या विद्यार्थिदशेत मी आंतरराष्ट्रीय कायदा शिकत असताना हवाई वाहतुकीच्या कायद्याचा अभ्यास केला होता. परवाच्या प्रसंगानंतर मला त्याचीच तर प्रकर्षानं आठवण आली. त्यातल्या काही आठवणी तर खूप मनोरंजक आहेत; पण त्या सांगण्यापूर्वी मला त्यांची पार्श्वभूमी सांगायला हवी.''

''हो, आता ते ऐकायची उत्सुकता लागून राहिली आहे,'' प्रदीप म्हणाला.

मी सांगायला सुरुवात केली.

''युवर अटेन्शन प्लीज! आतापासून बरोबर पंधरा मिनिटांनी आम्ही प्रवाशांना मद्य अथवा मद्ययुक्त पेयं देण्याची सेवा पुढील वीस मिनिटांसाठी स्थगित करत आहोत. त्यानंतर आमची ही सेवा पूर्ववत सुरू होईल. प्रवाशांच्या गैरसोयीबद्दल आम्ही आपल्याकडे क्षमायाचना करतो. धन्यवाद!''

ब्रिटिश एअरवेजच्या लंडनहून मुंबईकडे जाणाऱ्या विमानात झालेली ही उद्घोषणा ऐकून मला आश्चर्य वाटलं. त्या वेळी, म्हणजे ऑगस्ट १९८१ मध्ये मी विमान प्रवासाला फारसा सरावलो नव्हतो; त्यामुळे त्या विचित्र उद्घोषणेमागचा हेतू जाणून घेण्यासाठी माझ्या जवळून जाणाऱ्या एका हवाईसुंदरीला थांबवलं आणि तिला विचारलं,

“आत्ताच मद्ययुक्त पेयांबद्दल जी उद्घोषणा करण्यात आली तिच्यामागचा हेतू मला समजला नाही. तू काही खुलासा करू शकशील का?”

“हो, नक्कीच!” ती हसतहसत म्हणाली, “थोड्याच वेळात आपलं विमान सौदी अरेबियाच्या हवाई हद्दीतून जाणार आहे. जोपर्यंत ते सौदी हवाई हद्दीत असेल तोपर्यंत मद्य किंवा मद्ययुक्त पेयं आम्ही प्रवाशांना पुरवू नयेत अशा आम्हाला सूचना दिलेल्या आहेत.”

“पण का बरं?” मला अजून पुरता खुलासा झाला नव्हता.

“कारण सौदी अरेबियात मद्यपानावर बंदी आहे म्हणून.”

सौदी अरेबियामध्ये मद्यपानावर बंदी आहे, हे मला ठाऊक होतं; पण त्या बंदीची अंमलबजावणी त्या देशाच्या भूमीवरून, जवळजवळ चाळीस हजार फूट उंचीवरून उडत जाणाऱ्या विमानातही केली जाते याचं मला आश्चर्य वाटलं. मग मी तिला विचारलं,

“पण हे विमान तर ब्रिटिश एअरवेजचं आहे नि नक्कीच त्याची नोंदणी इंग्लंडमध्ये झाली असणार. तरीही तो नियम तुमच्यावर बंधनकारक आहे?” मला आंतरराष्ट्रीय कायद्यात विशेष रस असल्यानं तो मुद्दा निकालात काढायचा होता.

“खरं म्हणजे मलादेखील तो प्रश्न पडला होता; पण प्रत्येक उड्डाणापूर्वी आम्हाला काही सूचना दिल्या जातात. पूर्वी पहिल्यांदा या सेक्टरला असताना मीदेखील हा प्रश्न आमच्या सुपरवायझरला विचारला होता. त्यानं मला सांगितलं की, ब्रिटन आणि सौदी अरेबिया यांच्या दरम्यान हवाई वाहतुकीसाठी आणि एकमेकांची हवाई हद्द वापरण्यासाठी जो करार झाला आहे, त्यात तसं कलम सौदी अरेबियाच्या आग्रहास्तव घालण्यात आलं आहे; त्यामुळे त्याची काटेकोरपणे अंमलबजावणी करणं ब्रिटिश एअरवेजवर बंधनकारक आहे.” तिनं खुलासा केला आणि माझ्या डोक्यात प्रकाश पडला. त्यावर माझ्या समोरच्या ट्रेवरचा बिअरचा अर्धवट राहिलेला ग्लास मी एका दमात रिकामा केला आणि तो तिच्याकडे देत गंभीर चेहऱ्यानं म्हणालो,

“हा ग्लास घेऊन जा. जर सौदी पोलीस तपासायला आले तर सापडायला नको. त्यांच्या देशात असे गुन्हे करणाऱ्यांना हात किंवा बोटं छाटायची शिक्षा मिळत असावी.”

त्यावर ती हसून म्हणाली,

“आम्हालाही अशा गमतीशीर नियमांचं पालन करताना हसू येतं; पण करणार काय? बरं, सौदी हवाई हद्दीतून बाहेर पडल्यानंतर तुम्हाला मी आणखी बिअर आणून देईन.”

“बरं, मला एक सांग, ज्यांच्या पोटात किंवा रक्तात मद्याचा अंश आहे,

अशांना त्या हवाई हद्दीतून जाऊ दिलं जातं की वाटेतच उतरायला सांगितलं जातं?'' मी तिरकसपणे विचारलं.

''जोपर्यंत तुमचं वागणं सभ्यतेला धरून आहे, तोपर्यंत असा प्रसंग उद्भवणार नाही; पण एखाद्यानं विमानात अतिमद्यप्राशन करून गैरवर्तणूक केली, दंगा केला नि उड्डाणाच्या सुरक्षिततेत अडथळा आणला तर कप्तान विमान जवळच्या कोणत्याही विमानतळावर उतरवून अशा प्रवाशाला स्थानिक पोलिसांच्या स्वाधीन करू शकतात. त्यांना तसे अधिकार आहेत!'' ती म्हणाली.

त्यानंतर दोन वर्षांनी मी लंडन विद्यापीठात आंतरराष्ट्रीय कायद्याचा पदव्युत्तर अभ्यासक्रम करण्यासाठी गेलो. त्या वेळी माझ्या चार पेपर्सपैकी एक निवडला होता आंतरराष्ट्रीय हवाई वाहतूक कायदा. त्याचा अभ्यास करताना प्रत्येक देशाचं अधिकारक्षेत्र त्या त्या देशाच्या हवाई हद्दीतही लागू होतं हा नियम अभ्यासण्यात आला. त्या वेळी सौदी अरेबियानं त्या नियमाचा आपल्या देशातील दारूबंदीचा कायदा आपल्या हवाई हद्दीतून जाणाऱ्या परदेशी विमानांतही लागू करण्यासाठी आधार घेतला, याची आठवण झाली. आम्हाला तो विषय प्रा. निकोलास मॅकडर्मट हे सुप्रसिद्ध आंतरराष्ट्रीय कायदेतज्ज्ञ शिकवायचे. ते मूळचे आयर्लंडचे; पण लंडनमध्ये स्थायिक झाले होते. त्यांच्या उच्चारांवर आयरिश भाषेचा प्रभाव होता. उंच, किंचित टक्कल पडलेले, जाड चश्मा असलेले प्रा. मॅकडर्मट आम्हा विद्यार्थ्यांशी खूप खेळीमेळीनं वागायचे. ते एकदा वर्गात म्हणाले,

''जेव्हा हवाई हद्दीत अधिकारक्षेत्र लागू करण्याचा कायदा स्पष्ट नव्हता, तेव्हा बरेच गुंतागुंतीचे प्रश्न निर्माण झाले होते. त्यावर उपाय म्हणून १९६३ मध्ये उडत्या विमानात केलेले गुन्हे, बेशिस्त आणि गैरवर्तन यांच्याबाबतचा 'टोकियो करार' संमत करण्यात आला; पण त्याची पार्श्वभूमी समजावून घेण्यासाठी आपण काही गाजलेल्या खटल्यांचा नि घडामोडींचा अभ्यास करायला हवा. मी तुम्हा सर्वांना वेळोवेळी एकेक खटला किंवा विषय देतो. तुम्ही त्यावर शोधनिबंध लिहून वर्गामध्ये त्याचे निष्कर्ष सादर करायचे आणि त्यातील महत्त्वाच्या मुद्द्यांवर चर्चा घडवून आणायची.''

ही पद्धत आम्हाला ठाऊक होतीच. असे प्रकल्प पूर्ण केल्यावर आम्हाला काही मार्क मिळायचे. आमच्या वर्गामध्ये फक्त पंधरा विद्यार्थी होते. प्रा. मॅकडर्मट यांनी मला १९६१ मध्ये ब्रिटिश हाउस ऑफ लॉर्डसनं अंतिम निकाल दिलेला 'शाही सरकार विरुद्ध नेलर' हा खटला अभ्यासासाठी नि त्यावर शोधनिबंध सादर करण्यासाठी दिला.

मी शाही सरकार विरुद्ध नेलर या खटल्याचा अभ्यास सुरू केला. त्याची पार्श्वभूमी, त्यात सादर केलेले पुरावे, सरकार नि बचाव पक्षांचं म्हणणं आणि

त्याचा अंतिम निर्णय १९६१च्या ऑल इंग्लंड लॉ रिपोर्टसमध्ये वाचल्यावर असं लक्षात आलं की, ती सगळी माहिती खूप मनोरंजक आहे. माझा शोधनिबंध सादर करायला आठ दिवस वेळ होता. तोपर्यंत मी त्याचा अभ्यास करून माझा शोधनिबंध तयार ठेवला. ज्या दिवशी माझी वेळ आली, त्या दिवशी खटल्याची पार्श्वभूमी सर्वांना सांगून मी सुरुवात करायचं ठरवलं.

''मित्रहो, शाही सरकार विरुद्ध नेलर या प्रकरणात हाउस ऑफ लॉर्डसनं १९६१ मध्ये अंतिम निर्णय दिला. त्या प्रकरणाची सुरुवात झाली एका फौजदारी खटल्यापासून. मार्च १९५६ मध्ये स्पेनच्या बार्सेलोना या शहरात एक विभागीय फुटबॉल स्पर्धा आयोजित केली गेली होती. त्यामध्ये एका ब्रिटिश संघानं भाग घेतला होता. स्पर्धेचा अंतिम सामना तो ब्रिटिश संघ आणि पोर्तुगालमधील एक संघ यांच्यात होणार होता. त्या ब्रिटिश संघाच्या कित्येक चाहत्यांना त्या सामन्यास हजर राहण्याची इच्छा होती. काहीजण संपूर्ण स्पर्धा पाहण्यासाठी बार्सेलोनाला गेले होते; पण सर्वांना ते शक्य नव्हतं. ज्यांना फक्त तो सामना पाहायला जायची इच्छा होती त्यांच्या सोयीसाठी एका खासगी कंपनीनं लंडन ते बार्सेलोना आणि परत लंडन अशा फक्त सामन्यापुरत्या हवाई प्रवासासाठी 'चार्टर' फ्लाइट सोडायचं जाहीर केलं. त्यासाठी त्यांनी फक्त तीस प्रवाशांचं डग्लस डी.सी.-३ हे विमान 'चार्टर' केलं. त्याची जाहिरात केल्यापासून दोन दिवसांमध्ये त्याचं संपूर्ण बुकिंग झालं. ज्या फुटबॉलप्रेमींनी त्या प्रवासाची तिकिटं विकत घेतली, त्यामध्ये होते जेकब नेलर आणि त्यांचा मित्र केव्हिन फोस्टर. विमान सकाळी लंडनहून निघून त्याच दिवशी संध्याकाळी सामना संपल्यावर परतणार होतं. लंडन ते बार्सेलोना या प्रवासासाठी त्या वेळी साडेतीन तास लागायचे.

''सामना दुपारी दोन वाजता सुरू झाला. दोन्ही संघ बलाढ्य होते. त्या अटीतटीच्या सामन्यात निर्धारित वेळ संपली. त्या वेळी म्हणजे पावणेचार वाजता - दोन्ही संघांचे एकमेकांविरुद्ध प्रत्येकी तीन गोल झाले होते. पंचांनी सामन्याची वेळ पंधरा-पंधरा मिनिटे अशी दोन वेळा वाढवली. त्यादरम्यान प्रत्येक संघानं एकेक गोल गेला; त्यामुळे शेवटी पंचांनी प्रत्येक संघाला पाच-पाच पेनल्टी शूट-आउट करायला सांगितले. त्यात ब्रिटिश संघ एकही गोल करू शकला नाही. पोर्तुगीज संघाचे चार शूट-आउट विनागोल झाले; पण त्यांनी शेवटच्या शूट-आउटवर गोल केला. इतक्या अटीतटीच्या सामन्यात आपला संघ हरला हे पाहून जेकब नि केव्हिनसह सगळे ब्रिटिश फुटबॉलप्रेमी खूप नाराज झाले. त्यांना त्यांच्या प्रवासी कंपनीच्या बसमधून सात वाजता बार्सेलोना विमानतळावर नेण्यात आलं. विमान साडेआठला सुटणार होतं. जेकब नेलर आणि केव्हिन यांनी विमानतळाच्या करमुक्त दुकानातून रमच्या दोन हाफ बाटल्या विकत घेतल्या. त्यांना आपलं दुःख

दारू पिऊन हलकं करायचं होतं. विमानतळावर ते मद्यप्राशन करू शकले नाहीत, कारण त्यासाठी त्यांना वेळ नव्हता. त्यांनी विमान सुटल्यावर रम घ्यायचं ठरवलं. त्याप्रमाणं विमान हवेत स्थिर झाल्यानंतर त्यांनी हवाईसुंदरीकडून पाणी आणि ग्लास मागवले. कधी एकदा आपलं दुःख हलकं करू असं त्यांना झालं होतं.''

"जेकब, फार वाईट झालं रे,'' केव्हिन नैराश्यानं मान हलवत म्हणाला.

"तर काय. मला वाटलं, आपला क्रेग नि टोनी त्यांची वाट लावणार; पण झालं भलतंच!'' आपला ग्लास रिकामा करत जेकब म्हणाला. ते भरभर पीत गेले. पाहता पाहता एक हाफ बाटली संपली.

"केव्हिन, दुसरी बाटली उघड गड्या, मनाला चैन पडत नाही बघ; कितीही घेतली तरी.''

"माझंही तसंच झालंय, थांब काढतो बाटली,'' असं म्हणून केव्हिन उठला. सीटवरच्या सामानाच्या कप्प्यात ठेवलेल्या हँडबॅगेत तो बाटली शोधू लागला; पण बाटली काही सापडेना. आधीच चढलेली, त्यात नैराश्य आलेलं; त्यामुळे तो गोंधळून गेला होता. खरं म्हणजे हँडबॅगेची झिप नीट न लावल्यानं ती अर्धवट उघडी होती आणि उड्डाणाच्या वेळी विमानाला बसलेल्या हादऱ्यांनी बाटली बाहेर पडून त्यांच्या सामानापासून जरा दूर गेली होती.

"जेकब, बाटली काही केल्या सापडत नाही रे.''

"असं कसं होईल, तूच तर ठेवली होतीस. घरी जाऊन प्यायची म्हणून लपवली आहेस की काय?''

हे ऐकल्यावर केव्हिनचं डोकं फिरलं. त्या दोघांमध्ये वाद सुरू झाला. आरोप-प्रत्यारोपानंतर ते भांडू लागले. त्यांच्यापैकी एकजणही ऐकण्याच्या मनःस्थितीत नव्हता. त्यांच्या भांडणाचं पर्यवसान मारामारीत व्हायला वेळ लागला नाही. जेकब अंगापिंडानं केव्हिनपेक्षा जाडजूड होता. दोन-तीन मिनिटे झोंबाझोंबी झाल्यावर जेकबनं केव्हिनच्या मानेवर एक जोरदार ठोसा मारला. त्यासरशी केव्हिन कोलमडला आणि खाली पडला. त्याची शुद्ध हरपली होती. इतर प्रवासी भयभीत होऊन सगळा प्रकार पाहत होते. जेकब इतका प्रक्षुब्ध झाला होता की, त्याला आवर घालणं कोणालाही शक्य नव्हतं. बेशुद्ध केव्हिनला दुसरीकडे नेल्यावर तो जरा शांत झाला; पण त्याचं बडबडणं चालूच होतं. अजूनही तो केव्हिनला शिव्या देत होता. विमान इंग्लंडला पोहोचलं त्या वेळी पायलटच्या विनंतीवरून पोलीस विमानात आले. त्यांनी जेकबला ताब्यात घेतलं. बेशुद्ध केव्हिनला दवाखान्यात नेण्यात आलं; पण डॉक्टरांच्या मते दीड तासापूर्वी त्याचं प्राणोत्क्रमण झालं होतं. जेकबवर सदोष मनुष्यवधाचा खटला दाखल करण्यात आला.

"या खटल्यात जेकबला किती शिक्षा झाली असावी असं तुम्हाला वाटतं?''

त्या खटल्याची पार्श्वभूमी समजावून सांगितल्यावर मी माझ्या सहाध्यायींना विचारलं.

"जन्मठेप तरी नक्कीच झाली असणार. विमानातले जे प्रवासी आणि कर्मचारी जेकब नेलरनं केलेल्या मारहाणीच्या वेळी हजर होते, त्यांना कोर्टात साक्षीसाठी बोलावलं असणार," एकजण म्हणाला. त्यावर बरीच चर्चा झाल्यावर मी म्हणालो,

"न्यायालयानं जेकब नेलरची निर्दोष मुक्तता केली!"

"ते कसं काय?" आश्चर्यचकित झालेल्या एक-दोघांनी विचारलं.

"जेकबच्या वकिलांनी असा युक्तिवाद केला की, 'हा खटला या न्यायालयाला चालविण्याचा अधिकार नाही.' त्यांच्या मते ज्या वेळी गुन्हा घडला, त्या वेळी विमान ॲटलांटिक महासागरावरून उडत होतं. ते त्या वेळी आंतरराष्ट्रीय हवाईक्षेत्रात होतं. अर्थात विमानाची नोंदणी जरी इंग्लंडमध्ये झाली असली, तरी त्या वेळी इंग्लिश फौजदारी कायदा इंग्लंडमध्ये नोंदणी केलेल्या विमानांना लागू होतो असा नियम कायद्यात केला गेला नव्हता. म्हणजेच याचा अर्थ गुन्हा घडला, त्या वेळी कोणत्याही देशाचा कायदा त्याला लागू होत नव्हता, असं त्या वकिलांचं म्हणणं होतं. म्हणजे आंतरराष्ट्रीय कायदा आणि ब्रिटिश कायदा या दोन्हींमधल्या त्रुटींचा त्यांनी जेकब नेलरच्या सुटकेसाठी फायदा घ्यायचं ठरवलं आणि त्यामध्ये ते यशस्वी झाले."

त्या प्रकरणावर बरीच चर्चा झाली. शेवटी प्रा. मॅकडर्मट म्हणाले,

"या आणि अशा अनेक प्रकरणांवर इलाज म्हणून १९६३ मध्ये टोकियो करार संमत करण्यात आला. आता पुढील क्लासमध्ये आपण त्या कराराचा अभ्यास करायचा आहे. त्या करारामध्ये काही तरतुदी विमानात केलेल्या गुन्ह्यांच्या अधिकारक्षेत्राबाबत आहेत. त्याचबरोबर, त्यात विमानातील बेशिस्त आणि गैरवर्तन यांना आळा घालण्याच्या उद्देशानं तरतुदी केलेल्या आहेत. बऱ्याच वेळा विमानातील गुन्हे, बेशिस्त आणि गैरवर्तन यांना मद्याच्या अमलाखाली गेलेले प्रवासी कारणीभूत असू शकतात हे आपण 'शाही सरकार विरुद्ध नेलर' या खटल्यावरील चर्चेदरम्यान पाहिलेलं आहेच. मला वाटतं, या विषयावर स्टेफाननं पुढील क्लासमध्ये आपला शोधनिबंध सादर करावा," प्रा. मॅकडर्मट किंचित स्मितहास्य करत म्हणाले.

आम्हा सर्वांना त्यांनी तो विषय नेमका स्टेफान सॉतेने या फ्रान्सहून आलेल्या वर्गमित्राला का दिला असावा याचं कारण पटकन समजलं.

स्टेफान जेव्हा एखादी पार्टी असेल, तेव्हा बऱ्यापैकी मद्यपान करत असे. अर्थात त्याची वागणूक कधी बेशिस्तीची नसली, तरी अशा वेळी तो खूप रंगात यायचा. अलीकडेच आमच्या वर्गातील सर्वांची एक पार्टी झाली होती. अशा पार्ट्या महिन्यातून एकदा आमच्या वसतिगृहाच्या एका कक्षात व्हायच्या. सारे मिळून आम्ही वीस-पंचवीसजण असू. त्यासाठी आम्ही वर्गणी काढून तयार खाद्यपदार्थ,

वाइन, बिअर वगैरे आणत असू. अशा प्रसंगी आम्ही आमच्या आवडत्या प्राध्यापकांनादेखील त्यामध्ये सहभागी होण्याचं आमंत्रण द्यायचो; पण सगळेच यायचे नाहीत. कधीकधी दोन-तीन प्राध्यापक यायचे, थोडा वेळ थांबून जायचे. आम्ही नेहमी प्रा. मॅकडर्मट यांना पार्टीला बोलावत असू; पण ते कधीकधीच यायचे. अलीकडच्या एका पार्टीच्या वेळी स्टेफाननं दोन-तीन ग्लास वाइन रिचवल्यावर त्याला प्राध्यापकांच्या नकला करायची हुक्की आली. त्यानं तिथं हजर असलेल्या अन् नसलेल्या आमच्या पाच-सहा प्राध्यापकांच्या हुबेहूब नकला करून पोट दुखेपर्यंत हसवलं. प्रा. मॅकडर्मट त्या दिवशी आले नव्हते; पण त्यांच्या खास आयरिश उच्चारांमध्ये सर्वांना संबोधत स्टेफाननं त्यांच्या शिकवण्याची इतकी हुबेहूब नक्कल केली की, डोळे मिटले तर प्रा. मॅकडर्मटच बोलताहेत असं वाटावं! आमचे प्राध्यापकही अशा प्रसंगांकडे खेळीमेळीनं पाहत असत. त्या पार्टीचा वृत्तान्त प्रा. मॅकडर्मट यांच्यापर्यंत गेला असावा, कारण दुसऱ्या दिवशी आमच्या क्लासमध्ये आल्यावर ते म्हणाले,

"मित्रहो, गेल्या रविवारी मी खूप कामात असल्यामुळे तुमच्या पार्टीला येऊ शकलो नाही, याबद्दल क्षमस्व! पण माझी उणीव स्टेफाननं भरून काढली असं मला समजलं!"

आम्ही सारे मनसोक्त हसलो, तर स्टेफाननं आपला चेहरा लपवला!

ठरल्याप्रमाणं एक आठवड्यानंतर स्टेफाननं आपला शोधनिबंध वर्गात सादर केला. त्याचा सारांश सांगताना तो म्हणाला,

"या करारानं विमानांच्या कप्तानांना उड्डाण करत असलेल्या विमानात शिस्त आणि सुव्यवस्था राखण्यासाठी जवळजवळ अमर्याद अधिकार दिले आहेत. मद्यप्राशन केलेल्या एखाद्या प्रवाशानं आपल्या बेशिस्त वर्तणुकीनं विमानात गोंधळ माजवला तर ते त्याला एखाद्या सीटला बांधून ठेवू शकतात किंवा त्याला जबरदस्तीनं झोपेचं इंजेक्शन देऊन झोपवूदेखील शकतात किंवा ज्या त्या परिस्थितीत अन्य योग्य निर्बंध योजू शकतात; पण अशा वर्तणुकीनं उड्डाण किंवा त्याची सुरक्षा धोक्यात येईल अशी त्यांना थोडी जरी शंका आली, तर ते विमान कोणत्याही देशाच्या जवळच्या विमानतळावर उतरवून अशा प्रवाशाला स्थानिक पोलिसांच्या स्वाधीन करू शकतात. हे सारे अधिकार ते स्वतः किंवा विमानातील इतर कर्मचाऱ्यांच्या मदतीनं बजावू शकतात."

त्यानंतर त्या विषयावर बरीच चर्चा झाली.

"स्टेफान, तू हा विषय छानपणे हाताळलास. तू आज वर्गात जे सांगितलंस ते पक्कं लक्षात ठेव हं," असं शेवटी प्रा. मॅकडर्मट यांनी म्हटल्यावर वर्गात हशा पिकला; पण आम्हाला थांबवत प्रा. मॅकडर्मट हसतहसत पुढे म्हणाले,

"अरे मुलांनो, मी परीक्षेच्या दृष्टिकोनातून तसं म्हणालो, गैरसमज करून घेऊ नका!" पण आम्ही जे ओळखायचं ते ओळखलं होतं!

स्टेफान माझा चांगला मित्र होता. आम्ही दोघं कधीकधी एकत्र बसून अभ्यासाविषयी चर्चा करायचो, एकमेकांना संशोधनात मदत करायचो आणि मिळून जेवायला जायचो. समवयस्क असल्यानं आमचं खूप चांगलं पटायचं. हसऱ्या चेहऱ्याचा, भुऱ्या केसांचा आणि निळ्या डोळ्यांचा स्टेफान रंगात आल्यावर आम्हा मित्रांना भन्नाट विनोद ऐकवून, आमचं पोट दुखेपर्यंत हसवायचा. तो बोलताना इतके हातवारे करायचा आणि चेहऱ्यावर हावभाव आणायचा की, कधीकधी तो त्याला काय म्हणायचं आहे हे तोंड बंद करूनदेखील आम्हाला कळवू शकेल असं वाटावं! स्टेफानच्या कुटुंबाची फ्रान्सच्या बोर्दो भागात मोठी वायनरी होती. त्यांची वाइनसाठी लागणाऱ्या खास जातीच्या द्राक्षांची पंधराशे एकर लागवड होती. त्यांच्या कंपनीची 'व्हालेरो' वाइन फ्रान्सच काय, युरोप आणि जगाच्या इतर भागांतही खूप प्रसिद्ध होती. स्टेफानच्या पणजोबांनी सुरू केलेला तो त्यांच्या कुटुंबाचा पिढीजात व्यवसाय होता. स्टेफान भारतीय भोजनाचा भोक्ता होता. कधीकधी आम्ही साउथ हॉल भागातल्या एखाद्या भारतीय रेस्टॉरंटमध्ये जेवायला जायचो. मार्चच्या शेवटच्या आठवड्यात रविवारी आम्ही एकदा लंचसाठी साउथ हॉलला गेलो. तंदुरी चिकन खाताखाता स्टेफाननं मला विचारलं,

"उमेश, ईस्टरच्या सुट्टीत तुझा कुठं जायचा विचार आहे?" त्या वर्षी १९ एप्रिलपासून आम्हाला दोन आठवडे ईस्टरची सुटी होती. मी म्हणालो,

"इथंच लंडनमध्ये राहीन. परीक्षेची तयारी करत बसायला चांगला निवांत वेळ मिळेल. तुझा काय प्लॅन आहे?"

"मी फ्रान्सला घरी जाणार आहे. तू इथं एकटा कंटाळून जाशील."

"काय करणार? भारतामध्ये जायचा खर्च खूप मोठा आहे रे. अभ्यास करत बसेन झालं."

"तुझा अभ्यास तर नेहमी चालूच असतो. मी एक सुचवू?"

"काय बरं?"

"माझ्याबरोबर चल, फ्रान्सला."

"ते कसं काय? आणि राहू कुठं?"

"अरे, माझ्या घरी! हे बघ, आपण असं करू, आधी पॅरिसला जाऊ. तिथं आमचं एक गेस्ट हाउस आहे. तिथं चार दिवस राहून रेल्वेनं बोर्दोला आमची वायनरी पाहायला जाऊ. बोर्दोमध्ये आमचा मोठा व्हिला आहे. माझे आई-वडील आणि थोरले दोन भाऊ तिथंच असतात. तिथं दोन दिवस राहून पुढं 'ल प्रादाँ'ला जाऊ. ते ठिकाण भूमध्य समुद्राच्या 'रिव्हिएरा' या सुरेख समुद्रकिनाऱ्यावर आहे.

तिथं आमचं हॉलिडे होम आहे. तिथं चार दिवस राहून परत येऊ. काय म्हणतोस?''

मी जरा विचार केला. स्टेफानचा प्रस्ताव चांगलाच होता; पण इतके दिवस त्याचा पाहुणचार कसा काय घ्यायचा म्हणून मी जरा संकोचत होतो. मी म्हणालो,

''तुझा प्रस्ताव तसा चांगला आहे, पण...''

''आता पण काय? अरे, तुला विमानाच्या तिकिटाची चिंता असेल तर मी काढतो तिकीट.''

''नाही नाही, तेवढं मी करू शकतो. ठीक आहे. तुझा इतका आग्रहच आहे तर जाऊ आपण.'' मी म्हणालो. त्यावर खुशीत येऊन स्टेफान म्हणाला,

''चला, ठरलं तर. आजच एअर फ्रान्सची तिकिटं बुक करू. तुझ्याबरोबर माझाही वेळ छान जाईल. शिवाय तुला आमच्या वायनरीत होणाऱ्या वेगवेगळ्या प्रकारच्या वाइन्सची चवदेखील घेता येईल.''

''ते ठीक आहे रे, तिकडे गेल्यावर तुझी चंगळच होत असावी. मी काही वाइनचा फार मोठा भोक्ता नाही. माझ्यासाठी 'हीथ्रो'वर ड्यूटी फ्रीमधून मी एखादी स्कॉच घेईन.'' मी म्हणालो.

''अरे, बोर्दोला जाऊन वाइन प्यायची नाही म्हणजे पंजाबला जाऊन तंदुरी चिकन न खाल्ल्यासारखंच आहे! बरं, तुला काय घ्यायचं आहे ते घे; पण भारतीय जेवणावरून आठवलं. माझ्याबरोबर येण्यापूर्वी तुला एक अट मान्य करावी लागेल.''

''अट? कसली रे?'' मी उत्सुकतेनं विचारलं.

''पॅरिस आणि ल प्रादाँमध्ये फक्त आपण दोघंच आमच्या गेस्ट हाउस आणि हॉलिडे होममध्ये असणार. त्या दोन्ही ठिकाणी तू मला रोज एखादा भारतीय पदार्थ करून खायला घालायचा! मागं एकदा तू मला म्हणाला होतास की, तुला वेगवेगळे भारतीय पदार्थ करायची हौस आहे.''

''एवढीच अट? अगदी आनंदानं मी ते करेन. बरं झालं, हा विषय तू आत्ता इथंच काढलास हे चांगलं केलंस. इथं साउथ हॉलमध्ये सगळे भारतीय मसाले मिळतात. आपण ते घेऊन ठेवू आणि तिकडे जाताना बरोबर नेऊ.''

''ठीक आहे, जेवल्यावर ते महत्त्वाचं काम करू. चल, बिर्याणी घे, थंड होते आहे.'' स्टेफान म्हणाला.

ठरल्याप्रमाणं १८ एप्रिलला दुपारी साडेचारला आम्ही हीथ्रो विमानतळावर पोहोचलो. पॅरिसचं विमान पावणेसातला सुटणार होतं. सर्व सोपस्कार पार पाडून आम्ही गप्पा मारत बसलो. मी स्टेफानला वाइन बनवायच्या प्रक्रियेविषयी काही प्रश्न विचारत होतो. तो म्हणाला की, व्हाइट वाइनपेक्षा रेड वाइन चवीला खूप चांगली असते. तज्ज्ञांच्या मते माफक प्रमाणात घेतली, तर ती आरोग्याला आणि विशेषतः हृदयासाठी चांगली असते म्हणे! गप्पांच्या नादात वेळ कसा गेला

कळलंच नाही. आमचं विमान सुटणार असल्याची उद्घोषणा झाली. आम्ही विमानात जायच्या रांगेत उभे राहिलो आणि थोड्याच वेळात विमानात जाऊन स्थानापन्न झालो. यथावकाश विमानानं हवेत झेप घेतली. ठरावीक उंची गाठल्यावर वैमानिकांनी सीटचे पट्टे काढायची परवानगी दिली. त्यानंतर हवाईसुंदऱ्या पेयांच्या ट्रॉलीज घेऊन आल्या. आमच्याजवळ आल्यावर एका हवाईसुंदरीनं मला मी काय घेणार हे विचारलं. मी नुकताच रेड वाइनचा महिमा ऐकल्यामुळे तिला रेड वाइन हवी असं सांगितलं. तिनं चटकन एका कप्प्यातून रेड वाइनची एक छोटी बाटली, प्लॅस्टिकचा ग्लास नि खाऱ्या काजूंचं छोटं पाकीट काढून मला दिलं आणि स्मितहास्य करत तिनं स्टेफानला 'तुम्ही काय घेणार?' असं विचारलं. त्यावर स्टेफाननं काहीही विचार न करता तिला सांगितलं, 'ग्रेप ज्यूस.' तिनं ज्यूसचा ग्लास नि काजूचं पाकीट त्याला दिलं आणि ती पुढे गेली. मला स्टेफाननं ज्यूस मागवला याचं आश्चर्य वाटलं. मी त्याला म्हणालो,

"काय रे, तुझ्या आवडीची वाइन किंवा बिअर का नाही घेतलीस आज?"

"उमेश, सध्या ज्याच्यापासून वाइन बनवतात तो ग्रेप ज्यूसच ठीक आहे. तुला सांगायला हरकत नाही, टोकियो कराराचा अभ्यास केल्यानंतर मी निर्धार केला आणि ठरवलं की, यापुढे विमान प्रवासात मद्याला स्पर्श करायचा नाही! पण आपण बोर्दोला पोहोचल्यानंतर माझ्यावर कोणताच करार बंधनकारक असणार नाही हे मात्र लक्षात ठेव हं!"

***

"समजलं तुला की, मला नेपाळ एअरलाइन्सच्या त्या फ्लाइटमध्ये झालेल्या प्रसंगानंतर पूर्वीच्या आठवणींना उजाळा का मिळाला?" मी बिअरचा ग्लास रिकामा करत प्रदीपला विचारलं.

"हो समजलं ना; पण माझा एक प्रश्न आहे. थांब, आधी आपले ग्लास भरतो, नि मग तुला तो प्रश्न विचारतो," असं म्हणून प्रदीप उठू लागला. मी त्याला म्हणालो,

"अरे पुरे झाली, आता कशाला भरतोस?"

"शेवटचा एकेक घेऊ. तुला काय विमानप्रवास करायचाय थोडाच? तू तर जेवल्यावर मेट्रोनं तुझ्या गेस्ट हाउसला जाणार आणि टोकियो करार मेट्रोला लागू होत नाही! मी कायदा शिकलेलो नाही; पण तुझं कथन ऐकल्यावर तो फक्त हवेत उडणाऱ्या विमानांना लागू होतो हे पक्कं लक्षात ठेवलंय." प्रदीप हसतहसत म्हणाला. त्यानं आमचे ग्लास भरून आणले. आमच्या गप्पा पुढे सुरू झाल्या. प्रदीप म्हणाला,

“काही दिवसांपूर्वी मी इंटरनेटवर बातम्या वाचत असताना माझ्या वाचनात एक बातमी आली. थांब, ती मला परत पाहायला मिळेल,” त्यानं आपल्या मोबाइलवर इंटरनेट सुरू करून काहीतरी शोधलं. तो जी माहिती शोधत होता, ती मिळाल्यावर म्हणाला, “हे बघ उमेश, ‘द प्रिंट’ या बातम्यांच्या संकेतस्थळावर १९ सप्टेंबर २०१९ या दिवशी ही बातमी आली होती : ‘भारताच्या नागरी विमान वाहतूक संचालनालयानं १ जानेवारी ते ३१ ऑगस्ट या आठ महिन्यांच्या कालावधीत ३३ वैमानिकांना निलंबित केलं. त्याचं कारण असं होतं की, ते ड्यूटीवर येताना मद्यप्राशन करून आले होते!’ तू मला सांग, जर एखादा पायलटच मद्यप्राशन करून विमान ‘फ्लाय’ करू लागला आणि विमानानं त्याची नेहमीची उंची गाठल्यावर ते ‘ऑटो-पायलट’वर ठेवून त्यानं एखाद्या हवाईसुंदरीशी गैरवर्तन केलं, तर टोकियो करारानुसार त्याच्याविरुद्ध त्या क्षणी विमानात कोण कारवाई करणार?”

प्रदीपच्या या प्रश्नाला माझ्याजवळ उत्तर नव्हतं!

◆